நன்மாறன் கோட்டைக் கதை

இமையம்

க்ரியா

nanmaaran kottai kathai, *a short stories in Tamil by* **Imaiyam**

© *Imaiyam*

First Edition: *January 2019, January 2022, June 2022*

Published by:
Cre-A:
New No. 2 Old No. 25, 17th East Street, Kamarajar Nagar,
Thiruvanmiyur, Chennai - 600 041.
Email: creapublishers@gmail.com
Website: www.crea.in

Printed at:
Sudarsan Graphics Pvt. Ltd., Chennai - 600 041.

ISBN: 978-93-82394-37-2

Price: Rs.260

1. நன்மாறன் கோட்டைக் கதை — 5
2. போலீஸ் — 31
3. பணியாரக்காரம்மா — 50
4. நம்பாளு — 74
5. பிராது மனு — 93
6. தலைக்கடன் — 112
7. சாந்தா — 137
8. ஆலடி பஸ் — 163
9. கட்சிக்காரன் — 179

1

நன்மாறன் கோட்டைக் கதை

"நல்ல ஊரு சார். இங்க வேல செய்றவங்க எல்லாருமே நல்ல மாதிரியான ஆளுங்கதான். நல்லா கோஆப்ரேட் பண்ணுவாங்க. கட்சிக்காரங்க, அரசியல்வாதி, உள்ளூர்க்காரங்கன்னு யாரும் ஸ்கூலுக்குள்ளார வர மாட்டாங்க. நான் இந்த ஸ்கூலுக்கு வந்து பத்து வருசமாச்சி. எந்தத் தொந்தரவும் இல்ல. நீங்களும் ரிட்டயர் ஆவுறவரைக்கும் இந்த ஊர்லியே ஓட்டலாம் சார். நன்மாறன் கோட்டங்கிற பேருக்கேத்த மாதிரிதான் ஊரு ஆளுங்களும் இருப் பாங்க'' என்று உடற்கல்வி ஆசிரியர் தனவேல் சொன்னார்.

''அப்படியா?'' என்று ராமநாதன் கேட்டதோடு சரி.

மேல்நிலைப்பள்ளி தலைமை ஆசிரியராகப் பதவி உயர்வு பெற்று இன்று காலைதான் கடலூர் மாவட்டத்திலிருந்து வந்து புதிய பள்ளிக்கூடத்தில் ராமநாதன் சேர்ந்திருந்தார். முதல் நாளே அதிகம் கேள்விகள் கேட்க வேண்டாம். ஆசிரியர்கள் எப்படியோ, ஊர் எப்படியோ என்ற யோசனையில் அதிகமாகப் பேசாமல் இருந்தார்.

காலையில் வந்ததிலிருந்து ராமநாதனுக்கு ஓரே வேலையாக இருந்தது. ஆசிரியர்கள் வரிசையாக வந்து வாழ்த்துச் சொன்னார் கள். பணியேற்ற விவரத்தை உரிய அலுவலர்களுக்குத் தெரிவிப் பதற்கான கடிதங்களைத் தயார்செய்தார். மதியம் சாப்பிட்டார். உட்கார்ந்தே இருந்ததால் தூக்கம் வருவது மாதிரி இருந்தது. முதல் நாளே தூங்கினால் அசிங்கம் என்று நினைத்தார். கைக்கடி காரத்தைப் பார்த்தார். இரண்டேகால்.

“ஒவ்வொரு வகுப்பா பாத்திட்டு வரலாமா சார்?” என்று கேட்டார். எதிரில் நாற்காலியில் உட்கார்ந்திருந்த தனவேல் மறுப்பு எதுவும் சொல்லாமல், “போகலாம் சார்” என்று சொல்லி விட்டு, போவதற்குத் தயாரான மாதிரி எழுந்து நின்றார். ராம நாதன் எழுந்து அறையை விட்டு வெளியே வந்ததும் பின்னா லேயே தனவேலுவும் வந்தார்.

“மொதல்ல ஆறாம் வகுப்பு பாத்திடலாம். எங்க இருக்கு?”

“வாங்க சார்” என்று சொன்ன தனவேல் ராமநாதனுக்கு முன் னால் வராண்டாவில் நடக்க ஆரம்பித்தார்.

ஆறாம் வகுப்புக்குள் தனவேல் நுழைந்தார். ராமநாதனைக் கண்டதும் பாடம் நடத்திக்கொண்டிருந்த ஆசிரியை, “வாங்க சார்” என்று சொன்னார். மாணவர்களையும், கரும்பலகையையும் ராம நாதன் பார்த்தார். பிறகு “நீங்க நடத்துங்க” என்று சொல்லிவிட்டு வெளியே வந்தார். அடுத்தது ஏழாம் வகுப்புக்குள் போனார். அடுத்தடுத்து பன்னிரண்டாம் வகுப்புவரை ஒவ்வொரு வகுப்புக் குள்ளும் நுழைந்துநுழைந்து பார்த்துவிட்டு, ஒன்றிரண்டு வார்த் தைகள் மட்டும் பேசிவிட்டு வந்தார். எல்லா வகுப்புகளிலுமே ஆசிரியர்கள் பாடம் நடத்திக்கொண்டிருந்தார்கள். தனியார் பள் ளிக்கூட அமைதியைவிடக் கூடுதல் அமைதியாக இருந்தது. புதிய தலைமை ஆசிரியரின் குணம் எப்படியோ, முதல் நாளன்றே கெட்ட பெயர் வாங்க வேண்டாம் என்று எல்லா ஆசிரியர்களும் நினைத்திருக்கலாம் என்று நினைத்த ராமநாதன், பள்ளிக் கட்ட டத்தை விட்டு வெளியே வந்தார். மைதானத்தை ஒரு பார்வை பார்த்தார். என்ன தோன்றியதோ மைதானத்தைச் சுற்றிப் பார்க்க ஆரம்பித்தார். அவருக்கு இணையாக தனவேல் நடந்து கொண்டிருந்தார். பள்ளிக் கட்டடத்துக்குச் சற்றுத் தள்ளி தெற்கி லிருந்த கழிப்பறைக்கு வந்தார். உள்ளே நுழைந்து பார்த்தார். கழிப்பறை பயன்படுத்த முடியாத நிலையில் இருந்தது. மூக்கை மூடிக்கொண்டு வெளியே வந்து “இவ்வளவு மோசமா இருக்கே. புள்ளைங்க எங்க போவும்?” என்று கேட்டார்.

"செவத்து மறவுலேயே போயிடுங்க சார்."

"டீச்சர்ஸுக்கு இருக்கா?"

"எச்.எம்.ரூமுக்குப் பக்கத்திலேயே இருக்கு சார்."

"லேடீஸ் டீச்சர்ஸுக்குத் தனியா இருக்கா?"

"இல்ல சார்."

"எங்க போவாங்க?"

"அந்த ஒரு ரூம்லதான் போவணும். யார் போனாலும் ரெண்டு ரெண்டு பேரா போவாங்க. ஒருத்தங்க உள்ளார இருந்தா, ஒருத்தங்க வெளிய காவலுக்கு நிப்பாங்க" என்று சொன்ன தனவேல் லேசாகச் சிரித்தார்.

"நான் முன்னால வேல பாத்த ஸ்கூல்ல தனித்தனியா இருக்கும். பெரிய ஸ்கூல்" என்று ராமநாதன் சொன்னதற்கு தனவேல் எந்தப் பதிலும் சொல்லவில்லை. 'அப்படியா?' என்றும் கேட்கவில்லை.

ராமநாதன் பள்ளிக்கூடக் கட்டடத்தையும் மைதானத்தையும் பார்த்தார். ஊருக்கு ஒதுக்குப்புறமாக, விஸ்தாரமான இடத்தில் தான் பள்ளிக்கூடம் இருந்தது. மதில் சுவர் இருந்தால் இன்னும் நன்றாக இருக்கும் என்ற எண்ணம் உண்டாயிற்று. மைதானம் முழுவதும் வெயில் படர்ந்திருந்தது. வெக்கையாக இருந்தது. வியர்த்தது. 'ஜனவரி மாதத்திலேயே நல்ல வெயிலாக இருக்கிறது' என்று சொல்ல நினைத்தார். ஆனால், சொல்லவில்லை. தனவேல் எப்படிப்பட்ட ஆள், முதல் நாளே அதிகமாகப் பேசி வம்பில் மாட்டிக்கொள்ள வேண்டாம் என்ற தயக்கம் ராமநாதனுக்கு இருந்தது. அதைப் போலவே தனவேலுக்கும் இருந்தது. பக்கத்திலிருந்த வேப்பமரத்தைப் பார்த்ததும் "வாங்க நிழலுக்குப் போவம்" என்று ராமநாதன் சொன்னார். இருவரும் நடந்து வேப்பமர நிழலுக்கு வந்தனர். சுற்றுமுற்றும் பார்த்தார் ராமநாதன். சாலையிலிருந்து பள்ளிக்கு வரும் வழியைப் பார்த்தார். பூண்டுச் செடிகள் மண்டிக் கிடந்தன. அதைப் பிடுங்கச் சொல்ல வேண்டும் என்று நினைத்தார். அதே மாதிரி மைதானம் முழுவதும் அங்கங்கே

வளர்ந்திருந்த செடிகளையும் பிடுங்கச் சொல்ல வேண்டும் என்று நினைத்தார். இன்றைக்கே சொன்னால் அதிகாரம் செய்கிறார் என்றாகிவிடும் என்ற பயத்தில் நாளைக்குப் பார்த்துக்கொள்ள லாம் என்று நினைத்தார். அப்போதுதான் மனதில் தோன்றிய மாதிரி ''ஏ.எச்.எம். எப்பிடி?'' என்று கேட்டார்.

''நல்ல மாதிரியான ஆளு சார். அவரால எந்தத் தொந்தரவும் வராது.''

''அப்பிடியா?'' என்று கேட்டதோடு சரி. அடுத்த கேள்வியை ராமநாதன் கேட்கவில்லை. தனவேலுவும் தானாக எதுவும் சொல்லவில்லை. இருவரும் சிறிது நேரம் பேசாமல் மைதானத் தைப் பார்த்தவாறு நின்றுகொண்டிருந்தனர்.

''நீங்க ட்ரசரிக்குப் போயி ஒங்களோட புரமோஷன் ஆர்டர் காப்பியக் கொடுக்கணும். மாதிரிக் கையெழுத்துப் போடணும் சார்.''

''இன்னிக்கி முடியாது. நாளக்கிக் காலையில போவலாமின்னு இருக்கன். இங்க எங்க ட்ரசரி இருக்கு?''

''ஒரத்தநாடு சார்.''

''வாங்க, போயி ட்ரசரிக்கான தபால ரெடி பண்ணலாம்'' என்று சொல்லிவிட்டு ராமநாதன் நடக்க ஆரம்பித்தார்.

தன்னுடைய அறைக்கு வந்து நாற்காலியில் உட்கார்ந்தார். ''கிளார்க்கக் கொஞ்சம் கூப்புடுங்க சார்'' என்று ராமநாதன் சொன்னார். எழுந்து சென்ற தனவேல் பக்கத்து அறையிலிருந்த கிளார்க்கை அழைத்துக்கொண்டு வந்தார்.

''நான் நாளக்கி ட்ரசரிக்குப் போவலாம்னு இருக்கன். அதுக் கான தபால்கள ரெடி பண்ண முடியுமா சார்?'' என்று ராமநாதன் கேட்டார்.

''ரெடி பண்ணி கொண்டுவர்றன் சார்'' என்று சொன்ன வேகத் திலேயே கிளார்க் தன்னுடைய அறைக்குச் சென்றுவிட்டார். தன வேல் நின்றுகொண்டிருந்தார். அவரிடம் ராமநாதன் எதுவும் பேசாததால் ''நீங்க கொஞ்சம் ரெஸ்ட் எடுங்க. அப்புறமா வர்றன்

சார்'' என்று சொல்லிவிட்டு வெளியே போனார். வெளியே போன சிறிது நேரத்திலேயே உள்ளே வந்து ''ஓங்கள ஒரு அம்மா பாக்கணும்னு வந்திருக்காங்க சார்'' என்று சொன்னார்.

''என்னெயா?'' என்று சந்தேகப்பட்டது மாதிரி ராமநாதன் கேட்டார்.

''ஆமாம் சார்.''

''பசங்க பிரச்சனயா இருந்தா நீங்களே என்னா, ஏதுன்னு விசாரிச்சி அனுப்பிடுங்க. இந்த ஸ்கூலப் பத்தி எனக்கொண்ணும் தெரியாதே'' என்று சொன்னார்.

''பாக்குறன் சார்'' என்று சொல்லிவிட்டு தனவேல் வெளியே சென்றார்.

தனவேலிடம் பள்ளிக்கூட நடைமுறைகளைப் பற்றி, ஆசிரியர் களைப் பற்றிக் கேட்கலாமா என்று ராமநாதன் யோசித்தார். முதல் நாளே எல்லா விஷயங்களைப் பற்றியும் கேட்கலாமா, அது சரியாக இருக்குமா, ஒரு வாரம் கழித்து விசாரித்துக்கொள்ள லாமா, வந்த நாளிலேயே மற்றவர்களைப் பற்றி விசாரித்தால் தவறாக நினைக்கலாம். முதலில் தனவேல் எப்படிப்பட்ட ஆள் என்று தெரிந்துகொள்வோம் என நினைத்தார். இன்றிரவு பள்ளிக் கூடத்திலேயே தங்கிவிட்டு, நாளைக் காலையிலே கருவூலத்துக் குச் சென்று பதவி உயர்வு ஆணையை, மாதிரிக் கையொப்பம் போட்ட கடிதத்தைக் கொடுத்துவிட்டு மதியமே ஊருக்குப் போய் விடலாம். சனி, ஞாயிறு கழிந்து, திங்கள்கிழமை வந்து எங்கு தங்குவது என்பதை முடிவு செய்யலாம். சுவரில் மாட்டி யிருந்த காந்தி, அம்பேத்கர், பெரியார், நேதாஜி படங்களைப் பார்த்தார். பிறகு முக்கியமான காரியத்தைச் செய்வது மாதிரி கைக்கடிகாரத்தைப் பார்த்தார். நேரத்தைத் தெரிந்துகொண்டதும் அவருடைய முகம் மாறியது. பாட்டிலை எடுத்துக் கொஞ்சம் போலத் தண்ணீரைக் குடித்தார். பிறகு ஆசிரியர் வருகைப் பதி வேட்டை எடுத்து ஒவ்வொரு ஆசிரியரின் பெயராகப் படிக்க ஆரம்பித்தார். அப்போது அறைக்குள் வந்த தனவேல், ''ஒரு அம்மா

வந்து டி.சி. கேக்குது. இப்பத் தர முடியாதின்னு சொன்னா கேக்க மாட்டடங்குது சார்'' என்று சொன்னார்.

''வரச் சொல்லுங்க.''

வெளியே சென்ற தனவேல் ஒரு பெண்ணையும் மூன்று பிள்ளைகளையும் அழைத்துக்கொண்டு உள்ளே வந்தார். அந்தப் பெண்ணையும், அந்தப் பிள்ளைகளையும் சரியாகக்கூடப் பார்க்காமல் எடுத்த எடுப்பில், ''சொல்லுங்கம்மா'' என்று ராமநாதன் கேட்டார்.

''இவன் பேரு தினேஷ்குமாரு ஏழாவது படிக்கிறான். இவன் பேரு சந்தோஷ்குமாரு. ஆறாவது படிக்கிறான் சார்.''

''எங்க?''

''இந்தப் பள்ளிக்கூடத்திலதான் சார்.''

''ஏதும் பிரச்சனயா? வாத்தியாருங்க யாராச்சும் அடிச்சிட்டாங்களா?''

''இல்லெ சார்.''

''பின்னெ எதுக்கு டி.சி. கேட்டீங்களாம்?''

''நாளக்கி நாங்க ஊருக்குப் போறம் சார்.''

''போயிட்டு வாங்க. அதுக்கு எதுக்கு டி.சி. கேக்குறீங்க?

''திரும்பி வர மாட்டடம் சார்.''

மாமியார் மருமகள் சண்டை நடந்திருக்கும். புருசன் அடித்திருப்பான். அதற்காகக் கோபித்துக்கொண்டு பிள்ளைகளை அழைத்துக்கொண்டு பிறந்த வீட்டுக்குப் போகிற பெண்ணாக இருக்க வேண்டும். புருசன்மீது இருக்கும் கோபத்தில் வந்து மாற்றுச் சான்றிதழ் கேட்கிறாளே, என்ன பெண்ணாக இருப்பாள்? புருசன் பெண்டாட்டிச் சண்டையில் பிள்ளைகளை எதற்காகச் சிரமப்படுத்துகிறாய் என்று கேட்க நினைத்தார். ஆனால், கேட்கவில்லை. ஊர்ப் பிரச்சினை நமக்கு எதற்கு என்று நினைத்தார்.

''ஜூன் மாசத்தில வாங்க. வாங்கிக்கலாம்.''

''எங்கம்மா ஊருக்குப் போறம் சார். இனிமே இந்த ஊருக்குத் திரும்பி வர மாட்டடம்.''

''நான் சொல்றதப் புரிஞ்சிக்கங்கம்மா. ஜனவரி மாசத்தில டி.சி. கொடுக்கக் கூடாது. மீறிக் கொடுத்தா டி.இ. ஓ., சி.இ.ஓ.ன்னு எல்லாரும் ஆயிரத்தெட்டுக் கேள்வி கேப்பாங்க. பதில் சொல்லி மாளாது. நீங்க போயிட்டு அப்புறமா வாங்க'' ராமநாதன் நிதானமாகச் சொன்னார். அவர் சொன்னதை அந்தப் பெண் காதில் வாங்காத மாதிரி நின்றுகொண்டிருந்தாள். அவளுடைய பிள்ளைகளும் கைகளைக் கட்டியபடி நின்றது நின்றபடியே நின்றுகொண்டிருந்தனர். ஆடாமல் அசையாமல் மல்லுக்கட்ட வந்ததுபோல் அவர்கள் நின்றுகொண்டிருந்த விதம் ராமநாதனுக்கு லேசாக எரிச்சலை உண்டாக்கியது. 'தலைமை ஆசிரியராகப் பதவி உயர்வு பெற்றுவந்த முதல் நாளே பிரச்சினையா' என்று யோசித்தார்.

ராமநாதனுக்காக வக்காலத்து வாங்குவது மாதிரி, ''ஐயா சொல்றது புரியலியா? ஜூன் மாசம் வாங்க. வந்த ஓடனே வாங்கிக்கிட்டுப் போயிடலாம். இப்பக் கிளம்புங்க'' என்று தனவேல் அந்தப் பெண்ணைப் பார்த்துச் சொன்னார். அவர் சொன்னதை அந்தப் பெண் கேட்வில்லை. அவர் பக்கம் திரும்பியும் அவள் பார்க்கவில்லை. அதனால் தனவேலுவுக்குக் கோபம் உண்டாயிற்று.

''நாங்க சொல்றது புரியுதா இல்லியா? இப்ப டி.சி. தர முடியாது. கிளம்புங்க'' என்று முன்பைவிடச் சத்தமாக தனவேலு சொன்னார். அப்போதும் அந்தப் பெண் தனவேல் சொன்னதைக் கேட்கவில்லை. அவர் பக்கம் திரும்பியும் பார்க்கவில்லை. தனவேலையும் அந்தப் பெண்ணையும் மாறிமாறிப் பார்த்த ராமநாதன், ''நீங்க ஒக்காருங்க சார்'' என்று சொன்னார். தனவேல் ஒரு நாற்காலியில் உட்கார்ந்துகொண்டு அந்தப் பெண்ணை முறைத்துப் பார்த்தார். அவளுடைய பார்வை கடைசிவரை அவர் பக்கம் திரும்பவே இல்லை.

''போயிட்டு ஜூன் மாசம் வாங்கம்மா'' என்று ராமநாதன் மீண்டும் சொன்னார். ராமநாதனுடைய குரலிலிருந்த அலுப்பையும் சலிப்பையும் பார்க்காமல் அந்தப் பெண் உறுதியான குரலில், ''எனக்கும் எம் புள்ளைங்களுக்கும் இனி இந்த ஊரே வேண்டாம்னு போறம் சார்'' என்று சொன்னாள்.

''நீ சொன்னதையே சொல்லிக்கிட்டிருக்க? நான் சொல்றதப் புரிஞ்சிக்க மாட்டங்கிற. இந்தச் சமயத்தில நான் டி.சி.யக் கொடுக்கக் கூடாது. மீறிக் கொடுத்தாலும் அத எடுத்துக்கிட்டுப் போயி எந்தப் பள்ளிக்கூடத்திலயும் சேரவும் முடியாது. ஐ.ஏ.எஸ்., ஐ.பி.எஸ்., நீதிபதியோட புள்ளைங்கள மட்டும்தான் சேப்பாங்க. புரியுதாம்மா?'' என்று ராமநாதன் சொன்ன சமாதானத்தை அந்தப் பெண் ஏற்றுக்கொண்ட மாதிரி தெரியவில்லை. திமிர்பிடித்த பெண்ணாக இருப்பாளோ என்று நினைத்தார். அப்போது டைப் செய்திருந்த இரண்டு காகிதங்களைக் கொண்டுவந்த கிளார்க் அவற்றை ராமநாதனின் முன் வைத்தார். அந்த இரண்டு காகிதங்களையும் எடுத்து அவர் கவனமாகப் படித்தார். பிறகு கையெழுத்துப் போட்டுக் காகிதங்களை எடுத்து கிளார்க்கிடம் கொடுத்து, ''கவர் போட்டுடுங்க'' என்று சொன்னார். காகிதங்களை எடுத்துக்கொண்டு கிளார்க் வெளியே போனார்.

எதிரில் நின்றுகொண்டிருந்த பெண்ணையும் மூன்று பிள்ளைகளையும் ராமநாதன் எரிச்சலுடன் பார்த்தார். 'முதல் நாளிலேயே என்ன சனிய'னாக இருக்கிறது என்று நினைத்தார். அவர்கள்மீது கோபம் உண்டாயிற்று. கோபத்தை வெளியே காட்டிக்கொள்ளாமல், ''நின்னுகிட்டேயிருந்து என்னெ சங்கடப்படுத்தாதீங்க. போயிட்டு ஜூன் மாசம் வாங்கம்மா'' என்று சொன்னார். முன்பிருந்ததைவிட இப்போது அவருக்குப் பொறுமை குறைந்துவிட்டது என்பதை அவருடைய குரலே காட்டிக்கொடுத்தது, ராமநாதன் சொன்னதற்குச் சம்பந்தம் இல்லாமல் அந்தப் பெண் சொன்னாள், ''இந்த ஊர்ல இருக்க பயமா இருக்கு சார். அதனாலதான் கேக்குறன்.''

''சொந்த ஊர்ல இருக்கிறதுக்கு என்னம்மா பயம்?'' நல்ல நகைச்சுவையைச் சொல்லிவிட்டதுபோல் ராமநாதன் சிரித்தார்.

''இந்த ஊர்ல இருந்தா எங்களக் கொன்னுடுவாங்க சார்.''

''என்னம்மா சொல்ற?'' என்று கேட்ட ராமநாதன் குழப்பத்துடன் தனவேலைப் பார்த்தார். அவர் தனக்கும் இதற்கும் எந்தச் சம்பந்தமும் இல்லை என்பதுபோல் உட்கார்ந்திருந்தார்.

"புருசன் பொண்டாட்டி சண்டயா?" என்று ராமநாதன் கேட்ட கேள்விக்கு அந்தப் பெண் பதில் சொல்லவில்லை. அவ ளுக்கு வலப்பக்கமாகக் கைகளைக் கட்டிக்கொண்டு நின்றிருந்த சந்தோஷ்குமார்தான் பதில் சொன்னான். "எங்கப்பாவ சுளுக்கி யால குத்திக் கொன்னுட்டாங்க சார்."

"என்னப்பா சொல்ற?" என்று ஆச்சரியத்துடன் கேட்டார். அவ ருடைய முகமும் குரலும் மாறிவிட்டது. பையன் சொல்வது உண் மையா என்று கேட்பது மாதிரி அந்தப் பெண்ணைப் பார்த்தார். அவளுடைய முகத்திலிருந்து எதையும் அறிந்துகொள்ள முடிய வில்லை. அவளுடைய முகத்திலிருந்த இறுக்கத்தை, களைப்பை அப்போதுதான் பார்த்தார். கழுத்தில் தாலி இல்லை. சாதாரண மணிகூட இல்லை. கைகளில் ரப்பர் வளையல்கூட இல்லை. பெரிய சுமையைத் தூக்கிக்கொண்டிருப்பதுபோல நின்றுகொண்டிருந் தாள். மறுநொடியே பையனைப் பார்த்தார். பையனுக்கு மொட்டை அடிக்கப்பட்டுப் பத்திருபது நாள்தான் ஆகியிருக்க வேண்டும். புதிதாக முளைத்த முடி முள்முள்ளாக நின்றுகொண் டிருந்தது. பக்கத்தில் நின்றுகொண்டிருந்த தினேஷ்குமாரின் தலை யும் அப்படித்தான் இருந்தது. ஏழெட்டு வயது மதிக்கத்தக்க பெண்பிள்ளையைப் பார்த்தார். அந்தப் பிள்ளை தன்னையே வைத்த கண் வாங்காமல் பார்த்துக்கொண்டிருப்பதை அப்போது தான் பார்த்தார். அந்தப் பெண்ணுடைய முகத்தில்தான் என் றில்லை, அந்தப் பிள்ளைகளுடைய முகத்திலும் உயிர்ப்பில்லை. மீண்டும் ஒவ்வொரு முகமாகப் பார்த்தார்.

அந்தப் பெண் நெடுநெடுவென்று உயரமாக, நல்ல கறுப்பாக இருந்தாள். கிளிப்பச்சை நிறத்தில் சீலை கட்டியிருந்தாள். முப்பத் தைந்து வயது தாண்டியிருக்காது. ஆனால், அறுபது எழுபது வயதுக் கிழவியினுடைய முகம்போல இருந்தது. சதை என்று அவளுடைய உடம்பில் எங்கேயுமில்லை. வந்ததிலிருந்து நட்டு வைத்த இரும்புக் கம்பி மாதிரி எப்படி ஒரே இடத்தில் நின்று கொண்டிருக்கிறாள்? அவளோடு மூன்று பிள்ளைகளும் கைகால் களை அசைக்காமல் இந்தப் பக்கம் அந்தப் பக்கம் என்று

பார்க்காமல், கால் மாற்றிக்கூட நிற்காமல், கட்டிய கைகளைக் கூடப் பிரிக்காமல், ஆடாமல் அசையாமல், கழுத்தைக்கூடத் திருப்பாமல் எப்படி ஒரே இடத்தில் நின்றுகொண்டிருக்கின்றன? அவர்களுடைய முகத்தில் குழந்தைகளுக்கான அடையாளம் என்று எதுவுமில்லை. மீண்டும் அந்தப் பெண்ணையும் பிள்ளை களையும் பார்த்தார். ‘‘எதாயிருந்தாலும் இப்ப டி.சி. தர முடியாது. போயிட்டு வாங்க. ஐயாவத் தொந்தரவு பண்ணாம கிளம்புங்க. ஒங்கக் குடும்பக் கதெ பள்ளிக்கூடத்துக்கு அவசியமில்லாதது’’ என்று தனவேல் கறாராகச் சொன்னார். அவர் சொன்னதைப் பொருட்படுத்தாத மாதிரி ராமநாதனைப் பார்த்துத் தீர்மானமான குரலில் அந்தப் பெண் சொன்னாள், ‘‘நாங்க உசுரோட இருக்க ணும்னா டி.சி.யத் தாங்க சார்.’’

அந்தப் பெண்ணுடைய பேச்சு திமிர் நிறைந்த பேச்சு மாதிரி இருந்தது. ஆனால், அவளுடைய தோற்றமும், அவள் நின்றுகொண் டிருந்த விதமும் வேறாக இருந்தன. அவளை எப்படிப் புரிந்து கொள்வது என்று ராமநாதன் குழம்பினார்.

‘‘ஆகஸ்ட் மாசம் வர வேண்டிய புரமோஷன், கோர்ட் வழக் குன்னு போயி ஆர்டர் வாங்கிக்கிட்டு வந்து இன்னிக்கித்தான் ஜாயின் பண்ணியிருக்கன். இந்தப் பள்ளிக்கூடத்தோட நெலம எனக்குத் தெரியாது. நான் விசாரிச்சிட்டுச் சொல்றன். நீங்க போயிட்டு வாங்கம்மா. புள்ளைங்கள அழச்சிக்கிட்டு எதுக்கு வந் தீங்க?’’ என்று ராமநாதன் கேட்டார். அந்தப் பெண் சீக்கிரம் வெளியே போனால் போதும் என்று நினைத்தார். ஆனால், அந்தப் பெண்ணும் பிள்ளைகளும் வெளியே போகிற மாதிரி தெரிய வில்லை. அதனால் ராமநாதன் கேட்டார்.

‘‘எப்பிடியாச்சி?’’

‘‘வருசா வருசம் நடக்கிற மாதிரிதான் இந்த வருசமும் மாட் டுப் பொங்கல் அன்னிக்கு மாட்டுக்கு ஓட்டப் பந்தயம் வச்சாங்க. பந்தயத்தில எங்க மாடு ஜெயிச்சிடிச்சி. அதனால மாட்டயும், எம் புருசனயும் சுளுக்கியால குத்திக் கொன்னுப்புட்டாங்க.’’

ராமநாதன் எதுவும் பேசவில்லை. பேச வேண்டும் என்றும் தோன்றவில்லை. அந்தப் பெண்ணையே பார்த்துக்கொண்டிருந்தார்.

''நேத்துதான் கருமகாரியம் முடிஞ்சிது. இன்னிக்கி சாயங்காலம் எங்கம்மா ஊருக்குப் போறம்.''

ராமநாதனுக்குத் தூக்கிவாரிப்போட்டது. 'அந்தப் பெண் சொல்வது உண்மையா?' என்று கேட்பது மாதிரி தனவேலைப் பார்த்தார். ராமநாதன் எதற்காகத் தன்னைப் பார்க்கிறார் என்பதைப் புரிந்துகொண்டது மாதிரி, ''வருசா வருசம் நடக்கிறதுதான் சார்'' என்று சொன்னார். முன்பைவிட இப்போதுதான் ராமநாதனுக்குக் கூடுதல் அதிர்ச்சியும் திகிலும் ஏற்பட்டன. பிறருக்குக் கேட்டு விடப்போகிறது என்ற பயத்தில் கேட்பதுபோல, ''ஓட்டப் பந்தயத்தில மாடு ஜெயிக்கிறதுக்கும் மனுசன வெட்டுறதுக்கும் என்ன சம்பந்தம்?'' என்று கேட்டார். அதற்கு தனவேல் பதில் சொல்லவில்லை. அந்தப் பெண்தான் சொன்னாள்.

''மாட்ட வளத்தது அவுருதான? மாடு அவுரோடதுதான?''

''ஊரே கூடிதான பந்தயம் வச்சிருப்பாங்க?''

''எங்க மாடு ஜெயிக்கும்னு யாரும் எதிர்பாக்கல. அதான் பிரச்சன.''

''பந்தயத்தில யாரு மாடு ஜெயிச்சா என்ன? அதுக்குத்தான போட்டி நடத்தியிருப்பாங்க?''

''நாங்க காலனிக்காரங்க. எங்க மாடு காலனி மாடு.''

ராமநாதனுக்கு விஷயம் புரிந்த மாதிரி இருந்தது. ஆனாலும் குழப்பமாக இருந்தது.

''பந்தயம் எங்க நடந்தது?''

''மேலாயியம்மன் கோயில் முன்னால.''

''அது எங்க இருக்கு?''

''அவுங்க தெருவுல.''

'நீங்க அந்தத் தெருவுல இல்லியா?''

''நாங்க காலனி.''

''இத்தினி வருசமா யாரோட மாடு ஜெயிச்சிது?''

''அவுங்க மாடு.''

''இத்தினி வருசமா ஒங்க மாடு போட்டியில கலந்துக்கிலியா?''

''இதான் பஸ்ட் வருசம். அவுங்கதான் கூப்புட்டாங்க. ஜெயிக் கணுமின்னு போவல. வெடி போட்டதில சிராச்சிக்கிட்டு ஓடிப் போயி கோட்டத் தாண்டிப்புடிச்சி.''

''மாட்டுக்கு ஜெயிக்கணும்னு தெரியுமா?'' என்று யாரிடம் என்றில்லாமல் பொதுவாகக் கேட்டார் ராமநாதன். அதற்கு தன வேலும் பதில் சொல்லவில்லை. அந்தப் பெண்ணும் பதில் சொல்ல வில்லை. இருவருமே பதில் சொல்லாததால் ராமநாதன், ''எதுக்கு வெடி போடுறாங்க?'' என்று கேட்டார்.

''போடுவாங்க சார். போட்டியில கலந்துக்கிறவங்கயெல்லாம் மாட்ட ஓட்டியாந்து கோயிலுக்கு முன்னால நிறுத்திடுவாங்க. ரெண்டு பர்லாங் தூரத்துக்கு அடப்பு மாதிரி ரெண்டு பக்கமும் படலக் கட்டிடுவாங்க. ஒரு எடத்தில கோட்டக் கிழிச்சிடுவாங்க. மாடுங்க கூட்டமா நிக்குற எடத்தில பெரியபெரிய வெடியா வச்சி வெடிக்கச் செய்வாங்க. சத்தத்தில மாடுங்க ஓடுங்க. ஓடுற மாட்டுல எது கோட்டத் தாண்டுதோ அதுக்குப் பரிசு கொடுப்பாங்க. இதுக் காகவே மாட்டப் பழக்குறவங்களும் இருக்காங்க.''

''மாடு பயத்திலதான ஓடுது.''

ராமநாதன் கேட்ட கேள்விக்கு தனவேல் எந்தப் பதிலும் சொல்லவில்லை. அப்போதுதான் நினைவுக்கு வந்த மாதிரி அந்தப் பெண்ணிடம் ராமநாதன் கேட்டார் ''போலீஸ் கேசு எதுவும் ஆவலியா?''

''மாடுமுட்டி செத்திட்டான்னு எழுதிட்டாங்க.''

''நீங்க ஒண்ணும் செய்யலியா?''

''ஊரே கூடி எழுதிக்கொடுத்தாங்க. நானும் கையெழுத்துப் போட்டுட்டன் சார்.''

அப்போது அந்தப் பெண் அழுவாள் என்று ராமநாதன் எதிர் பார்த்தார். ஆனால், அழவில்லை. சிறு விசும்பல், தேம்பல் இல்லை.

நெற்றியைச் சுருக்கவில்லை. முகத்தைச் சுளிக்கவில்லை. அசைந்து நிற்கவில்லை. அதிர்ந்து பேசவில்லை. ஒவ்வொரு வார்த்தையையும் எவ்வளவு நிதானமாகப் பேச முடியுமோ அவ்வளவு நிதானமாகப் பேசினாள். மனம் உடைந்த மாதிரியோ, இரக்கத்தைக் கோரும் விதமாகவோ பேசவில்லை. அறைக்குள் நுழையும்போது அவளுடைய முகம் எப்படி இறுகிப்போயிருந்ததோ அந்த இறுக்கம் துளிக்கூட மாறாமல் இருந்தது.

திடீரென்று நினைவுக்கு வந்த மாதிரி தனவேலிடம், ‘‘ஒங்க ஊர் எங்க இருக்கு?’’ என்று ராமநாதன் கேட்டார்.

‘‘பக்கத்திலதான். பத்து கிலோமீட்டர் தூரம் வரும் சார்.’’

‘‘அங்கியும் மாட்டுக்கு ஓட்டப் பந்தயம் நடக்குமா?’’

‘‘நடக்கும் சார்’’ என்று தனவேல் சொன்னதும், அடுத்து எதுவும் கேட்க வேண்டாம் என்று முடிவு எடுத்ததுபோல் பேசாமல் இருந்தார். ரொம்பக் களைப்படைந்த மாதிரி தண்ணீர் குடித்தார். அந்தப் பெண்ணிடமும் தனவேலிடமும் நிறைய கேள்விகள் கேட்க வேண்டும் என்ற எண்ணம் உண்டாயிற்று. மறுநொடியே கேட்கக் கூடாது, தவறாகிவிடும் என்று வாயை மூடிக்கொண்டார். அந்தப் பெண்ணை வெளியே அனுப்புவதற்கான வழிகளைப் பற்றி யோசித்தார். முன்பு சொன்னதுபோல ஒரே வார்த்தையில் ‘முடியாது போ’ என்று சொல்ல இப்போது அவருக்கு மனம் வரவில்லை. என்ன சொல்லி அனுப்பலாம் என்று யோசித்துக்கொண்டிருந்தபோது ஒரு ஆசிரியை உள்ளே வந்தார்.

‘‘சொல்லுங்க டீச்சர்’’ என்று ராமநாதன் கேட்டார்.

‘‘நாளக்கி நான் சி.எல். சார்’’ என்று சொன்னதோடு விடுமுறைக்கான விண்ணப்பத்தையும் கொடுத்தாள். விண்ணப்பத்தை வாங்கிக்கொண்டு, ‘‘அவசர வேலயாம்மா?’’ என்று கேட்டார்.

‘‘நாளக்கி எம் பொண்ணுக்கு பர்த் டே சார்.’’

‘‘ஓ அப்பிடியா? என்னோட வாழ்த்துகளச் சொல்லுங்க.’’

‘‘தேங்க்ஸ். வர்றன் சார்.’’

‘‘வாங்கம்மா.’’

அந்த ஆசிரியை வெளியே போகும்போதுதான் பார்த்தார் அவள் குள்ளமாக, குண்டாக, நல்ல நிறமாக இருந்தாள். கழுத்தில் ஒரு கைப்பிடிச் சங்கிலி கிடந்ததையும் பார்த்தார். அந்த ஆசிரியையின் பெயர் என்ன என்று விடுமுறை விண்ணப்பத்தில் பார்த்தார். பரிமளம். கைக்கடிகாரத்தைப் பார்த்தார். மணி நான்கு. நேரத்தைப் பார்த்ததும் அவசரப்பட்ட மாதிரி எதிரில் நின்றுகொண்டிருந்த பெண்ணிடம், ''சரி. போயிட்டு வாங்கம்மா'' என்று சொன்னார்.

''என்னால இந்த ஊர்ல இருக்க முடியல சார்.''

''நான் ஒரு தப்பும் பண்ணலம்மா'' என்று சொல்லிவிட்டு லேசாகச் சிரிக்க முயன்றார் ராமநாதன். எப்படியாவது அந்தப் பெண்ணை வெளியே அனுப்பிவிட்டால் போதும் என்று நினைத்தார். ஊர்ப் பிரச்சினை நமக்கு எதற்கு என்று நினைத்தார். மே மாதம்வரை ஓட்டிவிட்டுச் சொந்த மாவட்டத்துக்கு மாறுதல் வாங்கிக்கொண்டு போய்விட வேண்டும். எத்தனை லட்சம் செலவு செய்தாலும் பரவாயில்லை. ஊர் ரொம்ப மோசம்போல் இருக்கிறது என்று நினைத்தார். அப்போது அந்தப் பெண் அழுத்தம் திருத்தமாகச் சொன்னாள்.

''எனக்கும் எம் புள்ளைங்களுக்கும் இந்த ஊர் வாணாம் சார்.''

''ஊர வுட்டுப் போயிட்டா சொத்துப்பத்து எல்லாம் என்னாவறது?''

''அப்பிடி ஒண்ணும் இல்லெ சார். மாமனா, மாமியா செத்திட்டாங்க. மூணு நாத்தனாரும் கல்யாணம் கட்டிக்கிட்டுப் போயிட்டாங்க. வீடு ஒண்ணுதான். அதுவும் கூர.''

அந்தப் பெண்ணுக்கு என்ன பதில் சொல்வது என்று ராமநாதனுக்குப் புரியவில்லை. சொன்னதையே சொல்கிறாள். தான் விரும்பியதையே சொல்கிறாள். அடுத்தவர்கள் சொல்வதைக் காது கொடுத்துக் கேட்காத பெண்ணாக இருக்கிறாளே என்று நினைத்தாலும் அவளுடைய நிலையைப் பார்த்து அவருக்கு வருத்தமாகத் தான் இருந்தது. ஆறுதலாக இரண்டு வார்த்தைகள் சொல்ல

லாமா என்று யோசித்தார். அந்தப் பெண்ணின் முகத்தைக் கவன மாகப் பார்த்தார். பல நாட்களாகத் தூங்காத மாதிரி இருந்தது. அந்த முகத்தைத் தொடர்ந்து அவரால் பார்க்க முடியவில்லை. அந்தப் பெண்ணிடம் ஏதாவது பேசி அனுப்ப வேண்டும் என்று நினைத்தார். என்ன பேசுவது என்பதுதான் புரியவில்லை. அத னால், ''பேரு என்ன?'' என்று கேட்டார்.

''செல்வமணி.''

''ஒங்க வீட்டுக்காரரு பேரா?''

''அவுரு பேரு முத்துராமன்.''

''சரிம்மா, போயிட்டு வாங்க.''

''எம் புருசன சுளுக்கியாலக் குத்திக் கொன்னவங்கள தெனம் தெனம் பாத்துக்கிட்டு இந்த ஊர்ல என்னாலயும் எம் புள்ளைங் களாலயும் இருக்க முடியாது சார். இந்த மண்ணே வேணா மின்னுதான் போறன்.''

''ஒங்க விருப்பப்படி செய்ங்க. முழாண்டு பரீட்சகூட எழுத வேணாம். ஆறாவது ஏழாவதுதான? நானே பாஸ் போட்டு எழுதி வச்சியிருக்கன். ஜூன் மாசம் வந்து வாங்கிக்கிட்டுப் போங்க. அதான் என்னால செய்ய முடியும்.''

அந்தப் பெண் ஐநூறு ரூபாய் நோட்டு ஒன்றை ராமநாதனின் மேசைமீது வைத்தாள். அதைப் பார்த்ததும் அவருக்குக் கண்மண் தெரியாத அளவுக்குக் கோபம் வந்துவிட்டது. ''என்னம்மா செய்யுற? பணத்துக்காகத்தான் ஒன்னெ அலய வுடுறன்னு நெனச்சியா? சட் டத்தில எடமிருந்தா ஒரு நிமிசத்தில கொடுத்திருப்பன். மொதல்ல பணத்த எடு. என்னோட முப்பது வருச சர்வீஸ்ல பசங்ககிட்ட யிருந்து ஒரு பைசா வாங்குனவன் இல்லெ, தெரியுமா? நாலு வார்த்த கூடுதலா பேசுனது தப்பாப்போயிடிச்சி'' என்று சொல்லி ராமநாதன் கத்தியதும், அந்தப் பெண் பணத்தை எடுத்துக்கொண் டாள். முகத்தைச் சுளித்துக்கொண்டே, ''போயிட்டு வாங்க'' என்று சொன்னார். அந்தப் பெண் வெளியே போகவில்லை. பிள்ளைக ளும் அசையவில்லை. எவ்வளவு சொல்லியும் அசைய மறுக்கிறார்

களே என்று ஆச்சரியப்பட்டு அந்தப் பெண்ணையும் அந்தப் பிள்ளைகளையும் பார்த்தார். நான்கு பேரின் தலையிலும் எண்ணெய் தடவாததால் அது அவர்களுடைய தோற்றத்தை மேலும் விகாரமாகக் காட்டியது. அதனால் மனம் மாறிய ராமநாதன், 'நானும் மனுசன்தான். செய்ய முடிஞ்சா செய்ய மாட்டனா?' என்று தனக்குத் தானே சொல்லிக்கொள்வது மாதிரி சொன்னார்.

''மாட்டக் கொன்னதோட வுட்டுருக்கலாம். 'ஓம் மாடு எப்பிடி ஜெயிக்கலாம்'ன்னு கேட்டுக்கேட்டு ஊரே கூடி சுளுக்கியால குத்துனத நான் என் ரெண்டு கண்ணாலயும் பாத்தன் சார். எம் மூணு புள்ளைங்களும் பாத்துச்சி.''

''அந்தப் பேச்ச விடும்மா. அதுக்கும் பள்ளிக்கூடத்துக்கும் சம்பந்தமில்ல.''

''பொணத்த ஒரு நாளு வீட்டுல போட்டு எடுக்கக்கூட விடல்ல. ஆச தீரப் பொணத்தக் கட்டிப்புடிச்சி அழுதிருப்பன். ஒடனே பொணத்த எடுத்துக் கொளுத்தச் சொல்லிட்டாங்க.''

''கேக்கறதுக்குக் கஷ்டமா இருக்கு. ரெண்டாயிரத்து பதிமூணுலயும் தமிழ்நாட்டுல இப்பிடி நடக்குதுன்னு சொன்னா, ஒலகத்தில யாருமே நம்ப மாட்டாங்க'' என்று ரொம்பக் களைப்படைந்த மாதிரி ராமநாதன் சொன்னார். பிறகு ரொம்பவும் உடைந்துபோன குரலில் கேட்டார். ''வயசு என்னா இருக்கும்?''

''முப்பத்தியெட்டு. கறி, மீனு எடுக்கிற அன்னிக்கி அவுருதான் குழம்பு வைப்பாரு. 'கறி, மீனு தின்னா கண்ணுல தண்ணி வரணு'மின்னு சொல்லுவாரு. அப்பிடித்தான் சாப்புடுவாரு. புள்ளங்களுக்கும் அப்பிடித்தான் தருவாரு.''

''நீ பிறந்த ஊர்லயும் மாட்டுக்கு ஓட்டப் பந்தயம் நடக்குமா?''

''நடக்கும்.''

''சரிம்மா. நான் யோசிச்சி சொல்றன். போயிட்டு வாங்க. பசங்க வேற நிக்குறாங்க.''

''கல்யாணமாயி வந்த பதனஞ்சி வருசத்தில அவுரு இல்லாம நான் அந்த வீட்டுல ஒரு நாள்கூட படுத்திருந்ததில்ல சார்'' என்று

அந்தப் பெண் சொன்னாள். இப்போதாவது அந்தப் பெண் அழு கிறாளா என்று ராமநாதன் பார்த்தார். அவள் அழவில்லை. ஒரு சொட்டுக் கண்ணீர் இல்லை. தாய்க்காரியின் இரண்டு கால்களுக் கிடையே கைகளைக் கட்டியவாறு இந்தப் பக்கம் அந்தப் பக்கம் என்று தலையைக்கூட அசைக்காமல் நின்றது நின்றபடி நின்று கொண்டிருந்த அந்தப் பெண் பிள்ளையைப் பார்த்தார். அந்தப் பிள்ளை முகத்தில் வழிந்த வியர்வையைக்கூடத் துடைக்காமல் நின்றுகொண்டிருந்தது. மனதில் என்ன தோன்றியதோ, ''இங்க வா'' என்று கூப்பிட்டார். அந்தப் பிள்ளை ராமநாதனுக்கு அருகில் வந்து நின்றது.

''பேரு என்ன?''

''மேலாயியம்மா.''

''எந்தச் சாமி கோயிலுக்கு முன்னால மாட்டுக்கான ஓட்டப் பந்தயம் நடந்தது?''

''மேலாயியம்மன்.''

''ஓங்கப்பாவ எந்தக் கோயிலுக்கு முன்னால வெட்டுனாங்க?''

''மேலாயியம்மன் கோயிலுக்கு முன்னால சார்.''

''ஒண்ணும் சொல்றதுக்கில்ல. போயிட்டு வாங்க'' என்று சொன்ன ராமநாதன் சட்டென்று எழுந்து வெளியே போனார்.

ராமநாதன் வெளியே போனதும் செல்வமணிக்குத் தான் வந்த காரியம் நடக்குமோ நடக்காதோ என்ற கவலை உண்டாயிற்று. என்ன சொன்னாலும் புரிந்துகொள்ள மறுக்கிறாரே என்ற வருத்தம் ஏற்பட்டது. எதைச் சொல்வது?

* * *

பொங்கலன்று பதினோரு மணிக்கு, கழுவுவதற்காக மாடு களை ஆற்றங்கரைக்கு ஓட்டிக்கொண்டு போகும் வழியில் முத்து ராமனைப் பார்த்த ஊராட்சிமன்றத் தலைவரின் தம்பி அன்ப ரசன், ''பந்தயம் நடக்கப்போவுது, ஓம் மாட்டயும் ஓட்டிக் கிட்டுப்போய் வுடு'' என்று சொன்னார்.

‘‘ஊர் வம்பாயிடும், வாண்டாங்க.’’

‘‘ஓம் மாடு ஜெயிக்கப்போவுதா? பாக்குறதுக்கே எலும்புந் தோலுமா அறுப்புக்கு வுடுற மாடு மாதிரிதான் இருக்கு. அறுப்புக்கே எவனும் வாங்க மாட்டான்’’ என்று சொல்லி அன்பரசன் சிரித்தார். அதற்கு முத்துராமன் எதுவும் சொல்லாமல் மாடுகளை ஓட்டிக் கொண்டு நடக்க முயன்றான்.

‘‘கூட்டத்தோட கூட்டமாக நிக்கட்டும், வுடுறா’’ என்று சொல்லிக் கட்டாயப்படுத்தி முத்துராமனுடைய கையிலிருந்த மாடுகளுடைய கயிறுகளை வலுக்கட்டாயமாகப் பிடுங்கிப் பக்கத்திலிருந்த ஆளிடம் கொடுத்து ‘‘ஓட்டிக்கிட்டுப் போ’’ என்று சொன்னார். பக்கத்தில்தான் மாடுகளுக்கு நடக்க இருந்த ஓட்டப் பந்தயத்திற்கான ஏற்பாடுகள் நடந்துகொண்டிருந்தன.

‘‘வேண்டாங்க, வேண்டாங்க’’ என்று கெஞ்சிய முத்துராமனின் குரல் அன்பரசனின் காதில் விழுந்த மாதிரி தெரியவில்லை. சிரித்துக்கொண்டே பந்தயம் நடக்க இருந்த இடத்துக்குப் போய்விட்டார். வேறு வழியின்றி முத்துராமன் அவருக்குப் பின்னால் போனான். உள்ளூர் ஆட்களோ, வெளியூர் ஆட்களோ, முத்துராமன் வந்ததற்காகவும், அவனுடைய மாடுகள் வந்ததற்காகவும் யாரும் ஒரு கேள்விகூடக் கேட்கவில்லை. விரட்டி அடிக்கவில்லை. அவனையும், அவனுடைய மாடுகளையும் ஒரு பொருட்டாகவே கருதவில்லை. அவரவர் அவரவருடைய மாடுகளைத் தயார்செய்வதிலும், எப்படி ஜெயிக்க வைக்க வேண்டும் என்பதிலுமே கவனமாக இருந்தனர்.

மேலாயியம்மன் கோயிலிலிருந்து ஒரு பர்லாங் தூரம்வரை இருபதடி தூரம் இடைவெளி விட்டு இரண்டு பக்கமும் கழிகளால் தடுப்பு வேலி கட்டியிருந்தார்கள். தடுப்பு வேலியை ஒட்டி ஆண்களும் பெண்களும் நின்று வேடிக்கை பார்த்துக்கொண்டிருந்தனர். பல ஊர்க் கூட்டம்.

இருநூறு மாடுகளுக்கு மேல் இருக்கும். மேலாயியம்மன் கோயில் வாசலுக்கு முன் தடுப்பு வேலிக்குள் ஓடும் விதமாக மாடுகளை நிறுத்தி வைத்திருந்தார்கள். வெளியூர்களிலிருந்து பந்தயத்

துக்கு மாடுகளை ஓட்டிக்கொண்டு வந்தவர்களும், பல ஊர் முக்கியஸ்தர்களும் எப்போது வெடி வைத்து மாடுகளை விரட்டலாம் என்று ஒன்றுகூடி முடிவெடுத்ததும், ஒரு கூட்டத்தினர் ஓடிப் போய் மாடுகள் நின்றுகொண்டிருந்த இடத்தில் பெரியபெரிய வெடிகளாகவும் சரம்சரமாகவும் வைத்து வெடிக்கச் செய்ததுமே மிரண்டுபோன மாடுகள் ஓட ஆரம்பித்தன. காலில் ஏற்பட்ட வெடிக் காயத்துடன் ஓடிப் போய் முத்துராமனுடைய ஒரு மாடு எல்லைக் கோட்டைத் தாண்டி ஓடிவிட்டது.

''யாரோட மாடு, யாரோட மாடு?, எந்த ஊர் மாடு?'' என்று கேட்டு மொத்தக் கூட்டமும் கத்தியது. முத்துராமனுக்குத் தன்னுடைய மாடு ஜெயித்துவிட்டது என்பதுகூடத் தெரியாமல் மாடுகளைத் தேடி அலைந்துகொண்டிருந்தான். மாடுகளைக் கண்டு பிடித்துக் கயிறுகளைக் கையில் பிடித்து இழுத்தபோதுதான் ஒரு சிறு கூட்டம் ஓடி வந்து ''இது ஒன்னோட மாடா?'' என்று கேட்டது.

''ஆமாங்க.''

''இது எப்பிடிடா ஜெயிச்சிது?'' என்று கேட்டபோதுதான் தன்னுடைய மாடு ஜெயித்திருக்கிறது என்ற விஷயமே முத்துராமனுக்குத் தெரிந்தது. விஷயம் தெரிந்ததும் அவனுக்குக் கடுமையான கோபம் உண்டாயிற்று.

''எந்த மாடுங்க?'' என்று கேட்டான்.

''இந்த மாடுதான்'' என்று காலில் காயம் பட்டிருந்த மாட்டை ஒரு பையன் அடையாளம் காட்டினான். உடனே அந்த மாட்டை முத்துராமன் சாட்டையால் சக்கையாக அடிக்க ஆரம்பித்தான். தன்னுடைய சினம் தீரும் மட்டும் எட்டிஎட்டி உதைத்தான். கெட்டகெட்ட வார்த்தைகளைச் சொல்லித் திட்டினான். ''வா. ஒன்னெ அப்புறம் வச்சிக்கிறன்'' என்று சொல்லி மாடுகளை ஓட்டிக்கொண்டு நடக்க ஆரம்பித்தான். அவனைத் தொடர்ந்து ஏழெட்டுப் பேர் பின்னால் வந்தனர். கோயில் பக்கமிருந்து இன்னொரு கூட்டம் அவனை நோக்கி வந்து மறித்துக்கொண்டது. கூட்டத்திலிருந்த பஞ்சாயத்துத் தலைவர் கேட்டார். ''பரிசுப் பணம் வாங்காம ஏன் கிளம்பிட்ட?''

''அதெல்லாம் ஒண்ணும் வாணாங்க.''

''நீ எப்பிடி இங்க வந்த? ஓம் மாடு எப்பிடி வந்துச்சி?'' தலை கால் புரியாத கோபத்தில் கேட்டார்.

''நான் ஆத்துக்குத்தான் போனங்க. ஒங்க தம்பிதான் மாட்ட வுடடான்னு இழுத்துக்கிட்டுப் போனாரு. நான் முடியாதின்னு தாங்க சொன்னன்.''

''அவன் சாவச் சொல்லுவான். சாவுவியா?'' என்று கேட்கும் போது ஆத்திரத்தில் அவருக்கு உடல் நடுங்கிக்கொண்டிருந்தது.

''தப்பு நடந்துபோச்சிங்க'' என்று சொன்னான். பிறகு சாட்டையால் மாட்டை அடித்தான். அடியைத் தாங்க முடியாமல் ஓட முயன்றது மாடு. மாடுகளை ஓட்டிக்கொண்டு நடக்க முயன்றான். நடக்க விடாமல் அவனையும் மாடுகளையும் மறித்துக்கொண்டு நின்றது கூட்டம்.

''பத்து ஊர் மாடு ஓடுற பந்தயத்தில ஒன்னோட மாடு ஜெயிச்சி துன்னு சொல்ல முடியுமா? நீ ஜெயிக்கவா பந்தயம் நடத்து னோம்?'' ஆத்திரத்தில் கத்தினார் தலைவர்.

''தப்பு நடந்துபோச்சிங்க. வேணுமின்னு செய்யல. ஊர் நட முற எனக்குத் தெரியாதுங்களா? இப்பவே நேரா ஓட்டிக்கிட்டுப் போயி அறுப்புக்காரன்கிட்ட தள்ளிவுட்டுட்டு வந்திடுறன்'' பணி வுடன் சொன்னான் முத்துராமன். அவனுடைய பேச்சைக் கேட் கும் நிலையில் அந்த இடத்தில் யாருமில்லை.

''நீ மாட்ட வித்திட்டாப்புல இன்னிக்கி பத்து ஊர்க்காரன் முன்னால பட்ட அசிங்கம் போயிடுமா?'' கோபமாகக் கேட்டார் தலைவர். நேரமாகநேரமாக அவருடைய குரலிலும் முகத்திலும் வேகம் கூடிக்கொண்டிருந்தது. சுற்றியிருந்தவர்களும் கோபமாகக் கத்திக்கொண்டிருந்தனர். அதில் ஒரு ஆள் ''நாம்ப எல்லாம் என்ன மாடுடா வளத்தோம்? அதயெல்லாம் அறுத்துப் போட்டா என்ன?'' என்று கேட்டான். ஓட்டப் பந்தயத்தில் ஜெயிக்காத தங்களுடைய மாடுகளைக் கெட்ட வார்த்தை சொல்லிப் பச்சைப் பச்சையாகத் திட்ட ஆரம்பித்தனர். வேகம் வந்த மாதிரி கூட்டத்

திலிருந்த ஒரு ஆள் சாட்டைக் குச்சியுடன் தன்னுடைய மாட்டை அடித்து நொறுக்குவதற்காக ஓடினான்.

''ஒங்க தெருவுலதான் யாருகிட்டயும் மாடு இல்லியே. ஒனக்கு மட்டும் எப்பிடி வந்துச்சி?'' ஆத்திரத்தோடு தலைவர் கேட்டார்.

''மணல் லோடு அடிக்கலாமின்னு போன வாரம்தாங்க வாங்கி யாந்தன்.''

''சரிதான். அதனாலதான் மாட்டப் பந்தயத்துக்கு ஓட்டியாரச் சொல்லியிருப்பான்.''

''தப்பு நடந்துபோச்சிங்க.''

மாடுகளுக்கான ஓட்டப் பந்தயத்தைப் பார்ப்பதற்காகப் போயி ருந்த காலனிப் பெண் ஒருத்தி வந்து விஷயத்தைச் சொன்னதும் செல்வமணியும், அவளுடைய பிள்ளைகளும் ஓடி வந்தனர். பெரிய கூட்டத்துக்கு நடுவில் முத்துராமனும் மாடுகளும் நின்றுகொண் டிருப்பதைப் பார்த்துப் பதறினர். பதற்றத்தில் செல்வமணி அழ ஆரம்பித்தாள். கூட்டத்தில் என்ன நடக்கிறது என்று தெரிய வில்லை. என்ன செய்வதென்று தெரியவில்லை. செல்வமணியால் அழ மட்டுமே முடிந்தது. அவளைப் பார்த்து அவளுடைய பிள்ளை களும் அழ ஆரம்பித்தனர். அப்போது பேண்ட்டும் டீ சர்ட்டும் போட்டிருந்த நடுத்தர வயதுள்ள பையன், ''இந்த மாட்டாலதான அசிங்கமாயிடிச்சி?'' என்று சொல்லி முத்துராமனுடைய மாட்டை எட்டி உதைத்தான். அவனுக்குப் பக்கத்திலிருந்த பையனுக்கு என்ன தோன்றியதோ ''கண்ணு இருந்ததாலதான வழியப் பாத்து ஓடுன? இனிமே ஒனக்குக் கண்ணு வேண்டியதில்ல'' என்று சொன்ன வேகத்திலேயே கையில் வைத்திருந்த தார்க்குச்சியால் மாட்டின் இரண்டு கண்களிலும் மாறிமாறிக் குத்தினான். மாட் டின் இரண்டு கண்களும் வெளியே வந்துவிட்டன. வலியைத் தாங்க முடியாமல் மிரண்டு ஓட முயன்ற மாட்டின் மூக்கணாங் கயிற்றை மூன்று நான்கு பையன்கள் கெட்டியாகப் பிடித்துக் கொண்டனர். வலியில் மாடு இப்படியும் அப்படியுமாக உடம்பை அசைத்தபோது ஒரு ஆளின் காலை மிதித்துவிட்டது. வலியில்

அந்த ஆள் ''வெட்டுங்கடா'' என்று கத்தியதுதான், ஏற்கெனவே தயாராக இருந்ததுபோல் ஒரு ஆள் மாட்டினுடைய வயிற்றில் சுளுக்கியால் வெறிகொண்டதுபோல் குத்தினான். இரண்டாவது குத்திலேயே மாட்டினுடைய குடல் சரிந்துவிட்டது.

''பிஞ்ச செருப்பெல்லாம் எங்கள ஜெயிக்கிறதா?''

''இல்லெ சாமி. இல்லெ சாமி.''

''பொறம்போக்கு எடத்தில இருக்கிறவனெல்லாம் எங்கள ஜெயிக்குறதா?''

''இல்லெ சாமி. இல்லெ சாமி.''

''பன்னிக் கறி, மாட்டுக் கறி திங்கிறவனெல்லாம் எங்கள ஜெயிக்கிறதா?''

''இல்லெ சாமி. இல்லெ சாமி.''

தலைவர் ஆக்ரோஷத்தோடு கேட்கக்கேட்க, அழுதபடியும் கும்பிட்டபடியும் முத்துராமனும் செல்வமணியும் பதில் சொன்னார்கள்.

''இதோட என்னெ வுட்டுடுங்க'' என்று சொல்லி முத்துராமனும் செல்வமணியும் கூட்டத்திலிருந்த ஒவ்வொரு காலிலும் விழுந்துவிழுந்து கும்பிட்டுக் கெஞ்சினர். அழுதனர். தலைவரின் காலில் விழுந்து கும்பிடும்போது முத்துராமனின் முதுகில் சுளுக்கியால் யாரோ குத்தினார்கள். அடுத்த குத்து வயிற்றில் இறங்கியது.

மாடும் முத்துராமனும் பிணமானது தெரிந்ததும்தான் கூட்டம் அமைதி அடைந்த மாதிரி இருந்தது. கோபம் தணிந்த மாதிரி இருந்தது. முத்துராமனையும் மாட்டையும் சுளுக்கியால் குத்திய மூன்று பையன்களிடமும் தலைவர் ஏதோ சொன்னார். அடுத்த நொடியே அந்தப் பையன்கள் கூட்டத்திலிருந்து விலகி வேகமாக நடக்க ஆரம்பித்தனர்.

முத்துராமன் செத்துவிட்டான் என்ற செய்தியைக் கேள்விப்பட்டு அவனுடைய தெருவிலிருந்தவர்கள் ஓடி வந்து கத்தி அழுது ஆர்ப்பாட்டம் செய்தார்கள். தலைவரும் ஊர்க்காரர்களும்

சேர்ந்துகொண்டு மாடு முட்டிச் செத்துவிட்டதாகச் சொன்னார் கள். மாடு முட்டி முத்துராமன் செத்ததால்தான் ஆத்திரத்தில் மாட் டைக் கொன்றதாகச் சொன்னார். ‘‘பொய்’’ என்று சொல்லிக் கத்திய செல்வமணியின் வாயில் அன்பரசன் ஓங்கி அடித்து, ‘‘உசுரு வேணுமா வேணாமா?’’ என்று கேட்டார். மொத்த ஊரும் அதே கேள்வியைத்தான் அவளிடம் கேட்டது.

‘‘மாடு முட்டித்தான் செத்தான். பொணத்த எடுத்துக்கிட்டுப் போங்க’’ என்று தலைவர் சொன்னார். ‘‘முடியாது’’ என்று முத்து ராமனுடைய தெருக்காரர்கள் சொன்னதும் தலைவருக்கும் ஊர்க் காரர்களுக்கும் கோபம் வந்துவிட்டது.

‘‘எப்பவும் போல ஊர் நல்லபடியா இருக்கணும்னா பொணத்த எடுத்துக்கிட்டுப் போங்க. முடியாதின்னா விவகாரம் பெருசாயிடும். ஒங்க நல்லதுக்குத்தான் சொல்றன். நாங்க வேணும், ஊரு வேணும்னா நாங்க சொல்றதச் செய்யிங்க’’ என்று தலை வர் சொன்னார். ஊரும் அதையே சொன்னது. செல்வமணியும், அவளுடைய தெருக்காரர்களும் ‘‘முடியாதுங்க’’ என்று சொன்ன போது சட்டென்று ‘‘ஒங்க தெரு இருக்கணுமா வாணாமா?’’ என்று ஒரே வார்த்தையாகத் தலைவர் கேட்டார். அதையே அந்த இடத்திலிருந்த கூட்டமும் கேட்டது. ஆயிரத்துக்கும் மேற்பட்ட தலைக்கட்டுக்காரர்கள் சொல்கிறார்கள், என்ன செய்வது என்று முத்துராமனுடைய தெருக்காரர்கள் யோசித்தார்கள். முத்துராம னுக்கு அண்ணன், தம்பி, மாமன், மச்சான், அப்பா, அம்மா என்று யாரும் இல்லாததால் அந்த இடத்தில் பெரிய அளவில் தகராறு செய்ய செல்வமணியால் முடியவில்லை.

‘‘போலீசு, கீலீசுன்னு போவக் கூடாது. மாடு முட்டிச் செத்த கேசு நிக்காது. மாடு முட்டிப் பல ஊர்ல ஆளுங்க சாவறது தெரிஞ்ச விஷயம். மீறிப் போய் போலீச ஊருக்குள்ளார கொண்டாந்தா என்னா நடக்கும்னு ஒங்களுக்கே தெரியும்’’ என்று சொல்லித் தலைவர் மிரட்டியதும் ராத்திரியில் வீட்டைக் கொளுத்திவிடு வார்களோ என்று முத்துராமனுடைய தெருக்காரர்கள் பயந்தனர்.

இரண்டாயிரம் மூவாயிரம் பேர் கூடி நிற்கிற இடத்தில் நூறு பேர் என்ன செய்ய முடியும்? சிலர் ''இவன் எதுக்கு மாட்ட ஓட்டப் பந்தயத்துக்கு ஓட்டிக்கிட்டுப்போனான்?'' என்று செல்வமணியிடம் கேட்டனர். ஊர் வம்பைக் கொண்டுவந்துவிட்டானே என்று முத்துராமனைத் திட்டினார்கள். அவன் பொதுவாக அடாவடியான ஆளில்லை. ஊர் வம்புக்கு, சண்டைக்குப் போகாத ஆள். தான் உண்டு, தன் வேலை உண்டு என்று இருக்கிற ஆள். பந்தயத்துக்குத் தானாக மாடுகளை ஓட்டிக்கொண்டு போயிருக்க மாட்டான் என்று எல்லோருக்கும் தெரியும். ஆனாலும், பந்தயத்துக்குப் போனது தவறு என்று சொன்னார்கள். கூச்சலாக இருந்தது. ஆளாளுக்குப் பேசினார்கள். ஆளாளுக்குக் கத்தினார்கள். திட்டினார்கள். பதைபதைப்பில் யாருடைய பேச்சைக் கேட்பது, என்ன செய்வதென்று தெரியாமல் செல்வமணி குழம்பிப்போயிருந்தாள்.

''பொணத்த எடுக்கிற செலவ நாங்க பாத்துக்கிறம். போலீசுக்கான செலவயும் பாத்துக்கிறம். பொணத்த ஒடனே எடுக்கணும். பொதைக்கக் கூடாது. எரிக்கணும்'' என்று தலைவர் சொன்னார். செல்வமணிக்கும் அவளுக்கு ஆதரவாகப் பேசியவர்களுக்கும் என்ன செய்வதென்று தெரியவில்லை. ஒரு ஆளுக்காக ஊரை எதிர்க்கவும் பகைக்கவும் முடியுமா?

''ஓட்டப் பந்தயத்தில சிராச்சுக்கிட்டு ஓடும்போது மாடு முட்டிச் செத்திட்டான்னு எழுதிக் கையெழுத்துப் போடுங்க'' என்று தலைவர் கேட்டார். ஊரும் கேட்டது.

''சுளுக்கியால குத்துனத என் ரெண்டு கண்ணால பாத்தன்'' என்று சொன்ன செல்வமணியின் கதறல் யாருடைய காதிலும் விழவில்லை. தலைவரும் ஊராரும் ''மாடு முட்டித்தான் முத்துராமன் செத்தான்'' என்று சொன்ன பேச்சுத்தான் எடுபட்டது. ஊர் கூடிவிட்டால், கூட்டம் கூடிவிட்டால் அதுதான் சட்டம்.

'யாருக்கும் தெரியாமல் போலீசுக்குப் போகலாமா' என்ற எண்ணம் செல்வமணிக்கு உண்டானது. போலீசுக்குப் போகலாம். கேஸ் கொடுக்கலாம். 'சாட்சி சொல்ல யார் வருவார்கள்?' என்ற

கேள்வி எழுந்தது. சாமி ஊர்வலத்தின்போது கும்பிட்டதற்காக நான்கு வருஷத்துக்கு முன்பு ஜெயலட்சுமியினுடைய கண்களைப் பிடுங்கிய ஊர். தேர் வடத்தைத் தொட்டுவிட்டாள் என்று ஒன்பது வயதுப் பிள்ளை என்றுகூடப் பார்க்காமல் இரண்டு வருஷத்துக்கு முன்பு ரோஸியின் கையில் தீயை வைத்துக் கொளுத்திய ஊர். அப்படிப்பட்ட ஊரை எதிர்த்துக்கொண்டு போலீசுக்குப் போக முடியுமா? போனாலும் ஜெயிக்க முடியுமா? ஊரைப் பகைத்துக் கொண்டு போலீசுக்குப் போனதற்காக இரவில் வீட்டைக் கொளுத்தலாம். தனியாக மாட்டிக்கொண்டால் மானபங்கம் செய்யலாம். வீட்டைக் கொளுத்தினால் நான்கு உயிர் போகும். எல்லாவற்றையும் தாங்கிக்கொண்டு போலீசுக்குப் போகலாம் என்றால் தனக்கென்று யார் இருக்கிறார்கள்? தனக்கும் அண்ணன், தம்பிகள் இல்லை. முத்துராமனுக்கும் அண்ணன், தம்பிகள் என்று யாருமில்லை. முத்துராமனுக்காக யார் சண்டை போடுவார்கள்? சண்டை போட்டாலும் எத்தனை நாள் போடுவார்கள்? இரவும் பகலும் பிணத்துடன் தான் ஒருத்தி மட்டும்தானே இருக்க வேண்டும் என்று யோசித்த செல்வமணி 'மாட்டுக்காக நடத்தப்பட்ட ஓட்டப் பந்தயத்தில் மாடு முட்டி முத்துராமன் இறந்துவிட்டான்' என்று எழுதிய பேப்பரில் கையெழுத்துப் போட்டுக்கொடுத்தாள். கையெழுத்துப் போடும்போது அவள் அழவில்லை. அவளுடைய கைகள் நடுங்கவில்லை.

***

நடந்த முழுக் கதையையும் சொன்னாலாவது மாற்றுச்சான்றிதழைத் தருவாரா என்று யோசித்தாள். மாற்றுச்சான்றிதழை வாங்காமல் இந்த இடத்தை விட்டுப் போகக் கூடாது என்பது மாதிரி செல்வமணியும் அவளுடைய பிள்ளைகளும் நின்ற இடத்திலேயே நின்றுகொண்டிருந்தனர்.

ராமநாதன் உள்ளே வந்த வேகத்திலேயே "கிளம்புங்கம்மா. மணி ஆயிடிச்சி" என்று கடுகடுப்பாகச் சொன்னார்.

"ஒரு உசுரு போயிருச்சி. இந்த மூணு புள்ளைங்களோட உசு ராவது எனக்கு வேணும். அதுக்காகவாவது டி.சி.யத் தாங்க சார்" என்று சொல்லிவிட்டுக் கையெடுத்துக் கும்பிட்டாள். அப்போது தான் அவளுடைய கண்களிலிருந்து சரம்சரமாகக் கண்ணீர் வழிந் தது.

* * * * *

2

போலீஸ்

சீனிவாசன் வேகமாக போலீஸ் குடியிருப்புக்குள் நுழைந்தான். 'சி' பிரிவுக் கட்டடத்துக்குள் நுழைந்து மூன்றாவது மாடிக்கு ஏறி 'பி' என்று போட்டிருந்த வீட்டுக்கு முன் வந்து நின்றான். அழைப்பு மணியை அழுத்துவதா வேண்டாமா என்று யோசித்தாலும் அழைப்பு மணியை அழுத்தவே செய்தான்.

கதவைத் திறந்த பெண் "என்ன?" என்று கேட்டாள்.

"ஏட்டய்யாவப் பாக்கணும்."

"நீங்க யாரு?"

"சீனிவாசன்."

"போலீசா?"

"ஆமாங்க."

"எந்த ஸ்டேசன்?"

"இந்த ஸ்டேசன்தான். ஐயாவோடதான் வேல பாக்கிறன்."

"இருங்க" என்று சொல்லிவிட்டுக் கதவைச் சாத்திக்கொண்டாள்.

சீனிவாசன் மூன்றாவது மாடியிலிருந்து தரையைப் பார்த்தான். ஆய்வாளருக்குரிய, எஸ்.ஐ.க்குரிய தனித்தனி வீடுகளைப் பார்த்தான். பக்கத்திலிருந்த 'டி' பிரிவுக் கட்டடத்தையும் பார்த்தான். முதன்முறையாக இன்றுதான் போலீஸ் குடியிருப்புக்குள் வந்திருக்கிறான். சீக்கிரமாக ஏட்டு ராஜேந்திரனைப் பார்த்துவிட்டால் போதும் என்பது மட்டும்தான் அவனுடைய மனதில் இருந்தது. கதவு திறக்கப்படுகிறதா என்று பார்த்தான்.

கதவைத் திறந்த மல்லிகா "உள்ளார வாங்க" என்று கூப்பிட்டாள். பிளாஸ்டிக் நாற்காலியைக் காட்டி "ஒக்காருங்க" என்று சொல்லிவிட்டு ஒரு அறைக்குள் போய்விட்டாள்.

சீனிவாசன் ஒரு நாற்காலியில் உடம்பைக் குறுக்கிக்கொண்டு உட்கார்ந்தான். எதையும் பார்க்க விரும்பாதவன் மாதிரி தரையை மட்டுமே பார்த்தவாறு உட்கார்ந்திருந்தான். வீடு எப்படி இருக்கிறது என்றுகூடப் பார்க்கவில்லை. எதையும் பார்க்கிற மனநிலையில் அவன் இல்லை. மல்லிகா சென்ற அறையைப் பார்த்தான். ராஜேந்திரன் எப்போது வெளியே வருவார்? காத்துக்கொண்டிருந்தான். அப்போது சுவரில் மாட்டப்பட்டிருந்த போட்டோகள் அவனுடைய கண்களில் பட்டன. ஒரு போட்டோ ராஜேந்திரன் போலீஸில் சேர்ந்தபோது எடுக்கப்பட்டதுபோல் இருந்தது. அதற்கடுத்து அவருடைய கல்யாண போட்டோ. இரண்டு குழந்தைகளுடைய போட்டோ இருந்தது. வயதான ஒருவருடைய போட்டோவுக்கு மாலை போட்டிருந்தது. அதற்கடுத்து, ராஜேந்திரனுடைய சீருடை தொங்கவிடப்பட்டிருந்தது. எதைப் பார்த்தாலும் எதைப் பார்க்கிறோம் என்ற உணர்வு அவனிடம் இல்லை. ஆனாலும், ஹாலையும், சுவரில் மாட்டியிருந்த போட்டோகளையும் மாறிமாறிப் பார்த்துக்கொண்டிருந்தான். அதோடு கையில் வைத்திருந்த செய்தித்தாள்களையும் அவ்வப்போது பார்த்தான்.

கால் மணி நேரம் கழிந்திருக்கும், அறையின் கதவைத் திறந்துகொண்டு ராஜேந்திரன் வெளியே வந்தார். சீனிவாசன் சட்டென்று எழுந்து சல்யூட் அடித்தான். ராஜேந்திரன் ஒரு பிளாஸ்டிக் நாற்காலியை எடுத்து மின்விசிறியின் காற்று நன்றாக வருகிற இடமாகப் போட்டு உட்கார்ந்தார். நின்றுகொண்டிருந்த சீனிவாசனிடம் "என்ன புதுசா வீட்டுக்கு வந்திருக்கிற?" என்று கேட்டார்.

"ஐயாவப் பாக்கணும்னுதான் வந்தன்" என்று ரொம்பப் பணிவாகச் சொன்னான்.

"ஒக்காரு."

"வேண்டாங்க ஐயா."

"இது ஸ்டேசனில்ல. வீடு, ஒக்காரு" என்று சொல்லிக் கட்டாயப்படுத்திய பிறகுதான் சீனிவாசன் அடக்க ஒடுக்கமாக உட்கார்ந்தான். "சொல்லு" என்று ராஜேந்திரன் கேட்டதும், கையில் மடித்து வைத்திருந்த ஐந்து செய்தித்தாள்களையும் ராஜேந்திரனிடம் கொடுத்தான். செய்தித்தாள்களை வாங்கி அவற்றைப் புரட்டிக் கூடப் பார்க்காமல் அப்படியே தரையில் வைத்துவிட்டு "ஏதாவது விஷயமா?" என்று கேட்டார்.

"பேப்பரப் பாருங்கய்யா" என்று சொன்னதோடு நிற்காமல் எழுந்து சென்று ராஜேந்திரன் தரையில் போட்டிருந்த செய்தித் தாள்களில் ஒன்றை எடுத்து, அவன் காட்ட விரும்பிய பக்கத்தைப் பிரித்துக் கொடுத்துவிட்டு வந்து உட்கார்ந்தான். "ஸ்டேஷனைப் பத்தி ஏதாச்சும் செய்தி வந்திருக்கா?" என்று கேட்டுக்கொண்டே செய்தித்தாளை வாங்கி ராஜேந்திரன் பார்த்தார். சிறப்பு அதிரடிப் படை முன்னே செல்ல, போலீஸ்காரர்கள் ஒரு பாடையைத் தூக்கிக்கொண்டு போகிற ஒரு போட்டோ வண்ணத்தில் அச்சிடப் பட்டிருந்தது. போட்டோவைப் பார்த்ததோடு செய்தியை முழுமையாகப் படித்துவிட்டுக் கொட்டாவி விட்டார். பிறகு செய்தித் தாளை மடித்துத் தரையில் வைத்தார்.

பட்டென்று எழுந்த சீனிவாசன் ராஜேந்திரனுக்குப் பக்கத்தில் கிடந்த மற்ற நான்கு செய்தித்தாள்களையும் எடுத்து, ஒவ்வொரு செய்தித்தாளிலும் குறிப்பிட்ட ஒரு பக்கத்தை எடுத்துக்காட்டினான். முன்பு பார்த்த போட்டோவும் செய்தியும் மற்ற நான்கு செய்தித்தாள்களிலும் விரிவாக அரைப் பக்கத்துக்கு வந்திருந்ததைப் பார்த்த ராஜேந்திரன் "இந்த பேப்பர்காரனுங்களுக்கு வேற வேல இல்லெ?" என்று சொல்லிவிட்டுச் செய்தித்தாள்களைத் தரையில் வைத்தார். கொட்டாவி விட்டுக்கொண்டே "ஒனக்குத் தான் ரெண்டு நாள் லீவ் கொடுத்தாங்களே, ஊருக்குப் போகலியா?" என்று கேட்டார்.

"இல்லிங்கய்யா" என்று சொன்ன சீனிவாசன் அக்கறையுடன் "போட்டோவப் பாத்தீங்களா?" என்று கேட்டான்.

‘‘பாத்தன், பாத்தன்’’ என்று சொல்லும்போதே ராஜேந்திரனுக்குக் கொட்டாவி வந்தது.

‘‘போட்டோவுல நானும் இருக்கங்கய்யா.’’

‘‘அப்படியா?’’ என்று கேட்டுவிட்டுத் தரையில் கிடந்த செய்தித்தாளை எடுத்து சீனிவாசனுடைய படம் இருக்கிறதா என்று பார்த்தார். அவனுடைய படம் இருப்பது மாதிரி தெரியாததால் ‘‘எங்க இருக்க?’’ என்று கேட்டார்.

‘‘பாடயத் தூக்கிக்கிட்டுப் போறதில மொத ஆளா இருக்கன் பாருங்க’’ என்று சீனிவாசன் சொன்ன பிறகுதான் போட்டோவைக் கவனமாகப் பார்த்துவிட்டு ‘‘நல்லாத்தான் போட்டிருக்கான்’’ என்று சொன்னார்.

‘‘எல்லா பேப்பர்லயும் ஒரே போட்டோவத்தான் போட்டிருக்கானுங்க. மத்தவங்க மொகத்தவிட என்னோட முகம்தான் தெளிவா, பெருசா பளிச்சின்னு தெரியுது’’ என்று கோபத்துடன் சொன்னான் சீனிவாசன்.

‘ஆமாம்’ என்பதுபோல ராஜேந்திரன் தலையை மட்டும் ஆட்டினார். திடீரென்று நினைவுக்கு வந்த மாதிரி ‘‘ஓம் பக்கத்திலிருந்து போட்டோவ எடுத்திருக்கணும்’’ என்று சொன்னார்.

சிறிது நேரம் ராஜேந்திரனும் பேசவில்லை. சீனிவாசனும் பேசவில்லை. அப்போது அறைக்குள்ளிருந்து வெளியே வந்த மல்லிகா ‘‘டீ போடணுமா?’’ என்று கேட்டாள்.

‘‘போடு’’ என்று ராஜேந்திரன் சொன்னதும், மல்லிகா சமையற்கட்டுக்குள் சென்றாள்.

கொட்டாவி விட்ட ராஜேந்திரன் ‘‘பத்து நாளா அலஞ்ச அலச்ச ஒரே களைப்பா இருக்கு’’ என்று சொன்னார். சோம்பல் முறிப்பது போல நெட்டி முறித்தார்.

‘‘வேலய ராஜினாமா செய்யப்போறன். எப்படி எழுதணும், யாருக்கு அனுப்பணும்னு கேக்கறதுக்கு வந்தன் ஏட்டய்யா’’ என்று படபடப்புடன் சீனிவாசன் சொன்னதும், ராஜேந்திரன் அவனைக் கூர்ந்து பார்த்தார். பிறகு நிதானமான குரலில் ‘‘நீ லூசா?’’ என்று கேட்டார்.

சீனிவாசன் பதில் சொல்லவில்லை. ராஜேந்திரனை நேருக்கு நேராகப் பார்க்கவில்லை. தலையைத் தாழ்த்திக்கொண்டு கைகளைப் பிசைந்தவாறு உட்கார்ந்திருந்தான்.

''எஸ்.பி.கிட்ட கொடுக்கணுமா, டி.எஸ்.பி.கிட்ட கொடுக்கணுமா ஏட்டய்யா?''

''எதுக்காக வேலய வுடப்போற?'' லேசான கோபத்துடன் கேட்டார் ராஜேந்திரன்.

''நம்ப சாதியில பொறந்ததில யாருமே இந்தக் காரியத்த செஞ்சிருக்க மாட்டாங்க. போலீசா இருந்ததாலதான் கீழ்ச்சாதிப் பொணத்தத் தூக்கிக்கிட்டுப் போயி பொதச்சன். வெட்டியான் வேல பாத்தன். நம்ப சாதிக்கே அசிங்கமாயிடிச்சி. செத்திடலாமின்னு இருக்கு ஏட்டய்யா.'' சொல்லும்போதே சீனிவாசனுக்குக் கண்கள் கலங்கிவிட்டன.

''இந்த விஷயத்த இவ்வளவு சீரியஸா நீ எடுத்துக்க வேண்டியதில்ல.''

''உயிர் போற விஷயம் ஏட்டய்யா'' என்று சொன்ன சீனிவாசன் கைகளால் முகத்தை மூடிக்கொண்டு லேசாக அழுதான்.

சீனிவாசனைப் பார்க்க ராஜேந்திரனுக்கு வியப்பாக இருந்தது. எதனால் இப்படி யோசிக்கிறான்? போலீசாக இருக்கிறவன் இவ்வளவு உணர்ச்சிவசப்படுகிறானே என்று ஆச்சரியப்பட்டார். அவனுடைய அழுகையை எப்படி நிறுத்துவது என்று யோசித்தவர் ''தண்ணி குடிக்கிறியா?'' என்று கேட்டார். அதற்கு அவன் எந்தப் பதிலும் சொல்லாமல் மூக்கை உறிஞ்சினான். கண்களைத் துடைத்துக்கொண்டான். ராஜேந்திரனுக்கு சீனிவாசன் புது ஆளாகத் தெரிந்தான்.

ராஜேந்திரனுக்கு என்ன தோன்றியதோ தரையில் கிடந்த செய்தித்தாளை எடுத்து அச்சிடப்பட்டிருந்த போட்டோவைப் பார்த்தார். மற்ற செய்தித்தாள்களையும் எடுத்துப் போட்டோவை மட்டுமே பார்த்தார். பிறகு சீனிவாசனைப் பார்த்தார். அலுப்புடன் செய்தித்தாள்களைத் தூக்கி அடிப்பது மாதிரி தரையில் போட்டார்.

‘‘எதுக்காக அழுவுற? சின்னப் புள்ளயா நீ? போலீசு. தெரியுதா?’’

‘‘எங்க ஊர்ல மாட்டு வண்டியிலகூட ஒக்காந்துகிட்டு அவ னுங்கள போவவிட மாட்டம். சைக்கிள்ள, மோட்டார் பைக்கில ஒக்காந்துகிட்டுப் போவவிட மாட்டம். மீறி வந்தாலும் மறிச்சி வச்சி, டயர்ல இருக்கிற காத்தப் புடுங்கிவுட்டுடுவம். அப்படிப் பட்ட ஊர்ல பொறந்த என்னெ கீழ்ச்சாதிப் பொணத்தத் தூக்கிப் பாடயில வைக்கவும், பொணத்தத் தூக்கிக்கிட்டுச் சுடுகாட்டுக்குப் போகவும், குழியில எறக்கி மண்ணத் தள்ளி மூடவும் வச்சிட் டாங்க. இந்த வேலயாலதான இந்த அசிங்கம்? எனக்கு மட்டும் அசிங்கம்னா வுட்டுடுவன். நம்ம சாதிக்கில்ல அசிங்கமாப் போயி டிச்சி? அதத்தான் என்னால தாங்கிக்க முடியல, ஏட்டய்யா.’’ சீனி வாசனுக்குக் கண்கள் கலங்கின.

‘‘அதுக்காகவா வேலய வுடப்போற?’’

‘‘ஆமாங்க, ஏட்டய்யா.’’

‘‘முட்டாப் பயலா நீ?’’ என்று ஆத்திரம் பொங்கக் கேட்டார் ராஜேந்திரன். அப்போது மல்லிகா இரண்டு தம்ளர்களில் டீ கொண்டுவந்து இருவருக்கும் கொடுத்தாள். ராஜேந்திரன் மட் டும்தான் டீ குடித்தார். சீனிவாசன் டீயைக் குடிக்காமல் அப்படியே வைத்திருப்பதைப் பார்த்த ராஜேந்திரன் ‘‘டீயக் குடி’’ என்று சொன்னார். அப்போதும் அவன் டீயைக் குடிக்கவில்லை.

‘‘பொணத்துக்குப் பாரா போட்டப்பவே நீ லீவ் போட்டுட் டுப் போவ வேண்டியதுதான?’’ கடுமையான குரலில் கேட்டார் ராஜேந்திரன்.

‘‘பதினோரு நாளா கலவரமா இருந்திச்சி. பரபரப்பா இருந் துச்சி. அந்த நேரத்தில போயி யாருகிட்ட லீவு கேக்குறது? மீறிக் கேட்டாலும் திட்டித் துரத்திடுவாங்கன்னு கேக்கல. பாரா தானன்னு இருந்திட்டன். பொணத்தத் தூக்கவும் பொதைக்கவும் சொல்லுவாங்கன்னு தெரியாது.’’

‘‘சரிதான்’’ என்று ராஜேந்திரன் சொன்னார்.

''எனக்கு இந்த வேல வேணாம் ஏட்டய்யா'' என்று வெறுப்புடன் சொன்னதும் ராஜேந்திரன் அவனைச் சமாதானப்படுத்துவது மாதிரி ''நேரம் வரும்போது கணக்குத் தீத்துக்கலாம்'' என்று அழுத்தமான குரலில் சொன்னார்.

''விஷயம் தெரிஞ்சா எங்கப்பா என்னெக் கொன்னேபோட்டுடுவாரு. எங்கப்பா வுட்டாலும் எங்கம்மா வுடாது. வெஷத்த வச்சிக் கொன்னுட்டுத்தான் ஒக்காரும். ஒருத்தனும் எனக்குப் பொண்ணு தர மாட்டான்'' என்று சொல்லிவிட்டுக் கண்களை அழுத்தித் துடைத்துக்கொண்டான். பிறகு அப்போதுதான் நினைவுக்கு வந்த மாதிரி ''ரெண்டு தங்கச்சிங்க இருக்கு. அதுகளுக்குக் கல்யாணம் ஆவணும் ஏட்டய்யா.''

''நீ வேலயில இருந்தாத்தான கல்யாணத்த நல்லா நடத்த முடியும்?''

''விஷயம் தெரிஞ்சா ஒரு பய பொண்ணு கேட்டு வர மாட்டான் ஏட்டய்யா.''

''அப்பிடியெல்லாம் ஒண்ணும் நடக்காது. எந்தக் காலத்தில இருக்குற நீ? இது ரெண்டாயிரத்துப் பதினேழு. புரியுதா? டவுனுக்கு வந்திடு. எந்தப் பிரச்சனயும் இருக்காது'' என்று சொல்லிவிட்டு ராஜேந்திரன் லேசாகச் சிரித்தார்.

''எங்க வீடு மட்டுமில்ல. எங்க ஊரே ஒரு மாதிரியானது ஏட்டய்யா. விஷயம் தெரிஞ்சா ஊர வுட்டே ஒதுக்கிவச்சிடுவானுங்க. இந்த விஷயத்தில மட்டும் அப்பிடியொரு ஒத்துமயா இருப்பானுங்க.''

''நீயா எதுக்குச் சொல்லப்போற?''

''முதல்ல எனக்கு விஷயமே தெரியாது ஏட்டய்யா. காலயிலியே எங்க ஊரு பையன் ஒருத்தன் பேப்பரப் பாத்திருக்கான். அவன்தான் எனக்கு போன் போட்டுச் சொன்னான். அப்புறம்தான் நானே பேப்பர வாங்கிப் பாத்தன்.''

''பேப்பர் நியூசுக்கெல்லாம் ஒரு நாள்தான் உசுரு. மறுநாளு செத்துப்போயிடும். பேப்பர்க்காரன் எழுதுறதுக்கெல்லாம் போலீசு

பயப்படாது. நீ போலீசுங்கிறத மறக்கக் கூடாது. பேப்பர்க்கார னும் டிவிக்காரனும் பண்ற அட்டகாசம்தான் இப்பப் பெருசா இருக்கு. இப்ப அவனுவோதான் கலவரத்தப் பெருசாக்கு றானுவோ. உண்டாக்குறானுவோ'' என்று சொல்லிவிட்டு டீ தம்ளரை மல்லிகாவிடம் கொடுத்தார். அவள் தம்ளரை எடுத்துக் கொண்டுபோய் சமையல்கட்டில் வைத்துவிட்டு வந்து ராஜேந் திரனுக்குப் பக்கத்தில் நின்றாள்.

''என் கையப் பாக்க எனக்கே அசிங்கமா இருக்கு ஏட்டய்யா. நெருப்ப வச்சி எரிச்சிடலாம்னு இருக்கு'' என்று சொன்ன வேகத்திலேயே திரும்பிச் சுவரில் இரண்டு கைகளாலும் 'பட்பட்' என்று சினம் தீரும் மட்டும் அடித்தான். லேசாக அழுதுகொண்டே ராஜேந்திரனைப் பார்த்து ''இந்தச் சனியன் புடிச்ச கையாலதான் அந்தப் பொணத்தத் தூக்கிப் பாடயில வச்சன், பாடயத் தூக்கு னன். பாடயிலருந்து பொணத்த எறக்கிக் குழியில வச்சன். மண் ணத் தள்ளி மூடுனன். எனக்கு இந்தக் கை வேணுமா ஏட்டய்யா?'' என்று சத்தமாகக் கேட்டுவிட்டு முன்புபோல திரும்பிச் சுவரில் 'பட்பட்' என்று இரண்டு கைகளாலும் வேகவேகமாக அடித்த தைப் பார்த்ததும் 'என்ன இந்தப் பையன் இப்படி இருக்கிறான்' என்று ஆச்சரியப்பட்டார் ராஜேந்திரன். சீனிவாசனை வினோத மாகப் பார்த்தார். அவருடைய இருபது வருஷ சர்வீஸில் இப்படி ஒரு ஆளை அவர் பார்த்ததில்லை.

மின்விசிறி வேகமாகத்தான் ஓடிக்கொண்டிருந்தது. காற்றும் நன்றாகத்தான் வந்துகொண்டிருந்தது. ஆனாலும், சீனிவாசனுக்கு வியர்த்து ஒழுகிக்கொண்டிருந்தது.

சீனிவாசன் அழுததைப் பார்த்துப் பதறிப்போனாள் மல்லிகா. 'போலீசாக இருந்துகொண்டு இப்படி இருக்கிறானே' என்று அவ ளுக்கு ஆச்சரியமாக இருந்தது. பாவம் என்றும் தோன்றியது.

''நீ சர்வீஸுக்கு வந்து ஆறு மாசம்கூட ஆவல. அதனாலதான் இப்பிடி இருக்கிற. போலீஸ்ல நீ பாக்க வேண்டியது நெறயா இருக்கு.''

''நான் பாக்க மாட்டன். எப்பிடி எழுதணும், யார்கிட்ட கொடுக்கணும்னு மட்டும் சொல்லுங்க ஏட்டய்யா. நான் கிளம்பு றன்'' என்று வேகமாகச் சொல்லிவிட்டு எழுந்து நின்றான்.

''ஒக்காரு. போவலாம்'' என்று ராஜேந்திரன் சொன்னார். மல்லிகாவுக்கு என்ன தோன்றியதோ ''ஒக்காருங்க தம்பி'' என்று சொன்னாள். சீனிவாசன் உட்கார்ந்தான். ஆனால், ராஜேந் திரனையோ, மல்லிகாவையோ அவன் பார்க்கவில்லை.

''அவசரப்படாத.''

''பொணத்தத் தூக்குங்கன்னு சொன்னதுமே ஓடியாந்திருப் பன். ஒரு எஸ்.பி., நாலு டி.எஸ்.பி., எட்டு இன்ஸ்பெக்டர், பன்னண்டு எஸ்.ஐ., ஏட்டு, போலீசு அதிரடிப்படன்னு இருநூறு பேருக்கு மேல இருக்கும்போது எப்பிடி ஓடியாறது ஏட்டய்யா?''

''நேத்து நானும் அங்கதான இருந்தன்.''

''நீங்க அதிகாரி. 'அதச் செய், இதச் செய்'னு சொல்லிட்டு எட்ட தான நின்னிங்க? பொணத்துக்கிட்டியா வந்தீங்க?'' கோபமாகக் கேட்டான் சீனிவாசன்.

''எல்லாச் சாதி போலீசும்தான அங்க இருந்தாங்க. எல்லாரும் தான செஞ்சாங்க? ஒனக்கு மட்டும் என்னா?'' என்று கடுமையான குரலில் ராஜேந்திரன் கேட்டதற்குப் பதில் சொல்லாமல் ''ராத்திரி நான் சாப்புடல. காலயிலயும் சாப்புடல. கீழ்ச்சாதிப் பொணத்தத் தூக்குன இந்தக் கையால எப்பிடிச் சாப்புடுறது ஏட்டய்யா?'' என்று கேட்டுவிட்டு, தலையைக் குனிந்துகொண்டு அழுதான் சீனிவாசன்.

சீனிவாசன் எப்போது படுத்தாலும் உடனே தூங்கிவிடுவான். ஆனால், நேற்றிரவு அவனால் தூங்க முடியவில்லை. விடியும்வரை விழித்துக்கொண்டே இருந்தான். மூன்று மணிக்கு வேலையை விட்டுவிடலாம் என்று முடிவெடுத்தான். அதிலிருந்து எப்போது விடியும் என்று காத்திருந்தான். ராஜினாமாக் கடிதத்தை எப்படி எழுதுவது, எழுதியதை யாரிடம் கொடுப்பது, தபாலில் அனுப்பி விடலாமா என்று யோசித்தான். ஒரு முடிவும் கிடைக்காததால்

ராஜேந்திரனிடம் கேட்டுவிட்டுச் செய்யலாம் என்று நினைத் தான். அவரிடம் கேட்கலாம் என்று நினைத்ததற்குக் காரணம் இருந்தது. காவலருக்கான பயிற்சி முடிந்ததும் மாயவரத்துக்கு அரு கில் இருக்கிற திருநாள்கொண்டான் என்ற ஊரிலுள்ள காவல் நிலையத்தில் பணியில் சேர அவனுக்கு ஆணை தந்தார்கள். ஒரு ஆய்வாளர், மூன்று உதவி ஆய்வாளர்கள், நான்கு ஏட்டுகள், பன்னிரண்டு கான்ஸ்டபிள்கள் என்று வேலை செய்த அந்தக் காவல் நிலையத்தில் சீனிவாசனுடைய சாதியைச் சேர்ந்தவர் என்று ராஜேந்திரன் மட்டும்தான் இருந்தார். அடாவடியான ஆள் இல்லை. கூச்சப்படாமல் லஞ்சம் வாங்குவார். ஆனால், இவ்வளவு தந்தால்தான் வாங்குவேன் என்று கட்டாயப்படுத்தி வாங்க மாட் டார். பெண் போலீசிடம் அளவோடுதான் பல்லைக் காட்டுவார். புதிதாக வேலைக்கு வந்த பையன்களை மட்டரகமாகத் திட் டவோ, நடத்தவோ மாட்டார். எல்லாவற்றுக்கும் மேலாக, சாதிக் காரர். அதனால் ஸ்டேஷனில் அவர் சொல்கிற வேலை எதுவாக இருந்தாலும் செய்வான். அவரும் விஷயம் தெரிந்த மாதிரி அவ னுக்கு ஓரளவு முன்னுரிமை கொடுத்தார். அந்த உரிமையில்தான் ராஜேந்திரனுடைய வீட்டுக்கு வந்தான்.

''நான் கிளம்புறன் ஏட்டய்யா.''

''என்ன செய்யப்போற?''

''இனிமே என்னால இந்த யூனிபார்மப் போட முடியாது ஏட் டய்யா.'' கறாரான குரலில் சொன்னதைக் கேட்டதும் ராஜேந் திரனுக்குக் கோபம் வந்துவிட்டது.

''ஒன்னிஷ்டத்துக்குச் செய்யுறதுக்கு எதுக்கு எங்கிட்ட வந்த?'' என்று சத்தமாகக் கேட்டார். அதற்கு அவன் எந்தப் பதிலும் சொல் லாததால் மேலும் கோபமடைந்து ''சாதி சோறு போடுமா?'' என்று கேட்டார். அதற்கும் அவன் வாயைத் திறக்கவில்லை. முறைப்பது மாதிரி சீனிவாசனையே பார்த்துவிட்டு அலுப்பும் சலிப்புமாகக் கேட்டார். ''நம்ப சாதிப் பசங்க எல்லாம் ஏண்டா இப்பிடி இருக் கீங்க? எதுக்கெடுத்தாலும் கோபப்படுறது, ஆத்திரப்படுறது? எப் படா திருந்துவீங்க? கிராமத்த விட்டு வெளிய வாங்கடா.''

சீனிவாசனையும் ராஜேந்திரனையும் மாறிமாறிப் பார்த்துக் கொண்டிருந்த மல்லிகாவுக்கு அவர்கள் இருவரும் என்ன பேசிக் கொள்கிறார்கள் என்பது புரியவில்லை. அதனால் ''ஏதாவது பிரச் சனயா?'' என்று கேட்டாள்.

''மாயவரத்துக்குப் பக்கத்தில பதினோரு நாளக்கி முன்னால ஒருத்தன் செத்துப்போனானில்ல. அந்தப் பிரச்சன.''

''அதான் நேத்தோட முடிஞ்சிபோச்சின்னு சொன்னீங்களே'' என்று மல்லிகா கேட்டாள்.

''இவரு புது பிரச்சனயக் கொண்டாறாரு'' என்று சொல்லிவிட் டுக் கிண்டலாகச் சிரித்தார்.

''போலீசா இருந்துகிட்டா பிரச்சனயக் கொண்டாறாரு?'' என்று மல்லிகா கேட்டாள்.

''செத்துப்போனது காலனிக்காரன். மழயா இருக்கு. வயல்ல தண்ணி நிக்குது. வயல் வழியாப் பொணத்தத் தூக்கிக்கிட்டுப் போவ முடியாது. இந்த ஒரு முற பொணத்த ஊர்ப் பொதுப் பாத வழியாத் தூக்கிக்கிட்டுப் போவ வுடுங்கனுன்னு கேட்டிருக் காங்க. நம்ப சாதிக்காரப் பயலுவோ ஒரு முற வுட்டா அதுவே பழக்கமாயிடும்ங்கிற எண்ணத்தில 'முடியாது'ன்னு சொன்னதால வந்த பிரச்சனதான் அது'' என்று ராஜேந்திரன் சொன்னார். அவர் சொன்னதைப் புரிந்துகொள்ளாத மல்லிகா ''அதுக்கு இவரால எப்பிடிப் பிரச்சன வரும்?'' என்று கேட்டாள்.

''இவன் இல்ல பிரச்சன. காலனியில செத்தவன ஊர்ப் பொதுப் பாத வழியா எடுத்துக்கிட்டுப் போவ விடாததால மறுநாளு ஹை கோர்ட்டுல கேச போட்டுட்டான் ஒருத்தன். கிராமத்து நடமுற தெரியாம 'பொணத்த ஊர்ப் பொதுப் பாத வழியா எடுத்துக் கிட்டுப் போவ அனுமதி கொடுக்கணும்'னு சொல்லி கோர்ட்டு கலெக்டருக்கும் எஸ்.பி.க்கும் உத்தரவு போட்டுடுச்சி. கலெக் டரும் எஸ்.பி.யும் வந்து ஊர்க்காரங்ககிட்ட பேசினாங்க. நாலு நாள் பேச்சுவார்த்த நடந்துச்சி. விஷயம் முடியல. 'கோர்ட்டு ஆர் டர நடமுறப்படுத்து'ன்னு சொல்லி ஒரு குரூப்பு சாலை மறியல்

செய்யுது. எங்கத் தெரு வழியா பொணத்த எடுத்துக்கிட்டுப் போனா, சாமிக்குக் குத்தமாயிடும், மீறிப் பொணத்தத் தூக்கிக் கிட்டுப் போனா ரேஷன் கார்ட, ஓட்டர் ஐடியத் திரும்பத் தந் திடுறம்னு சொல்லி ஒரு குரூப்பு உண்ணாவிரதம் இருக்கு. சாலை மறியல் செஞ்சவங்களக் கலைக்கிறதுக்கு லத்தி சார்ஜ் செய்யுங் கன்னு கலெக்டர் உத்தரவு போட்டாரு. லத்தி சார்ச் செஞ்சி நெறய பேர உள்ளார புடிச்சிப் போட்டுக் கூட்டத்தக் கொறச் சாச்சி. வேணுமின்னே ஃப்ரீசர்ல பொணத்த வச்சிக்கிட்டுத்தான தகராறு வளத்துறானுவோன்னு கலெக்டர் சொல்லி கரண்டயும் நிறுத்தியாச்சி.''

''நாறுன பொணத்த வச்சிக்கிட்டா தகராறு செஞ்சாங்க?'' என்று கேட்ட மல்லிகாவின் முகம் ஒரு விதமாகக் கோணிற்று.

''ஒவ்வொருத்தனும் தான் செய்றதுதான் சரின்னு நெனைக்கி றானுவோ. அதுக்குச் சட்டம் எடம் தரணுமில்ல? போலீசுன்னா சும்மாவா? நாறுற பொணத்த வச்சிருக்கிறது குற்றம்னு சட்டத்தில இருக்கும்போல இருக்கு. அதயே காரணமா வச்சி 'ஓடனே பொணத்த எடுக்கணும். இல்லன்னா நாறுன பொணத்த வச்சிருக் கிறதுக்காக ஒங்கள அரஸ்ட் பண்ணிடுவோம். அதுவும் இல்லன்னா போலீசே பொணத்த எடுத்திடும்'ன்னு சொல்லி மிரட்டுச்சி. அவனுங்க தந்திரமா 'நாங்க பொணத்த எடுக்க மாட்டம். போலீசு வேணுமின்னா தூக்கிப்பாக்கட்டும்'ன்னு சொல்லிட்டானுங்க. அதயே சாக்கா வச்சி கலெக்டர் 'பாடிய அர மணி நேரத்தில க்ளியர் பண்ணுங்க. மறிக்க வந்தா தேசப் பாதுகாப்புச் சட்டத்தில அரஸ்ட் பண்ணுங்க. மீறினா ஃபயர் பண்ணுங்க'ன்னு உத்தரவு போட்டாரு. போலீசு பொணத்த எடுத்துப் பொதச்சிடிச்சி.''

''யாராச்சும் மறிச்சாங்களா?'' என்று அக்கறையுடன் கேட் டாள் மல்லிகா.

''ஒரு அம்பது பேரு வந்தானுங்க. புடிச்சி உள்ளாரப் போட் டாச்சி.''

''போலீசு பொணத்த எந்த வழியா எடுத்துக்கிட்டுப் போச்சி?'' என்று மல்லிகா கேட்டாள்.

''வயல் வழியாத்தான்.''

''எவ்வளவு தூரம்?''

''மூணு மைல் தூரம்.''

''எப்பவும் பொணம் வயல் வழியாத்தான் மூணு மைல் தூரம் போவுமா?''

''அவுங்க பொணம் மட்டும் அப்பிடித்தான் போவும். அவுங்க சுடுகாடு அங்கதான் இருக்கு.''

''ஊர்ப்பட்ட போலீசு இருந்தும் பொதுப் பாத வழியா பொணத்தத் தூக்கிக்கிட்டுப் போயி பொதைக்க முடியாதா?''

''முடியாதுன்னு சொல்ல முடியாது. 'கலவரம் பெருசாயிடும். மாவட்டம் பூராவும் கலவரம் பரவிடும்னு எப்பவும் போலவே பொணத்த எடுங்க'ன்னு எஸ்.பி. சொல்லிட்டாரு.''

''அந்தப் பிரச்சனைக்கும் இவருக்கும் என்ன சம்பந்தம்?''

''பாடயத் தூக்கிக்கிட்டுப் போனதில இவனும் ஒருத்தன்.''

''அதுக்கு ஏன் அழுவுறாரு?''

''கீழ்ச்சாதிப் பொணத்தத் தூக்கிக்கிட்டுப் போனத பேப்பர்ல போட்டோ எடுத்துப் போட்டுட்டான். போட்டோவுல இவனும் இருக்கான். அதுக்குத்தான் அழுவுறான். 'வேலய வுட்டுப் போறன்'னு சொல்றான்'' என்று சொல்லிவிட்டுக் கீழே கிடந்த செய்தித்தாள்களை எடுத்து மல்லிகாவிடம் கொடுத்தார் ராஜேந்திரன். போட்டோவைப் பார்த்ததும் ''இந்தப் பாடய போலீசு தூக்கிக்கிட்டுப் போறத நேத்து ராத்திரி டிவி நியூசில காட்டுனாங்களே'' என்று மல்லிகா சொன்னதும் ''டிவியில வேற காட்டுனாங்களா?'' என்று பதற்றத்துடன் கேட்டான் சீனிவாசன்.

''ஆமாம்.''

''எல்லா டி.வி.யிலயுமா?''

''ஆமாம்.''

''அப்பிடின்னா எல்லாம் போச்சி'' என்று சொன்ன சீனிவாசன் முகத்தில் அடித்துக்கொண்டு அழுதான்.

‘‘இந்த முற மட்டும் விடுங்கன்னு கேட்டதுமே விட்டிருந்தா அவனுவோ பாட்டுக்குப் பொணத்தத் தூக்கிட்டுப் போயி பொதச்சிருப்பானுங்க. வீம்புப் புடிக்கப்போயி பொணத்த போலீச தூக்க வச்சிட்டானுவ’’ என்று கடுமையான கோபத்துடன் சொன்னார் ராஜேந்திரன்.

‘‘எல்லாச் சாதி ஆளும்தான போலீசா இருக்கும்?’’

‘ஆமாம்’’ என்று சொன்ன ராஜேந்திரன் சீனிவாசனைத் திட்டுவது மாதிரி, ‘‘நம்ப சாதிப் பயலுங்க அறிவு உள்ளவனுங்களாடா?’’ என்று கேட்டார்.

‘‘இவரு நம்ப ஆளா?’’

‘‘ஆமாம் ஆமாம். அதனாலதான் வேலைய வுட்டுப் போறங்கிறான். கிராமத்து முட்டாப் பய’’ என்று கடுப்புடன் சொன்னார்.

‘‘போலீசில அவுங்க சாதி ஆளுங்க இருப்பாங்கள்ள. அவுங்கள வச்சிப் பொணத்த எடுக்கச் சொன்னா என்ன?’’ என்று மல்லிகா கேட்டதும், ராஜேந்திரனுக்கு எங்கிருந்துதான் அவ்வளவு கோபம் வந்ததோ, காட்டுக்கத்தலாக ‘‘நீ சொல்றபடி செஞ்சா நாட்டுல பெரிய கலவரம் ஆயிடும்டி லூசு. போ உள்ளார. சட்டம் பேச வந்திட்ட’’ என்று சொல்லி முறைத்ததும் ‘‘எந்தச் சனியனோ எப்படியோ போவுது. எனக்கென்ன? பையன் நம்ப ஆளா இருக்காரு. பாத்துச் செய்யுங்க’’ என்று சொல்லிவிட்டு மல்லிகா கோபத்துடன் அறைக்குள் போனாள்.

சீனிவாசனை நிதானமாகப் பார்த்தார் ராஜேந்திரன். பெரிய உதவி செய்வது மாதிரி சொன்னார் ‘‘தண்ணி போடுற பழக்கமிருந்தா ஒரு குவார்ட்டரு போட்டுட்டுப் போயி படு. தூங்கி எழுந்திரிச்சா எல்லாம் சரியாப் போயிடும்.’’

‘‘எத்தன குவார்ட்டரு போட்டாலும் என்னால தூங்க முடியாது ஏட்டய்யா.’’

‘‘ஆக்சிடண்டுல செத்த பொணத்துக்கு பாரா இருக்கல? தீக்குளிச்ச பொணத்த வாங்கப் போவல? வெட்டுக்குத்துல செத்துப் போன பொணத்துக்கு, கொல ஆன பொணத்துக்கு பாரா இருந்

திருக்க இல்லியா? அப்புறமென்ன புதுசா பேசுற? என் சர்வீஸ்ல எம்மாம் பொணத்துக்கு நான் பாரா இருந்திருக்கன். எத்தினியோ பொணத்தத் தூக்கியிருக்கன். சாதி பாத்தா வாழ முடியாது தம்பி.''

சீனிவாசன் பேசவில்லை. ராஜேந்திரன் பக்கம் பார்க்கவும் இல்லை. அவனுடைய முகம் கடுகடுவென்று இருந்தது. கோபத்தில் பல்லைக் கடித்தான். முகத்தில் வழிந்த வியர்வையைக்கூடத் துடைக்காமல் உட்கார்ந்திருந்தான்.

''லஞ்சப் பணம் வாங்குறப்ப எந்தச் சாதிக்காரன் கொடுக்கிறான்னு பாக்குறமா?''

சீனிவாசனுக்குக் கோபம் வந்துவிட்டது. ''நான் கிளம்புறன் ஏட்டய்யா'' என்று சொல்லிவிட்டு எழுந்தான். உடனே அதிகாரத்துடன் ''ஒக்காரு'' என்று ராஜேந்திரன் சொன்னார். அவன் உட்காரவில்லை. அந்த இடத்தில் இருப்பதற்குப் பிடிக்காத மாதிரியும், ராஜேந்திரனைப் பார்க்கப் பிடிக்காத மாதிரியும் நின்று கொண்டிருந்தான். அவனை ஏறஇறங்கப் பார்த்தவாறு மீண்டும் ''ஒக்காரு'' என்று சொன்னதும் விருப்பமில்லாமல் அரைகுறை மனதுடன் உட்கார்ந்தான். அவனுடைய முகம் கோபத்தில் சிவந்து போயிருந்தது.

''தப்பான முடிவெடுத்து அழிஞ்சிபோவாத.''

''பரவாயில்ல ஏட்டய்யா.''

''எல்லா வேலயிலயும் அசிங்கம், சங்கடம் இருக்கும். அதுக்காக வேலய வுட்டுட்டுப் போவ முடியுமா?''

''முடியணும் ஏட்டய்யா.'' ஒரே தீர்மானமாகச் சொன்னான் சீனிவாசன். அவன் பேசிய விதமே அவன் எவ்வளவு கோபத்தில் இருக்கிறான் என்பதைக் காட்டியது.

''ஒரு நாள் அசிங்கத்துக்காக ரிட்டயர் ஆவுறவரைக்கும் கெடைக்குற மரியாதய வுடப்போறியா?''

சீனிவாசனுக்கு சங்கடமாகவும் எரிச்சலாகவும் இருந்தது. ராஜேந்திரனைப் பார்க்க வந்தது தவறு என்று நினைத்தான். உடனே அவருடைய வீட்டை விட்டு வெளியே போக வேண்டும்,

பஸ் பிடித்து எஸ்.பி. அலுவலகத்துக்குப் போய் ராஜினாமாக் கடிதத்தைக் கொடுக்க வேண்டும் என்ற எண்ணம் மட்டும்தான் அவனுடைய மனதில் இருந்தது.

அறையில் இருந்து வெளியே வந்த மல்லிகா ''மாவட்ட நியூஸ்ᵘலகூடப் போடல. ஸ்டேட் நியூஸ்ᵘல போட்டுருக்கான்'' என்று சொன்னதோடு செய்தித்தாள்களைப் பாருங்கள் என்பது போல் ராஜேந்திரனிடம் கொடுத்தாள். ஆனால், அவர் செய்தித் தாள்களை வாங்கிப் பார்க்கவில்லை.

''அப்படியா?'' என்று கேட்ட சீனிவாசன் ''ஸ்டேட் பூராவும் எம் மூஞ்சியப் பாப்பாங்களே'' என்று சொல்லிவிட்டு முகத்தில் அடித்துக்கொண்டு அழ ஆரம்பித்தான்.

''சின்னப் புள்ள மாதிரி அழுவாதப்பா'' என்று மல்லிகா சொன்னாள்.

''உள்ள போ. வந்துவந்து எதயாவது சொல்லிச் சீண்டிவுட்டுக் கிட்டு'' என்று ராஜேந்திரன் மல்லிகாவிடம் சொன்னதும், அவள் செய்தித்தாள்களை எடுத்துக்கொண்டு வேகமாக அறைக்குள் சென்றாள்.

சீனிவாசன் அழுதுகொண்டு உட்கார்ந்திருப்பதைப் பார்த்த ராஜேந்திரன் ரொம்பவும் அக்கறையுடன் ''அவசரப்படாத. வேல கெடைக்காம ஒவ்வொருத்தனும் எப்பிடிச் சாவுறான்னு தெரி யுமா? வீட்டுக்குப் போயி கலந்துகிட்டுச் செய்'' என்று சொன் னார்.

''ஒரே முடிவுதான் ஏட்டய்யா.''

''ஒரு மாசம் ரெண்டு மாசம் லீவ் போடு. லீவ் முடிஞ்சி வா. அப்பறம் பேசிக்கலாம்.''

''எல்லா பேப்பர்க்காரனும் ஸ்டேட் நியூஸா போட்டுட்டான். எல்லா டி.வி.க்காரனும் ஒலகம் பூராவும் காட்டிப்புட்டான். ஊர்க் கார ஆளுங்க எல்லாம் பாத்திருப்பானுவ. ரொம்ப அசிங்கமாயி டிச்சி ஏட்டய்யா'' சொல்லும்போதே சீனிவாசனுடைய கண்கள் கலங்கின. அழுதுகொண்டே சொன்னான் ''ஊர்க்காரப் பயலுவ

போன் போடுவானுவோங்குற பயத்திலியே நான் போன ஆஃப் பண்ணி வச்சிருக்கன்.''

''ஒரு பேப்பர்ல கையெழுத்துப் போட்டுக் கொடுத்திட்டுப் போ. நான் மெடிக்கல் லீவ்ன்னு இன்ஸ்பெக்டர்கிட்ட சொல்லிடுறன்''

''நம்ப சாதிக்கே அசிங்கமாயிடிச்சி. அதனால இனி செத்தாலும் போலீஸ் யூனிஃபார்ம் போட மாட்டன் ஏட்டய்யா'' அழுத்தம் திருத்தமாகச் சொன்னான்.

''நீ லீவ் போடாமக்கூடப் போ. அத சமாளிச்சிக்கலாம். ஆனா ராஜினாமான்னு ஒரு கையெழுத்துப் போட்டு பேப்பரக் கொடுத்திட்டா அதத் திரும்ப வாங்க முடியாது. இது மத்த டிபார்ட்மண்டு மாதிரி இல்லன்னு ஒனக்கே தெரியும். சொன்னா புரிஞ்சிக்க.''

''எனக்கு வேல வேண்டாம் ஏட்டய்யா'' என்று சீனிவாசன் கறாராகச் சொன்னதும் ராஜேந்திரனுக்குக் கட்டுப்படுத்த முடியாத அளவுக்குக் கோபம் வந்துவிட்டது. ''என்னடா பேசுற? சாதிக்காரப் பயலாச்சேன்னு கிட்ட சேத்தா நீ என்னமோ பெரிய இது மாதிரி எகிறிஎகிறிப் பேசுற? நான் போலீசுல பாக்காததயா நீ பாத்துட்ட?'' என்று கேட்டுக் கத்தினார். சிறிது நேரம் பேசாமல் இருந்தார். கோபம் குறைந்தது மாதிரி மீண்டும் சொன்னார் ''இன்னும் மூணு மாசம் முடிஞ்சா எனக்கு இருவது வருசம் சர்வீஸ் ஆவப்போவுது. ஒண்ணு ரெண்டு மாசத்தில சிறப்பு எஸ்.ஐ. ஆயிடுவன். ஸ்டார் வச்ச சட்ட போடணுமின்னு எத்தன வருசமா காத்திருக்கன் தெரியுமா?''

சீனிவாசன் பேசவில்லை. அவரைப் பார்க்கவில்லை. ஆனால், ராஜேந்திரன் அவனைப் பார்த்துதான் பேசினார்.

''நேரடியா எஸ்.ஐ.யா, டி.எஸ்.பி.யா, எஸ்.பி.யா வர்றவங்க எல்லாம் சின்னச்சின்னப் பசங்களாத்தான் இருப்பாங்க. அவுங்க சொல்ற வேலயச் செய்யக் கஷ்டமாத்தான் இருக்கும். அதுக்காக வேலய வுட்டா ஓட முடியும்? இந்த வேலய வச்சித்தான் ரெண்டு தங்கச்சிக்குக் கல்யாணத்த முடிச்சன். பொண்ண டாக்

டராக்குனன். பையன இஞ்சினியர் ஆக்குனன். டவுன்ல ஒரு வீடு கட்டுனன். கையில நாலு காசோட இருக்கன். ஒன்னெ மாதிரி சாதிப் பெருமயப் பேசிக்கிட்டிருந்தா நான் இப்ப ஊர்ல ஆடு மாடுதான் மேய்ச்சிக்கிட்டு இருக்கணும்.''

''நான் ஆடுமாடே மேய்க்கிறன்.''

ஸ்டேசனுக்குள் ஆள் இருக்கிற இடமே தெரியாது. யார் எது சொன்னாலும் 'ஐயா, ஐயா' என்று பணிவாகவும் மரியாதையாக வும் பேசுகிற, சொல்கிற வேலையை முகம் சுளிக்காமல் செய்கிற சீனிவாசனா இவன் என்று ஆச்சரியப்பட்டார் ராஜேந்திரன். கோபத்தில் இருப்பதால்தான் இப்படிப் பேசுகிறான். சாதாரண மாக நல்ல பையன்தான் என்ற எண்ணம் அவருடைய மனதில் இருந்ததால் தன்மையான குரலில் சொன்னார்.

''டேய் தம்பி, நீ வெவரம் புரியாமப் பேசுற. சர்வீசுக்கு வந்து ஆறு மாசம்கூட முடியல. அதனாலதான் ஒனக்கு விஷயம் புரியல. காசு வாங்கப் பழகிட்டா, அதிகாரத்துக்குப் பழகிட்டா நெட்டித் தள்ளினாலும் நீ வேலய வுட்டுப் போவ மாட்ட'' என்று சொல்லி விட்டு ராஜேந்திரன் லேசாகச் சிரித்தார்.

''நான் போவன் ஏட்டய்யா'' என்று சீனிவாசன் திமிருடன் சொன்னதும் ராஜேந்திரனுக்குக் கோபம் வந்துவிட்டது.

''யூனிஃபார்ம்ல தமிழ்நாடு முழுக்கப் போவலாம். எவன் மரி யாதத் தரலங்கிறான்? எவனயும் நிக்க வச்சிக் கேள்வி கேக்குற, எடுத்த ஒடனே அடிக்கிற அதிகாரம் போலீஸ் யூனிஃபார்ம்க்கு இருக்கு. இந்த அதிகாரம் கலெக்டருக்குக்கூடக் கெடையாது. ஒன் னோட வயசுக்கு டி.எஸ்.பி. அளவுக்குக்கூட நீ வரலாம். புரிஞ் சிக்க. நீ வேலய வுடல. அதிகாரத்த வுடுற. காசுக்குக் காசு. அதிகாரத் துக்கு அதிகாரம். அதான் போலீசு. புரியுதா?''

''எனக்கு எதுவும் புரிய வாணாம் ஏட்டய்யா.''

''இப்ப நீ குழப்பத்தில இருக்கிற. வீட்டுக்குப் போ. ரெண்டு நாள் கழிச்சி வா. ஸ்டேசன்ல பேசிக்கலாம். இத நான் ஏட்டா சொல்லல. சாதிக்காரனா சொல்றன்.''

"நேராப் போயி ராஜினாமா லெட்டர எஸ்.பி.கிட்ட கொடுத் தாதான் என்னால உசுரோட இருக்க முடியும் ஏட்டய்யா" என்று சொன்ன சீனிவாசன் பட்டென்று எழுந்து வெறிகொண்ட மிருகம் மாதிரி வெளியே சென்றான்.

"டேய் தம்பி, நில்லுடா, நில்லுடா. டேய் மெண்டல் பயலே" என்று ராஜேந்திரன் கத்தியது சீனிவாசனுடைய காதில் விழவில்லை.

* * * * *

3

பணியாரக்காரம்மா

பகுதி 1

''யார் வீட்டுல?'' என்ற குரல் கேட்டு வாசலுக்கு வந்தாள் நாகம்மா. கண்ணன் செட்டியார் நின்றுகொண்டிருப்பதைப் பார்த்துத் திகைத்துப்போய் அதிசயம்போல வாயில் கையை வைத்தாள். 'என்ன செட்டியாரே?' என்று கேட்பதற்குக்கூட அவளுக்கு மறந்து போய்விட்டது.

நாகம்மாவுக்குத் தெரிந்து கண்ணன் ஊரில் யாருடைய வீட்டுக்கும் போனதில்லை. வீடும் கடையும் ஒன்று என்பதால் அதிகமாகக் கடைக்கு வெளியே வந்து நிற்கக்கூட மாட்டார். உள்ளூரில் தவிர்க்க முடியாத கல்யாணம் என்றால்தான் போவார். போனாலும் போன வேகத்திலேயே மொய் கவரைக் கொடுத்துவிட்டு வந்துவிடுவார். 'சாப்டுட்டுப் போங்க' என்று சொன்னால் 'வயிறு சரியில்ல' என்று சொல்லிவிட்டு வந்துவிடுவார். அப்படிப்பட்டவர் தன்னுடைய வீட்டுக்கு எதற்காக வந்திருக்கிறார் என்று ஆச்சரியப்பட்ட நாகம்மா, ''என்னா செட்டியாரே, இம்மாம் தூரம்?'' என்று கேட்டாள்.

''வரக் கூடாதா?''

''செட்டி வந்து என் ஊட்டு வாசப்படியில நிக்கிறதப் பாத்து வானம் இடிஞ்சி விழுந்திடப்போவுது'' என்று சொல்லிவிட்டுக் கிண்டலாகச் சிரித்தாள்.

''ஒரு வார்த்த சொல்லணும்.''

''ஆள் வுட்டிருந்தா நானே வந்திருக்க மாட்டனா? அதுக்காக செட்டியாரு இம்மாம் தூரம் வரணுமா?''

கண்ணன் எதுவும் பேசாமல் நின்றுகொண்டிருப்பதைப் பார்த்த நாகம்மா ''அதிசயம்தான். நீ என் ஊட்டு முன்னால நிக்கிறதப் பாத்தா கடலே வத்திப்புடும்'' என்று சொல்லிச் சிரித்தாள். பிறகு ''செட்டியாரு என் ஊட்டுக்குள்ளார வந்தா தீட்டாவாதில்ல?'' என்று கேட்டாள்.

கண்ணன் வீட்டுக்குள் வந்தார். பாயை எடுத்துப் போடவில்லை. உட்கார் என்று சொல்லவில்லை. தண்ணீர் வேண்டுமா என்று கேட்கவில்லை. கூட்டுகிறேன் பிறகு உட்கார் என்று சொல்ல வில்லை. கண்ணனைப் பார்ப்பதும் சிரிப்பதுமாக இருந்தாள்.

''உட்காரு'' என்று கண்ணன் பலமுறை சொல்லிவிட்டார். நாகம்மா உட்காரவில்லை. நின்றுகொண்டேயிருந்தாள். தன்னு டைய வீட்டுக்கு நாகம்மா வந்திருப்பதுபோல ''உட்கார்'' என்று அவர்தான் திரும்பத்திரும்பச் சொல்லிக்கொண்டிருந்தார். ரொம்ப வும் கட்டாயப்படுத்திய பிறகுதான் உட்கார்ந்தாள். அவளுக்குக் கூச்சமாகவும் சந்தோஷமாகவும் இருந்தது. ஆனால், என்ன பேசு வது என்பது மட்டும்தான் தெரியாமலிருந்தது.

கண்ணன் தலையைக் குனிந்து, கையில் வைத்திருந்த மஞ்சள் நிறப் பையைப் பார்த்தபடி இருந்தார். நாகம்மா கண்ணனை இதுவரை பார்க்காத ஆளைப் பார்ப்பதுபோல் பார்த்துக்கொண் டிருந்தாள். கொஞ்ச நேரம் கழித்துக் கேட்டாள். ''வந்தது என்னா செட்டியார?'' ஒரு முறை அல்ல. பல முறை கேட்டாள். திரும்பத் திரும்பக் கேட்டாள். கட்டாயப்படுத்தியும் வற்புறுத்தியும் கேட் டாள். அப்படியும் அவர் வாயைத் திறக்கவில்லை.

கண்ணன் சாதாரணமாக அதிகம் பேச மாட்டார். பேசுவதை யும் சத்தமாகப் பேச மாட்டார். கடைக்கு வருபவர்களிடம்கூட 'என்னா வேணும்?' என்று தானாகக் கேட்க மாட்டார். பொருள் வாங்குவதற்காக வந்திருப்பவர் ஒவ்வொரு பொருளாகச் சொல் லச்சொல்ல ஒரு காகிதத்தில் எழுதிக்கொண்டு 'அப்பறம்?' என்று கேட்பார். அதனால் அவருக்கு ஊருக்குள் 'ஊமைச் செட்டி' என்ற பெயர் இருந்தது. கண்ணனுக்கு நேரெதிர் நாகம்மா. நிதானமாக, பொறுமையாக, சத்தமில்லாமல் அவளுக்குப் பேசவே

வராது. முன்பின் தெரியாத ஆளிடம்கூட சத்தமாகவும், சளசள வென்றும் பேசுவாள். அதனால் அவளுக்கு 'கல்யாண மேளம்' என்று பெயர் இருந்தது. அப்படிப்பட்டவளுக்கே இப்போது வாய் பூட்டிக்கொண்டதுபோல் இருந்தது.

''யே ஆயாவ்'' என்று கூப்பிட்டுக்கொண்டே வீட்டுக்குள் வந்த காவியா கண்ணன் உட்கார்ந்திருப்பதைப் பார்த்துக் குழம்பிப் போனவளாய் நாகம்மாவைப் பார்த்தாள். தானாகவே தண்ணீர் மொண்டு குடித்தாள். கண்ணனையும் நாகம்மாவையும் மாறி மாறிப் பார்த்தாள். அப்போதும் நாகம்மா வாய் திறந்து பேசாத தால் பின்வாசல் வழியே வெளியே போனாள்.

''ஊட்டுல ஆளிருக்கா?''

''இல்ல.''

கண்ணன் முன்புபோலவே அமைதியாகிவிட்டதைப் பார்த்த நாகம்மா ''செட்டியாரு வந்தது என்ன?'' என்று கேட்டாள்.

கண்ணன் தனக்குப் பக்கத்தில் இருக்கிற ஆளுக்குக்கூடக் கேட் காத தணிந்த குரலில் சொன்னார் ''ஒங்கூட ஒரு நாள் இருக்கணும்.''

நாகம்மா கண்ணனை ஆச்சரியமாகப் பார்த்தாள். சட்டென்று உடம்பு சூடாயிற்று. மறுநொடியே குளிர்ந்துபோயிற்று. அச்சொல் சுமக்க முடியாத பெரும் பாரம்போல இறங்கிற்று. சந்தோஷம் என் றும் வருத்தம் என்றும் சொல்ல முடியாத ஒன்று அவளுக்குள் உண் டாயிற்று. இப்போது கண்ணனை நேருக்கு நேராக மட்டுமல்ல, ஓரக்கண்ணால்கூடப் பார்க்க முடியவில்லை. பதற்றமும் படபடப் பும் உண்டாயிற்று. திருடிவிட்டு மாட்டிக்கொண்டதுபோல நெஞ் சுத் துடிப்பு வேகமாயிற்று. கண்களை மூடிக்கொண்டாள். வியர்த் தது. கண்களைத் திறந்து பார்ப்பதற்குக்கூடத் தெம்பற்றவளாக உட்கார்ந்திருந்தாள். கண்ணன் சொன்ன வார்த்தை அவளுடைய மனதின், உடலின் இயல்பையே மாற்றிவிட்டது. 'சொன்னதை இன்னொரு வாட்டி சொல்லு' என்று கேட்க வேண்டும் என்ற ஆசை எழுந்தது. ஆனால், வாயைத் திறந்து கேட்க முடியவில்லை. சிறிது நேரம் கழித்துத்தான் அவளால் வாயை அசைக்க முடிந்தது.

கண்களைத் திறக்க முடிந்தது. காதோடு காதாகக் கேட்பதுபோல நாகம்மா கேட்டாள். ''மனம் நெறஞ்சிதான் சொல்றியா செட்டி?''

'ஆமாம்' என்பதுபோல கண்ணன் லேசாகத் தலையை மட்டும் ஆட்டினார்.

''வேற என்னல்லாம் ஓம் மனசில இருக்கு?''

''அது மட்டும்தான்.''

''கடவுள் சத்தியமா?''

''ஏழுமலயான்மேல ஆண.'' கண்ணன் சொன்னதும் பட்டென்று நாகம்மாவின் கண்கள் கலங்கிவிட்டன. கோபித்துக்கொண்டது போல ''நான் அம்மாம் நம்பிக்க அத்தவளா? எதுக்குக் கடவுள் மேல சத்தியம் செய்யணும்?'' என்று கேட்டாள். அழுகையை மறைப்பதற்காக முந்தானையால் கண்களைத் துடைத்துக்கொண் டாள். மூக்கை உறிஞ்சினாள். தரையையே பார்த்தவாறு இருந் தாள். ஆள்காட்டி விரலால் தரையில் கோடு கிழிப்பதுபோல் பல முறை கிழித்தாள். பிறகு மனம் கசந்துபோய் ''ஓங் கடைக்கும் என் ஊட்டுக்குமிடயில இருவது முப்பது ஊடு இருக்குமா? இருவது ஊட்டத் தாண்டி வர செட்டிக்கி இத்தன வருஷமாச்சா?'' என்று கேட்டாள். கண்ணன் பதில் பேசவில்லை. நாகம்மாவைப் பார்க்கவுமில்லை. தன்னுடைய மளிகைக் கடையில் எப்படி உட் கார்ந்திருப்பாரோ அதே மாதிரிதான் இப்போதும் உட்கார்ந்திருந் தார்.

''இந்த வார்த்தயச் சொல்ல செட்டிக்கி முப்பது முப்பத்தஞ்சி வருசம் தேவப்பட்டுச்சா?'' என்று அதிகாரத் தோரணையில் கேட் டாள். கண்ணன் வாயைத் திறக்காததால் ரொம்பவும் சலித்துப் போன குரலில் ''நான் இப்ப கிழவி செட்டியார'' என்று சொன் னாள். சட்டென்று அவளுக்கு அழுகை வந்துவிட்டது. கண்ணன் எதிரில் உட்கார்ந்திருக்காவிட்டால் வாய்விட்டு அழுதிருப்பாள். பொங்கிக்கொண்டு வந்த அழுகையை அடக்க முடியாமல் உட் கார்ந்திருந்தாள். கண்ணீரை மறைப்பதற்காகத் தரையைப் பார்த் தாள். பொட்டுப் பொட்டாகத் தரையில் கண்ணீர்த் துளிகள் விழுந்தன.

''ஒங் கடைக்கிப் பக்கத்தில எங்க ஆயாகூட நான் பணியாரம் விக்க வந்தப்ப எனக்குப் பன்னண்டு வயசு. அப்ப செட்டிக்கி பதனஞ்சி பதனாறு இருக்குமா? இத்தினி வருஷமா இல்லாம இன்னிக்கித்தான் செட்டிக்கி நெனப்பெடுத்துக்கிச்சா?'' என்று காட்டமாகக் கேட்டாள்.

''அப்பயிலருந்து மனசுல இருந்துச்சி.'' தனக்குத் தானே சொல்லிக்கொள்வதுபோலச் சொன்னார் கண்ணன்.

''நரச்சிப்போன கிழவியானப்பறம்தான் சொல்ல முடிஞ்சி தாக்கும்?'' சீண்டுவதுபோல் கேட்டாள்.

''ஒம் மனசில இல்லியா?'' கண்ணன் கேட்டதும் நாகம்மாவுக்குக் கோபம் வந்துவிட்டது. ''நான் பொட்டச்சி'' என்று கொஞ்சம் சத்தமாகச் சொன்னாள். பிறகு குரலைத் தாழ்த்திக்கொண்டு நொந்துபோன குரலில் ''சோத்துக்கில்லாதவ. தெருவுல பணியாரம் விக்கிறவ'' என்று சொல்லிவிட்டு அழுதாள். எதற்காக அழுகிறாய் என்று கண்ணன் கேட்கவில்லை, அழாதே என்றும் சொல்லவில்லை. நாகம்மா அழுவதற்கும் தனக்கும் சம்பந்தம் இல்லை என்பதுபோல் உட்கார்ந்திருந்தார்.

''இன்னிக்கிம் காரியமாத்தான் வந்திருக்கிற? செட்டி புடுக்கு சும்மா ஆடாதின்னு ஊர்ல சும்மாவா சொல்றாங்க?''

கண்ணன் எதுவும் பேசவில்லை. நாகம்மா கண்ணனை நேருக்கு நேராகப் பார்த்தாள். கோபமான குரலா, வருத்தமான குரலா என்று கண்டுபிடிக்க முடியாத குரலில் ''எனக்கு நல்லது செய்ய வந்தியா, எந் தலயில நெருப்பள்ளிக் கொட்ட வந்தியா செட்டியார?'' என்று கேட்டாள்.

''. . . . .''

''பணியாரம் வித்து எதுக்கு வயித்தக் கழுவிக்கிட்டிருக்கா, அதுல மண்ண அள்ளிப் போட்டுட்டுப் போவலாம்னு வந்திருக்கப் போல இருக்கு'' என்று சொன்ன நாகம்மா கண்ணனைக் கவனமாகப் பார்த்தாள். பிறகு நிதானமாக ''நீ சாதாரண செட்டியில்ல. காரியக்கார செட்டிதான்'' என்று ஏளனக் குரலில் சொன்னாள்.

‘‘உள்ளதத்தான் சொன்னன்.’’ கண்ணன் முனகினார்.

‘‘உள்ளத நான் செத்தப்பறம் சொல்ல வேண்டியதுதான? செட்டிக்கிப் பணத்தப் பத்தி மட்டும்தான் கவல. அக்கற. என் நெஞ்சு பணியாரச் சட்டி மாதிரி எப்பிடித் தீஞ்சீப்போயி கெடக்குன்னு தெரியுமா?’’ கோபமாகக் கேட்டாள்.

‘‘நீதான் பெரிய வாய்க்காரியாச்சே.’’

‘‘நான் செட்டிச்சியா?’’

‘‘செட்டிச்சியக் கட்டியும் ஒண்ணுமில்லியே’’ என்று சொன்ன கண்ணன் கையில் வைத்திருந்த பையைத் தரையில் வைத்தார். நாகம்மாவைப் பார்க்கக் கூடாது என்பதுபோல் உட்கார்ந்திருந்தார். ஆனால், நாகம்மா அவரை மட்டும்தான் பார்த்துக்கொண்டிருந்தாள். அவர் சொன்னதை நம்ப முடியாதவளாக உட்கார்ந்திருந்தாள். அவளுடைய அழுகை, கோபம், சட்டென்று தணிந்திருந்தது. வைத்த கண் வாங்காமல் கண்ணனையே பார்த்துக்கொண்டிருந்த நாகம்மா, ‘‘என்னா செட்டியார சொல்ற?’’ என்று சந்தேகத்தோடு கேட்டாள்.

‘‘சேந்திருந்தா புள்ள பொறந்திருக்கும்ல?’’

‘‘இத்தினி வருஷமாவா?’’

‘‘தொட்டதில்ல.’’

நாகம்மாவுக்குக் கோபம் வந்துவிட்டது. தன்னுடைய வாழ்நாளிலேயே முதன்முதலாகக் கண்ணனை வெறுப்புடன் பார்த்தாள். இவனெல்லாம் ஒரு ஆளா என்று நினைத்தாள். மனம் நிறைந்த வெறுப்புடன் ‘‘செட்டி இம்மாம் பெரிய கொலகாரனா இருப்பன்னு நான் எண்ணலியே. செட்டிச்சியோட பாவம் ஒன்னெ ஏழேழு ஜென்மத்துக்கும் சும்மா வுடாது.’’ சாபமிடுவது போல் சொன்னாள்.

‘‘நான் காசிக்குப் போறன்.’’

‘‘நீ காசிக்குத்தான் போ ராமேஸ்வரத்துக்குத்தான் போ. செட்டிச்சியோட சாவம் ஒம் பொணம் எரியுறமுட்டும் வுடாது. ஒன்னெப்போயி நல்ல செட்டின்னு நெனச்சிட்டனே.’’

“. . . . .”

“ஒருத்திக்கித் தாலியக் கட்டிக் கொண்டாந்து ஊட்டுல வச்சிக்கிட்டு முப்பது வருஷமா தொடாம வச்சி நாசம் பண்ணிட்டியே. செட்டி செய்யுற வேலயா இது? அந்தப் பொம்பள ஒரு சொட்டுக் கண்ணீர் வுட்டா ஒங் கொலமே நாசமத்துப்போயிடுமே” என்று ஆங்காரத்தோடு சொன்னாள்.

“போயிடிச்சி” அடங்கின குரலில் கண்ணன் சொன்னார்.

“எதனால இப்பிடிச் செஞ்ச?” சண்டைக்காரனிடம் கேட்பது போல வெறுப்புடன் கேட்டாள்.

“ஒன்னாலதான்.”

“என்னாலியா?” நம்ப முடியாமல் திரும்பத்திரும்பக் கேட்டாள். கண்ணன் பதில் சொல்லவில்லை. சிறிது நேரம் கழித்துத் தன்மையான குரலில் மீண்டும் கேட்டாள். “என்னாலியா?”

கண்ணன் வாயைத் திறக்கவில்லை.

“நீ செஞ்ச பாவம் தண்ணியில கரச்சாலும் கரையாது. நெருப்புல எரிச்சாலும் எரியாது செட்டியார.” நாகம்மாவின் கண்களிலிருந்து கண்ணீர் வழிந்தது.

‘என்ன?’ என்பதுபோல் தலையைத் தூக்கிப் பார்த்தார் கண்ணன்.

‘ஒண்ணுமில்ல’ என்பதுபோல் தலையை மட்டும் ஆட்டினாள் நாகம்மா.

புருஷன் பெண்டாட்டிச் சண்டையில் நாகம்மாவின் அம்மா வெள்ளையம்மா தூக்கு மாட்டிக்கொண்டு செத்துவிட்டாள். அப்போது நாகம்மாவுக்குப் பதினோரு வயது. அவளுடைய அண்ணனுக்குப் பதினாறு வயது. நாகம்மாவின் அப்பா வீரமுத்து இரண்டாம் கல்யாணம் கட்டிக்கொண்டதும், ‘நான் வளத்துக்கிறன்’ என்று சொல்லி வெள்ளையம்மாவின் அம்மா சின்னம்மா, நாகம்மாவையும் செல்லமுத்துவையும் அழைத்துக்கொண்டு வந்துவிட்டாள். ஊரிலுள்ள மற்ற பெண்களைப் போலக் காட்டு வேலைக்குப் போகாமல், பசு மாடு வைத்துப் பால் கறந்து ஊற்றாமல், பணி

யாரக் கடை வைத்தாள். ஊரில் நான்கு தெரு கூடுகிற, பஸ் வந்து நின்று செல்கிற, தேரை நிறுத்தியிருக்கிற இடத்துக்குப் பக்கத்தில் தான் ராமன் செட்டியின் மளிகைக் கடை இருந்தது. கடையின் சுவரை ஒட்டித்தான் சின்னம்மா பணியாரம் விற்றாள். காலை ஆறு மணிக்குப் பணியாரக் கூடையைத் தூக்கிக்கொண்டு போய் பணியாரம் விற்க ஆரம்பிப்பாள். பணியாரம் விற்றுத்தீரப் பதி னோரு, பன்னிரண்டு மணியாகிவிடும். சின்னம்மாவுக்கு ஒத் தாசையாகத் தினமும் நாகம்மாவும் பணியாரம் விற்பதற்குப் போவாள். ராமன் சாப்பிடப் போகிற நேரத்தில், வெளியூர் போகிற நேரத்தில் மட்டும் கண்ணன் கடையில் உட்காருவான். ராமன் செட்டி செத்த பிறகு கண்ணன்தான் முழுநேரமும் கடை யில் வியாபாரம் பார்க்க ஆரம்பித்தான். ராமன் செட்டிக்கு ஒரே பிள்ளை கண்ணன் மட்டும்தான்.

நாகம்மாவுக்கு அவளுடைய இருபத்தி இரண்டாவது வயதில் கல்யாணம் நடந்தது. கல்யாணமான மூன்றாம் நாளே "குடி காரன்கூட நானிருந்து வாழ மாட்டன்" என்று சொல்லிவிட்டு வந்துவிட்டாள். அவளுடைய புருஷன் வந்து அடித்து, உதைத்து, ஊர்ப் பஞ்சாயத்து வைத்துக் கூப்பிட்டுப்பார்த்தான். கடைசி வரை பிடிவாதமாகப் போக மாட்டேன் என்று வீம்பு பிடித்ததால் அடுத்த மாதமே அவன் மறுகல்யாணம் கட்டிக்கொண்டான். விட்டது சனியன் என்று இருந்த நாகம்மாவிடம், அவளுடைய அண்ணனும் சின்னம்மாவும் மறுகல்யாணம் கட்டிக்கொள்ளக் கட் டாயப்படுத்திப்பார்த்தார்கள் அவள் கேட்கவில்லை. ஊரிலிருந்த வர்கள் "குமரியா இருக்கும்போதே ஒரு பயலப் புடிச்சிக்க. கிழவி யாயிட்டா ஒரு பய சீந்திப்பாக்க மாட்டான்" என்று எவ்வளவோ சொன்னார்கள். யாருடைய பேச்சையும் கேட்கவில்லை. மறு கல்யாணம் கட்டிக்கொள்கிறேன் என்று இரண்டு மூன்று பேர் வந்து எவ்வளவோ கேட்டுப்பார்த்தார்கள். "ரெண்டாம் தாராமா போயி ஒரு குடும்பத்தில இருந்து என்னால வாழ்க்க செய்ய முடி யாது" என்று ஒரே தீர்மானமாகச் சொல்லிவிட்டாள். சின்னம்மா செத்த பிறகும் பணியாரம் விற்பதை மட்டும் நிறுத்தவில்லை.

பணியாரக்காரம்மா பேத்தி என்று இருந்த பெயர் பிறகு, பணி யாரக்காரப் பொண்ணு என்று மாறி, இப்போது பணியாரக் காரம்மா என்றாகிவிட்டது.

“எதுக்கு ஊர் ஆம்பளயெல்லாம் வந்துபோற தேர்முட்டியிலப் போயி பணியாரம் வித்துக்கிட்டுக் கெடக்கிற?” என்று யாராவது கேட்டால் ஒரே வார்த்தையாக “எனக்கு வெயிலு ஆவாது” என்று சொல்லிவிடுவாள்.

சின்னம்மாவுடன் பணியாரம் விற்பதற்காக என்று போனாளோ அதிலிருந்து கண்ணனைப் பார்ப்பது அவளுக்கு ஒரு வேடிக்கை. சின்னம்மா செத்த பிறகு அவள் காய்ச்சல், தலைவலி என்று ஒரு நாளும் வீட்டில் படுத்திருந்ததில்லை. அபூர்வமாக வெளியூருக்குக் கல்யாணம், விசேஷம் என்று போனாலும் வியாபாரத்தை முடித்துக் கொண்டுதான் போவாள். போனாலும் கண்ணன் கடையை மூடு வதற்குள் வந்துவிடுவாள். பதினோரு, பன்னிரண்டு மணிக்குப் பணியாரத்தை விற்றுவிட்டு வீட்டுக்குக் கிளம்பும்போதே மறு நாளுக்குத் தேவையான, அரிசி, உளுந்து, பருப்பு, எண்ணெய், கடுகு, வெந்தயம், சோம்பு, கருவேப்பிலை, பச்சை மிளகாய் என்று வாங்கிக்கொண்டு வர மாட்டாள். கடை மூடுகிற நேரமாகத்தான் போவாள். கண்ணனும் நாகம்மா வந்த பிறகு கடையை மூடிக் கொள்ளலாம் என்பதுபோல்தான் உட்கார்ந்திருப்பார். ‘கடய மூடுறப்பதான் வருவியா’ என்று கண்ணன் ஒருநாள்கூடக் கேட்ட தில்லை. ‘கடய மூடாம எதுக்கு செட்டியார இன்னமுட்டும் குந்தியிருந்த?’ என்று நாகம்மாவும் கேட்டதில்லை. ‘வரட்டும்’ என்று கண்ணன் உட்கார்ந்திருப்பார். ‘குந்தியிருக்கட்டும்’ என்று நாகம்மா வருவாள். கண்ணன் தனிப் பொறுப்பாகக் கடையை நடத்த ஆரம்பித்ததிலிருந்து நேற்றிரவுவரை இருவருக்கும் இது தான் வாடிக்கை.

நாகம்மா பணியாரம் விற்கும்போது உள்ளூர் ஆட்கள், வெளி யூர் ஆட்கள் என்று எல்லோரிடமும் சகஜமாகப் பேசுவாள். சிரிப் பாள். வாயடிப்பாள். ஆனால், மளிகைக் கடைக்கு வந்து யாராவது ஒரு பெண் கண்ணனிடம் இரண்டு வார்த்தை கூடுதலாகப் பேசி

விட்டதுபோல் தெரிந்தால் போதும், பணியாரம் விற்பதை அப் படியே போட்டுவிட்டுப் போய் ''என்னா இன்னிக்கி செட்டி ரொம்ப குஷாலா இருக்காரு?'' என்று கேட்டுச் சீண்டுவாள். பணியாரத்தில் ஈ உட்காருகிறதா, சட்டினியில் ஈ உட்காருகிறதா, தூசு படுகிறதா, பணியாரம் விற்காமல் இருக்கிறதா என்று பார்ப் பதைவிடக் கண்ணன் என்ன செய்துகொண்டிருக்கிறார் என்று பார்ப்பதில்தான் அவளுடைய கவனமெல்லாம் இருக்கும். கண் ணனுக்குக் கல்யாணமான புதிதில் சரியான நேரத்தில் அவர் வந்து கடையைத் திறந்தால்கூடத் தாமதமாகத் திறந்ததுபோல் நாகம்மாவுக்குத் தோன்றும். ''என்னா செட்டிக்கிப் புதுப் பெண் டாட்டியோட மயக்கம் இன்னம் தீரலயாக்கும்'' என்று கேட் பாள். பொருள் வாங்க, சொந்தக்காரர்கள் கல்யாணத்துக்கு, விசேஷத்துக்கு என்று கண்ணன் வெளியூர் போய் ஒரு நாள் தங்கிவிட்டு மறுநாள் வந்தால் ''என்னா செட்டிக்குச் சுத்துப் பிரயாணம் இன்னிக்கித்தான் முடிஞ்சிதா? இன்னமும் இருக்கா?'' என்று கேட்பாள். வெயில் காலத்தில் எப்போதாவது உட்கார்ந்த நிலையிலேயே தூங்கிவிட்டார் என்றால் ''பட்டப்பகல்லியே எவள நெனச்சி கண்ண மூடிக்கிட்டுக் குந்தியிருக்க?'' என்று கேட் பாள். நாகம்மா மட்டும்தான் நேரிலேயே ஒருமையில் ''என்னா செட்டி?'' என்று கேட்பாள். நாகம்மா எதைக் கேட்டாலும் கண்ணன் வாயைத் திறக்கவே மாட்டார்.

அம்மாவோடு, அப்பாவோடு அழுதுகொண்டு எந்தப் பிள்ளை யாவது போனால் தானாகவே கூப்பிட்டு ஒரு பணியாரத்தைக் கையில் கொடுத்து அனுப்புவாள். அவ்வாறு கொடுக்கும்போது மட்டும் கூப்பிட்டு ''இப்பிடியிருந்தா எப்பிடிப் பொழைப்ப?'' என்று ஒரே ஒரு வார்த்தை மட்டும்தான் கேட்பார். அதுகூட, பிறருக்குத் தெரிந்துவிடக் கூடாது, பிறருக்குக் கேட்டுவிடக் கூடாது என்ற அச்சத்தோடுதான் கேட்பார். ''நான் என்ன செட் டியா? செட்டி மாதிரி நான் காச சேத்துவைக்கவாபோறன்?'' என்று கேட்டு வம்பிழுப்பாள். நாகம்மா எவ்வளவுதான் கிண்டல், கேலிசெய்தாலும், சீண்டுவதுபோலப் பேசினாலும் தனக்குக் காது

கேட்காது என்பது போல்தான் உட்கார்ந்திருப்பார். பெரிய பாறாங் கல்லைத் தூக்கிப் போட்டாலும் தன்மேல் தூசுதான் விழுந்தது என்பதுபோல் உட்கார்ந்திருப்பது கண்ணனின் இயல்பு. இப்போ தும் அப்படித்தான் உட்கார்ந்திருந்தார்.

நாகம்மாவுக்குக் கண்கள் கலங்கின. என்ன இப்படி இருக்கிறார் என்று ஆச்சரியப்பட்டுப்போனாள். செட்டியார்கள் இப்படி இருக்க மாட்டார்களே என்று சந்தேகப்பட்டாள். கண்ணனுக்குக் குழந்தை இல்லை என்பது அவளுக்குத் தெரியும். அவருடைய மனைவியின் தங்கை மகனை அழைத்துவந்து சுவீகாரம் எடுத்துக்கொண்டு வளர்த்தார் என்பதும், அவனுக்கு ஆறு மாதத்துக்கு முன்புதான் கல்யாணம் நடந்தது என்பதும் தெரியும். தன்னால்தான் கண்ணன் இப்படிச் செய்தாரா என்று நினைக்கநினைக்க அவளுக்கு உட் கார்ந்திருக்க முடியவில்லை. வாய்விட்டு அழ வேண்டும் போல இருந்தது. கண் கலங்கியபடியே "செட்டி செஞ்சது சரியா?" என்று கேட்டாள். அவர் எதுவும் சொல்லாததால் அடுத்த கேள்வியாக "இப்பிடிச் செய்யலாமா?" என்று கேட்டாள்.

"நீ ஏன் புருஷன் வாணாமின்னு வந்த?"

"செட்டி என் நெஞ்சில கல்லாட்டம் குந்தியிருக்கயில நான் இன் னொருத்தன்கூடப் படுக்கவா?" என்று கோபத்தோடு கேட்டாள்.

"செட்டியும் மனுஷன்தான?" என்று கண்ணன் கேட்டதும் நாகம்மாவுக்குப் பட்டென்று கண்கள் கலங்கிவிட்டன. அழு கையை மறைப்பதற்காக முந்தானையால் முகத்தைத் துடைத்துக் கொண்டாள்.

"இத்தினி வருஷமா இல்லாம இன்னிக்கி வந்து பாவத்தச் செஞ்சிப்புட்டுப் போவலாமின்னு வந்திருக்கிற போல இருக்கு" என்று சொன்னாள். சிறிது நேரம் பேசாமல் இருந்துவிட்டு "ஒரே தீர்மானம்தானா? மாத்தமில்லியா?" என்று கேட்டாள். கண் ணன் பதில் பேசவில்லை. "ஆட்ட வெட்ட கத்தியத் தூக்கிக்கிட்டு நிக்கிறாப்ல திடுதிப்புன்னு வந்து நின்னா என்னா அர்த்தம்?"

என்று கேட்டாள். நீ எத்தனை கேள்விகள் வேண்டுமானாலும் கேட்டுக்கொள். எனக்கும் அதற்கும் சம்பந்தம் இல்லை என்பது போல் கண்ணன் உட்கார்ந்திருந்தார்.

''நேத்துவர என் நெஞ்சில பாரமில்ல. ஒரு வார்த்தயச் சொல்லி இப்பப் பாரத்த ஏத்திப்புட்ட.''

''. . . . .''

''என்னெதான் செட்டியாருக்குத் தெரியும். எம் மனசத் தெரி யாது. கல்லு செட்டியார.''

''. . . . .''

''கடன்காரன் மாதிரி வந்து ஊட்டுல குந்தியிருக்கிற. நான் என்ன செய்யணும்?''

''. . . . .''

''நெனப்பெடுத்த காரியம் முடியணும். அப்பறந்தான் குந்த முடியும் ஆம்பளக்கி.''

''. . . . .''

''பயமா இருக்கு. திகிலா இருக்குச் செட்டியார'' என்று சொன் னாள். அவள் சொன்னது அவளுக்கே கேட்கவில்லை. அழுகை வந்தது. பயம் வந்தது. ''நேரம் காலம் வாணாமா?'' என்று கெஞ் சுவது போல் கேட்டாள்.

''காசிக்குப் போறன்.''

ரகசியம் கேட்பதுபோல, ''செட்டி ஒவ்வொரு அடியயும் முகூர்த் தம் பாத்துத்தான வச்சிருப்ப?'' என்று கேட்டாள். கண்ணன் எது வும் பேசவில்லை. நாகம்மா சிறிது நேரம் விரலால் தரையில் கோடு கிழித்தாள். தலையைக் கவிழ்த்தபடியே உட்கார்ந்திருந் தாள். என்ன நினைத்தாளோ எழுந்து ''தலயில ஒரு சொம்பு தண்ணிய ஊத்திக்கிட்டு வர்றன்'' என்று சொல்லிவிட்டுப் பின் கதவு வழியாகத் தோட்டத்துக்குப் போனாள்.

* * *

பகுதி 2

குளிப்பதற்காகத் தென்னங்கீற்றால் மறைப்புக் கட்டியிருந்த இடத்துக்குள்ளிருந்த சிமெண்ட் தொட்டியில் தண்ணீர் இருக்கிறதா என்று பார்த்தாள். முக்கால் தொட்டி தண்ணீர்தான் இருந்தது. இருந்த தண்ணீரே போதும். ஆனால், பத்தாது என்ற எண்ணம் நாகம்மாவுக்கு உண்டானது. வேகமாக வீட்டுக்குள் சென்று ஒரு குடத்திலிருந்த தண்ணீரைத் தூக்கிக்கொண்டு வந்து சிமெண்ட் தொட்டியில் ஊற்றினாள். குளிப்பதற்காகச் சீலையை அவிழ்த்துப் போடும்போது காவியா வந்தாள். ''என்னடி திடுதிப்புன்னு வந்து நிக்குற?'' என்று நாகம்மா கேட்டாள். 'இதென்ன கேள்வி? புதுசா?' என்பதுபோல் பார்த்தாள் காவியா.

நாகம்மாவின் அண்ணன் பேத்திதான் காவியா. நாகம்மா வீட்டுக்கும் காவியா வீட்டுக்கும் முப்பது நாற்பதடி தூரம்கூட இருக்காது. பணியாரம் விற்கப் போகிற நேரத்தைத் தவிர, மற்ற நேரமெல்லாம் காவியா நாகம்மாவோடுதான் இருப்பாள். பல நாட்களில் நாகம்மாவோடு படுத்துக்கொள்வாள். நாகம்மாவுக்குக் காவியாதான் சித்தாள். அவளிடம் போய் என்ன திடீரென்று வந்திருக்கிறாய் என்று கேட்டால் என்ன பதில் சொல்வாள்? நாகம்மாவை ஆச்சரியத்துடன் பார்த்த காவியா, ''என்ன இந்த நேரத்தில குளிக்கிற?'' என்று ஒரு தினுசாகக் கேட்டாள்.

நாகம்மாவுக்குப் பதில் சொல்லத் தெரியவில்லை. மேல்சட்டையை அவிழ்த்துக்கொண்டே ''ஒரே வெயிலு, வேர்வ நாத்தம்'' என்று சொன்னாள்.

''வெயிலா? காலயிலதான மழ பேஞ்சிது? இப்ப வெயிலே இல்லியே.''

நாகம்மாவுக்கு வெட்கமாகிவிட்டது. வெட்கத்தை மறைப்பதற்காகச் சிரிக்க முயன்றாள். அவளுக்குச் சுத்தமாகச் சிரிப்பே வரவில்லை. ''போலீஸ்காரன் மாதிரி என்னடி கேள்வி கேட்டுக்கிட்டு. எட்டப் போ. தலயில தண்ணிய ஊத்திக்கிட்டு வர்றன்'' என்று

சொல்லிவிட்டுத் தென்னந்தடுப்புக்குள் சென்றாள். அப்போது தான் சோப் எடுத்துக்கொண்டு வரவில்லை என்பது தெரிந்தது. தடுப்புக்குள் இருந்தபடியே ''யே, உள்ளாரப் போயி சோப்பு இருக்கும், எடுத்தா?'' என்று சொன்னாள். காவியா சோப்பை எடுத்துவந்து கொடுத்தாள். சோப்பை வாங்கிய நாகம்மா ''கடயில போயி ஷாம்பு ஒண்ணு வாங்கியாடி'' என்று சொன்னாள்.

''எங்க ஊட்டுலியே இருக்கும்.''

''ஓடிப் போயி எடுத்தாடி என் தங்கம்'' என்று சொன்னதும் காவியா ஒரே ஓட்டமாக ஓடிப்போய் ஷாம்பு பாக்கெட் ஒன்றைக் கொண்டுவந்து கொடுத்தாள். ''நான் குளிச்சிட்டு வர்றன். நீ வேணு மின்னா ஒன் ஊட்டுக்குப் போயிட்டு அப்புறமா வா'' என்று சொன்னாள். காவியா நகரவில்லை.

நாகம்மா முழு பாக்கெட் ஷாம்பையும் தலையில் ஊற்றித் தேய்த்ததைப் பார்த்ததும் காவியா சொன்னாள் ''பாதியே போதும்.'' நாகம்மா பதில் பேசவில்லை. நாகம்மா தண்ணீரை மொண்டுமொண்டு தலையில் ஊற்றுவதைப் பார்த்த காவியா கேட்டாள். ''எதுக்கு இம்மாம் தண்ணிய ஊத்துற?''

ஒரு சொம்பு தண்ணீரில் குளி என்றாலும், ஒரு நொடியில் குளி என்றாலும் குளித்துவிடுவாள். அப்படிப்பட்டவள் எதற் காகச் சொம்புசொம்பாகத் தண்ணீரைத் தலையில் ஊற்றிக்கொண் டிருக்கிறாள் என்று ஆச்சரியமாக இருந்தது. நாகம்மா ஷாம்பு போட்டுத் தலையை அலசுவதையே வேடிக்கை பார்த்துக்கொண் டிருந்த காவியாவிடம் ''ஒங்கம்மா மஞ்சக்கட்டி போட்டுக் குளிப் பாளாடி?'' என்று கேட்டாள்.

''எப்பியாச்சும் குளிக்கும்.''

''மஞ்சக்கட்டி இருக்குமாடி?''

''பாத்திட்டு வர்றன்'' என்று சொல்லிவிட்டுத் தன்னுடைய வீட்டுக்குப் போன காவியா போன வேகத்திலேயே ஒரு மஞ்சள் கட்டியைக் கொண்டுவந்து கொடுத்தாள். நாகம்மா மஞ்சள் கட் டியை வாங்கித் தரையில் கிடந்த கல்லில் தேய்க்க ஆரம்பித்தாள்.

''மூணு முறதான் மூஞ்சிக்கு சோப்புப் போட்டுட்டியே. அப்ப றம் எதுக்கு மஞ்ச தேய்க்கிற?'' என்று காவியா கேட்டதும், அதற்கு என்ன பதில் சொல்வதென்று நாகம்மாவுக்குத் தெரியவில்லை. மூன்று முறை முகத்துக்கு சோப்புப் போட்டதும் அவளுக்கு மறந்துவிட்டிருந்தது. காவியாவுக்குப் பதில் சொல்லாமல் காது, கண், மூக்கு, கை, கால், பாதம், கழுத்து, முதுகு என்று உடம்பின் ஒவ்வொரு இடத்தையும் சோப்புப் போட்டுத் தேய்த்துத்தேய்த்துக் குளித்தாள். தேய்த்த இடத்தையே திரும்பத்திரும்பத் தேய்த்தாள். திரும்பத்திரும்ப சோப்புப் போட்டாள்.

''இன்னிக்கே சோப்பக் கரச்சிப்புடாத.''

''நீ ஊட்டுக்குப் போறதின்னா போயிட்டு வா.'' நாகம்மா சொன்னதற்குக் காவியா பதில் சொல்லாமல் இருந்தாள்.

காவியாவுக்குத் தெரிந்து நாகம்மா ஷாம்பு போட்டுக் குளித்ததும், மஞ்சள் தேய்த்துக் குளித்ததும் கிடையாது. அதே மாதிரி மூன்று முறை முகத்துக்கு சோப்புப் போட்டுக் குளித்தும் பார்த்ததில்லை. கை நகங்களில் கால் நகங்களில் அழுக்கு இருக்கிறதா என்று பார்த்துப்பார்த்து, தேய்த்துத்தேய்த்துக் குளித்ததும் கிடையாது. என்ன இன்று இப்படிக் குளிக்கிறாள் என்று ஆச்சரியப்பட்ட காவியா கேட்டாள். ''எம்மாம் நேரந்தான் குளிப்ப?''

''நான் குளிக்கிறதால ஒனக்கு எங்கடி வலிக்குது?''

''முதுவுல நொரா.''

''தேய்ச்சிவுடு.''

காவியா முதுகை நன்றாகத் தேய்த்துவிட்டாள். தண்ணீரை மொண்டு முதுகில் ஊற்றினாள் நாகம்மா.

''தண்ணி ஆயிப்போச்சி'' என்று லேசான கோபத்துடன் காவியா சொன்ன பிறகுதான் தண்ணீர் சொம்பைக் கீழே வைத்தாள் நாகம்மா. ஒவ்வொரு நாளும் காவியாதான் தண்ணீர் பிடித்துக் கொண்டு வந்து தொட்டியை நிரப்ப வேண்டும். அந்த எரிச்சல் அவளுக்கு இருந்தது.

''உள்ளாரப் போயி தகரப் பொட்டியில புதுசா ஒரு மஞ்ச சீல இருக்கும் எடுத்தா'' என்று சொல்லிவிட்டு எழுந்து நின்று

தலைமுடியை முறுக்கி, முடியிலிருந்த தண்ணீரைப் பிழிந்துவிட்டாள். காவியா கொண்டுவந்து கொடுத்த சீலையை வாங்கிக் கொண்டு ''உள்பாவாட எங்கடி?'' என்று கேட்டாள்.

''நீ சொல்லலியே?'' என்று கேட்டு முறைத்துவிட்டு உள்பாவாடையை எடுத்துக்கொண்டு வருவதற்கு வீட்டுக்குள் போனாள் காவியா. சிறிது நேரம் கழித்துப் பாவாடையைக் கொண்டுவந்து கொடுத்தாள். பாவாடையை வாங்கிய நாகம்மா, ''மே சட்ட எங்கடி?'' என்று லேசான கோபத்துடன் கேட்டாள்.

''நீ எதுக்கு ஒவ்வொண்ணா கேக்குற? மறந்துப்புட்டு, மறந்துப் புட்டு என்னெ கேக்குற?'' என்று கேட்டு முறைத்தாள் காவியா. நாகம்மாவுக்கு அசிங்கமாகிவிட்டது. அவள் எப்போது குளிப்பதற்காக வந்தாலும் மாற்றுச் சீலை, உள்பாவாடை, மேல் சட்டையுடன்தான் வருவாள். இன்றுதான் அவள் மாற்றுத் துணி எடுத்துக் கொண்டுவராமல் வந்துவிட்டாள். எப்படி மறந்துபோனது என்று அவளுக்கே ஆச்சரியமாக இருந்தது. காவியா எடுத்துக்கொண்டு வந்து கொடுத்த சட்டையைப் போட்டுக்கொண் டாள். சீலையைக் கட்டிக்கொண்டாள். தலையை ஒரு பக்கமாகச் சாய்த்துத் தலை முடியைத் தொங்கவிட்டு நான்கு ஐந்து முறை தட்டி உலர வைத்தாள்.

''இன்னிக்கி வெள்ளிக்கிழம இல்லியே. எதுக்குத் தல குளிச்ச?''

நாகம்மாவுக்குச் சிரிப்பு வந்தது, சிரிப்பை மறைப்பதற்காகக் கஷ்டப்பட்டாள். காவியாவின் முன் சிரிக்கவும் முடியவில்லை. அவளுடைய கேள்விக்குப் பதில் சொல்லவும் முடியவில்லை. 'இந்த வயசிலியே எப்பிடிக் கேள்வி கேக்குது பார்?' என்று மனதில் நினைத்துக்கொண்டாள். வாய்க்குள்ளாகவே முணுமுணுத்தபடி, ''ஒங்க ஊட்டுல கண்ணாடியிருந்தா எடுத்தா'' என்று சொன்னாள். நாகம்மாவை ஏறஇறங்கப் பார்த்த காவியா ஒன்றும் பேசாமல் தன்னுடைய வீட்டுக்குப் போய் முகம் பார்க்கும் கண்ணாடியைக் கொண்டுவந்து கொடுத்தாள். கண்ணாடியில் தன்னுடைய முகத்தை ஒரு முறைக்குப் பல முறை பார்த்துக்கொண்ட நாகம்மா ''சனியன் பாதிக்கிப் பாதி நரச்சிப்போச்சே'' என்று சொல்லிச்

சலித்துக்கொண்டாள். பிறகு "பூராவும் நரச்சிப் போச்சாடி?" என்று கேட்டாள்.

"எல்லாம் கறுப்பாத்தான் இருக்கு." வேண்டுமென்றே அடித் தொண்டையால் அழுத்திச் சொன்னாள் காவியா.

நாகம்மா திரும்பத்திரும்பக் கண்ணாடியில் தன்னுடைய முகத் தைப் பார்த்துக்கொண்டாள். ரகசியமாகக் கேட்பதுபோல "ஒங்க ஊட்டுல பொட்டு இருக்குமாடி?" என்று கேட்டாள்.

பெரிய மனுஷி தோரணையில் காவியா சொன்னாள் "இரு. எடுத்தாரன்." சடசடவென்று வேகமாக நடந்து போய் ஒரு ஸ்டிக் கர் பொட்டைக் கொண்டுவந்து கொடுத்தாள்.

"என்னா பொட்டுடுடி இது?"

"ஸ்டிக்கர்" என்று சொன்னதோடு பொட்டை எப்படிப் பிரிக்க வேண்டும், எப்படி நெற்றியில் ஒட்டி அழுத்திவிட வேண்டும் என்று காவியா சொல்லித்தந்தாள். அவள் சொன்னது மாதிரியே நாகம்மா செய்தாள். பிறகு நெற்றியில் ஒட்டிய பொட்டு சரியாக இருக்கிறதா என்று கண்ணாடியில் பார்த்துக்கொண்டாள்.

"எத்தன தடவதான் கண்ணாடியப் பாப்ப?"

"பெரிய வாயாடிதான்" என்று சொன்ன நாகம்மா காவியா வின் கன்னத்தை லேசாகக் கிள்ளினாள். சத்தமில்லாமல் சிரித் தாள். பிறகு கண்ணாடியில் தன்னுடைய முகத்தைப் பார்த்துக் கொண்டாள்.

"ஒங்க ஊட்டுக்குப் பொறத்தால ஒரு பூச்செடி இருந்துச்சே இப்ப இருக்கா?" என்று கேட்டாள். கேட்கக் கூடாத பொருளைக் கேட்டுவிட்டதுபோல் அவளுடைய குரலில் அவ்வளவு பணிவும் குழைவும் இருந்தன.

"பறிச்சியாரன்" என்று சலிப்புடன் சொல்லிவிட்டு எவ்வித அவசரமுமில்லாமல் தன்னுடைய வீட்டுக்குப் பின்னால் போய் கனகாம்பரப் பூவை ஒரு கை அளவுக்குப் பறித்துக்கொண்டு வந்து கொடுத்தாள்.

"இம்மாம் எதுக்குடி? பேருக்கு ஒண்ணு இருந்தா போதாதா?" என்று காவியாவுக்குச் சலுகைசெய்வதுபோலச் சொல்லிவிட்டு இரண்டு மூன்று பூவை மட்டும் பின்மண்டையில் வைத்துக்கொண்டாள். அவசரம் என்பதுபோல கண்ணாடியை எடுத்துப் பார்த்துக் கொண்டாள்.

"பவுடர் வேணுமா?" என்று கேட்ட காவியாவின் குரலில் அவ்வளவு ஏளனம் இருந்தது. காவியாவின் கேள்விக்குப் பதில் சொல்லாமல் மேல்சட்டை சரியாக இருக்கிறதா, மாராக்குச் சீலை, இடுப்புச் சீலை சரியாக இருக்கிறதா என்று ஒரு முறைக்குப் பலமுறை பார்த்துக்கொண்டதைப் பார்த்த காவியா "எல்லாம் சரியாத்தான் இருக்கு" என்று முகத்தைக் கோணிக்கொண்டு சொன்னாள். பிறகு "ஊருக்குப் போறியா ஆயா?" என்று கேட்டாள்.

"இல்ல."

"கல்யாணத்துக்குப் போறியா?"

"இல்லடி."

"சாமி கோவுலுக்குப் போறியா?"

"எதுக்குக் கேக்குறவ?"

"மேக்கெப்பெல்லாம் போடுறியே."

நாகம்மாவுக்குக் கூச்சமாகிவிட்டது. ஆனாலும் லேசாகச் சிரித்துக்கொண்டே "குளிக்கிறதும், சீல கட்டுறதும் ஒனக்கு மேக்கப்பாடி? பத்து வயசிலியே ஒனக்கு இம்மாம் கூர் இருக்கக் கூடாதுடி" என்று சொல்லிவிட்டுச் செல்லமாக காவியாவின் தலையில் தட்டினாள். பிறகு சட்டையும் சீலையும் சரியாக இருக்கிறதா என்று பார்த்துக் கொண்டாள்.

"நீ எதுக்குப் படபடன்னு இருக்கிற?"

"நான் எங்கடி படபடன்னு இருக்கிறன்?"

நாகம்மாவின் கேள்விக்குப் பதில் சொல்லாத காவியா "செட்டியாரு எதுக்கு வந்திருக்காரு ஆயா?" என்று கேட்டாள்.

நாகம்மாவுக்கு வாய் அடைத்துப்போய்விட்டது. காவியாவை நேருக்கு நேர் பார்ப்பதற்கு அவளுக்கு வெட்கமாக இருந்தது.

தலைமுடியைச் சரிசெய்வதுபோல தலையைச் சாய்த்துக்கொண்டு, பொருத்தமாக என்ன சொல்லலாம் என்று யோசித்தாள். சட்டென்று பொருத்தமான பொய் ஒன்றுகூட அவளுக்குத் தோன்றவில்லை. காவியாவினுடைய வாயை எப்படி அடைப்பது? சரியான காரணத்தைக் கண்டுபிடித்துவிட்ட மாதிரி தலையை நிமிர்த்தி நேராக நின்றுகொண்டு பொய்யான கோபத்துடன் ''வாயிக்கு வாயி எதுக்குடி ஆயா, ஆயான்னு சொல்ற?'' என்று கேட்டாள்.

காவியா கொஞ்சம்கூட யோசிக்கவில்லை, கொஞ்சம்கூடத் தயங்கவில்லை, ஒரு நொடி நேரம்கூடத் தாமதிக்கவில்லை. ஒரே கேள்வியாகக் கேட்டாள் ''நீ ஆயாதான?''

என்ன பதில் சொல்வது? நாகம்மா பேசாமல் இருந்தாள். எதிரில் நின்றுகொண்டு கேள்விமேல் கேள்வியாகக் கேட்கிறாளே என்று முதன்முதலாகக் காவியாவின் மீது கோபம் வந்தது. கோபத்தைக் காட்டாமல் மாராக்குச் சீலையைச் சரிசெய்தாள். இடுப்புச் சீலையைச் சரி செய்தாள். சட்டை சரியாக இருக்கிறதா. பொட்டு சரியாக இருக்கிறதா, தலையில் வைத்த பூ கீழே விழுந்துவிடாமல் இருக்கிறதா, முகத்தில் பூசிய மஞ்சள் அதிகமாக இருக்கிறதா என்று பார்த்துக்கொண்டாள். நாகம்மாவின் செய்கைகளையே வைத்த கண் வாங்காமல் பார்த்துக்கொண்டிருந்த காவியா மெதுவாகக் கேட்டாள்.

''ஒனக்கு இன்னிக்கி என்னாச்சி?''

நாகம்மா அதிர்ந்துபோனாள். காவியாவை நேருக்கு நேராகப் பார்த்தாள். காவியாவின் மீது கோபம் வந்தது, அதே நேரத்தில் சிரிப்பும் வந்தது, கோபத்தில் செய்தாளா, மகிழ்ச்சியில் செய்தாளா தெரியாது. காவியாவின் மூக்கைப் பிடித்துக் கிள்ளினாள் நாகம்மா. பிறகு ''எதுக்குடி குட்டி புது ஆளப் பாக்குற மாதிரி பாக்குற?'' என்று கேட்டாள்.

''நீ என்னா செய்யுறன்னுதான்'' காவியா அழுத்தம் திருத்தமாகச் சொன்னாள்.

நாகம்மாவுக்குத் தன்னை எப்படி மறைத்துக்கொள்வது என்று தெரியாததால் முடி காய்ந்துவிட்டதா என்று பார்ப்பதுபோல்

பாவனை செய்து தலைமுடியை நெஞ்சின் மீது தூக்கிப்போட்டுக் குழந்தைப் பிள்ளையைத் தூங்கச் செய்யத் தடவிக்கொடுப்பது போலத் தடவிக்கொடுத்தாள். காவியாவை எப்படி அனுப்புவது என்று யோசித்தாள். ''ஒன்னக் காணுமின்னு ஒங்கம்மா தேடப் போறாடி?'' என்று அவளுக்கு நன்மை செய்வதுபோல் சொன்னாள். நாகம்மா சொன்னதைக் காதில் வாங்கிக்கொள்ளாமல், ''நீ எதுக்குத் தானா சிரிச்சிக்கிற?'' என்று கேட்டாள் காவியா.

''நான் எங்கடி சிரிச்சன்?'' என்று கேட்டுவிட்டு நாகம்மா சிரித்தாள்.

''எல்லாம் எனக்குத் தெரியும்'' என்று கட்டைக் குரலில் காவியா சொன்னதும், 'இந்த வயசிலியே எல்லா சனியனயும் இந்தக் குட்டி தெரிஞ்சிவச்சிருக்கா பார்றன்' என்று வாய்விட்டுச் சொல்லத்தான் நினைத்தாள். ஆனால், ஒரு வார்த்தையைக்கூட வெளியே சொல்லவில்லை. கழுத்தைப் பிடிப்பதுபோல இருந்ததால் சட்டையைக் கொஞ்சம் கீழே இறக்குவதுபோல இழுத்துவிட்டதைப் பார்த்த காவியா ''நீ பிரா போட்டுக்க'' என்று சொன்னதும் நாகம்மாவுக்குக் கோபம் வந்துவிட்டது.

''சீ. வாய மூடு. நானென்ன அறியாக் குட்டியா?'' என்று கேட்டாள்.

''ஒனக்கு நல்லதுக்குத்தான் சொன்னன்.''

''நீயாடி எனக்கு நல்லது சொல்றவ? பாம்புக் கண்ண வச்சிக்கிட்டு. ஊர்ப்பட்ட வாய வச்சிக்கிட்டு. நல்லது சொல்றாளாம். நீ எதுத்த ஊட்டு வெள்ளாயக்குட்டி பாண்டியன் மவ ஜோதி மாதிரியே வாயடிச்சி பேசக் கத்துக்கிட்ட'' என்று சொல்லி முகத்தைக் கோணிக் காட்டினாள். பிறகு ''எங்க ஆயாகிட்ட நான் இப்பிடியாடி பேசுனன்?'' என்று கேட்டாள். அதற்குப் பதில் சொல்லாமல் காவியா, ''நீ எதுக்கு ஒரே அவசரமா இருக்க?'' என்று கேட்டாள். ''இல்லியே'' என்று சொல்லி நாகம்மா மழுப்பினாள்.

தேர்முட்டிக்கிப் பணியாரம் விற்பதற்காகப் போகும்போது முகத்தைக் கழுவி, தலையைச் சீவி, பவுடர் போட்டுக்கொண்டு

போனால் சின்னம்மாவுக்குக் கோபம் வந்துவிடும் ‘‘ஆயிரம் ஆம் பள வந்துபோற எடத்தில குந்தியிருக்கிறவ எடுப்பாப் போவ லாமாடி? ஆள்மயக்கித்தான் அப்பிடிப் போவா’’ என்று சொல் வாள். அதனால் தன்னுடைய ஆயாவுடன் போனபோதும், தனி யாகப் பணியாரம் விற்பதற்காகப் போகும்போதும் முகத்தைப் பளிச்சென்று வைத்துக்கொள்ள மாட்டாள். தலை சீவ மாட்டாள். பொட்டு, பூ என்று எதுவும் வைத்துக்கொள்ள மாட்டாள். புதுச் சீலை கட்டிக்கொண்டு போக மாட்டாள். பெயருக்கு முகத்தைக் கழுவிக்கொண்டு, பெயருக்கு இடுப்பில் ஒரு சீலையைச் சுற்றிக் கொண்டு போவாள். அடுப்புச் சாம்பலில் விரலைத் தேய்த்து, திரு நீறு என்று நெற்றியில் ஈஷிக்கொள்வாள். அதிசயமாக இன்றுதான் அவள் நிதானமாகக் குளித்திருக்கிறாள். தலை மயிரை உலர்த்தி யிருக்கிறாள். மஞ்சள் பூசியிருக்கிறாள். பூ வைத்திருக்கிறாள். வீட் டில் இருக்கும்போதே புதுச் சீலை கட்டியிருக்கிறாள். கண்ணாடி யில் முகத்தைப் பார்த்திருக்கிறாள். இது இந்தச் சின்னக்குட்டிக் கிக்கூடப் பொறுக்கவில்லையே என்று நினைத்த நாகம்மாவுக்குக் காவியாவை அனுப்பிவிட்டால் போதும் என்ற எண்ணம் வந்து விட்டது. அவளுடைய எண்ணத்துக்கு ஏற்றவாறு காவியா, ‘‘நான் இருக்கட்டுமா, போவட்டுமா’’ என்று வீம்பாகக் கேட்டாள். அப் படிக் கேட்டதே பெரிய உபகாரம் என்பதுபோல ‘‘ ‘இம்மாம் நேரம் எங்க போன’ன்னு ஓங்கம்மா கேப்பா. இப்ப ஊட்டுக்குப் போயிட்டு, அப்பறமா வா’’ என்று மெதுவான குரலில் நாகம்மா சொன்னதும் ‘‘நீ இன்னிக்கி சரியில்ல’’ என்று ஒரே வார்த்தையாகச் சொல்லிவிட்டு விர்ரென்று தன்னுடைய வீட்டுப் பக்கம் நடக்க ஆரம்பித்தாள் காவியா.

‘‘பத்து வயசிலேயே திருட்டுக் குட்டியா இருக்காளே’’ என்று சொல்லிச் சிரித்த நாகம்மா வீட்டுக்குள் வந்து பின்புறக் கதவைச் சாத்தினாள். கண்ணனுக்கு முன் வந்து அடக்க ஒடுக்கமாக நின் றாள். புது ஆளைப் பார்ப்பதுபோல கண்ணனைப் பார்த்தாள். மிகவும் மெதுவாக ரகசியக் குரலில் கேட்டாள்.

‘‘செட்டிக்கி நேரமாச்சா?’’

“இல்ல.”

“கடக்கிப் போவணுமா?”

“ஆளிருக்கு.”

“இங்க காத்தாடி இல்ல.”

“அது எதுக்குத் தொந்தரவு. வெயிலா இருக்கு? கதவச் சாத்து.”

* * *

பகுதி 3

“காசிக்கிப் போறன்.”

“பயணம் என்னிக்கி?”

“இன்னிக்கி ராத்திரிக்கி.”

“என்னா திடுதிப்புன்னு காசி, ராமேஸ்வரம்னு?”

“ரொம்ப நாளா மனசில இருந்ததுதான்.”

“திரும்பி வர எத்தன நாளாவும்?”

“தெரியல.”

“முடிவு பண்ணாமத்தான் போறியா?”

“. . . . .”

“காசிக்கி கருமத்தத் தொலைக்கிறதுக்குப் போறியா? கருமத்த சேக்கறதுக்குப் போறியா?”

கண்ணன் வாயைத் திறக்கவில்லை.

“எனக்குப் பாவத்தக் கொடுத்திட்டு நீ புண்ணியத்தத் தேடிப் போற?”

“. . . . .”

“தனியாவா? ஜோடியாவா?”

கண்ணன் எதுவும் பேசவில்லை. நாகம்மாவையும் முகம் கொடுத்துப் பார்க்கவில்லை. ஆனால், நாகம்மா கண்ணனைப் பார்த்து, “நான் இத்தினி வருஷமா தேர்முட்டியில பணியாரம்

வித்தது வயித்தக் கழுவுறதுக்காக மட்டுமில்ல'' என்று சொன்னாள். கண்ணன், 'தெரியும்' என்றும் சொல்லவில்லை; 'தெரியாது' என்றும் சொல்லவில்லை. எப்போதும்போல வாய் அடைத்துப்போய் உட்கார்ந்திருந்தார். நாகம்மாளுக்குக் கண்கள் கலங்கியதைக்கூட அவர் பார்க்கவில்லை.

''நாளயிலருந்து நான் தேர்முட்டியில பணியாரம் விக்க மாட்டன்.''

''வயித்துக்கு?''

''செட்டி பாத்த ஓடம்ப இனி தெருவுல படயல் போட மாட்டன்'' என்று கறாராக நாகம்மா சொன்னதையும், அவளுடைய குரலிலிருந்த அழுத்தத்தையும் கேட்ட கண்ணன் நாகம்மாவின் முகத்தைக் கூர்ந்து பார்த்தார். அவளுக்கு எப்படியும் ஐம்பது வயதாவது இருக்கும். ஆனால், அவருடைய கண்ணுக்கு இப்போது இருபது வயதுப் பெண்போலத் தெரிந்தாள்.

''ஆகாரத்துக்கு வழி?''

''செத்துப்போறன்'' அழுத்தம் திருத்தமாக மட்டுமல்ல, சற்றுச் சத்தமாகவும் சொன்னாள். நாகம்மா எதைச் சொன்னாலும் தெளிவாகச் சொல்வாள். பயமில்லாமல் சொல்வாள் என்பது தெரியும் என்பதால் கண்ணன், 'எதுக்கு அப்பிடிச் சொல்ற?' என்று கேட்காமல் உட்கார்ந்திருந்தார். அவர் எளிதில் பதில் சொல்ல மாட்டார் என்பது தெரியும் என்பதால் ''செட்டிச்சி கதவுக்குள்ளார தான இருக்கணும்?'' என்று கேட்டாள். நாகம்மாவின் குரலில் அதிகாரம் நிறைந்திருந்தது. கண்ணன் வாயைத் திறக்கவில்லை. நாகம்மாவை ஏறெடுத்தும் பார்க்கவில்லை.

கண்ணன் தன் மடியில் வைத்திருந்த ஒரு மஞ்சள் நிறப் பையை எடுத்து நாகம்மாவிடம் நீட்டினார். பையை வாங்கிப் பார்த்தாள். இரண்டாயிரம் ரூபாய் கட்டு மூன்று இருந்தது. ஒரு காகிதத்தில் மடித்து நான்கு சங்கிலிகள் வைக்கப்பட்டிருந்தன. பணத்தையும் நகையையும் பார்த்த நாகம்மாவுக்குக் கண்கள் கலங்கின. அழுகையை அடக்குவதற்காக மூக்கை உறிஞ்சினாள். பிறகு உடைந்து

போன குரலில் ''இதுக்கெல்லாம் என் நெஞ்சில எடமில்ல செட்டி யார'' என்று சொன்னாள்.

''இத்தினி வருஷத்தில நீ சாமான் வாங்கனப்ப நான் காலணா தள்ளிக் கொடுத்து ஒனக்குச் சகாயம் செஞ்சதில்ல.''

''நீ செட்டி, அப்பிடித்தான் இருப்ப? மாறி இருந்தாத்தான அதிசயம்.''

''நீயும் கேட்டதில்ல.''

''நான் எதுக்குக் கேக்கணும்? நான் என்னிக்கும் செட்டிக்கிட்ட கடன் கேட்டதில்ல. வெலயத் தள்ளிக் கொடுன்னும் கேட்டதில்ல. இனியும் கேக்க மாட்டன்'' என்று வீறாப்பாகச் சொன்னாள். பிறகு நிதானமான குரலில், ''எனக்குத்தான் இந்தப் பொருளுன்னா எம் பேரச் சொல்லி சாமி உண்டியல்ல போட்டுடு'' என்று சொல்லி நகையும் பணமும் இருந்த பையைத் திருப்பிக் கொடுத்தாள்.

முதன்முதலாகப் பார்ப்பதுபோலவும் ஆராய்வதுபோலவும் நாகம்மாவைப் பார்த்தார் கண்ணன். மறுவார்த்தை பேசத் தெம் பில்லாதவர்போலப் பையை வாங்கிக்கொண்டார். பெரிய பாரத் தைச் சுமந்துகொண்டிருக்கிற ஆள் மாதிரி பெருமூச்சு விட்டார். கண்களை மூடிக்கொண்டு சிறிது நேரம் உட்கார்ந்திருந்தார். தானாகவே 'சரிதான்' என்று சொல்லுவதுபோலத் தலையை ஆட்டினார். ரொம்பவும் நிதானமான குரலில் ''தண்ணி கொடு'' என்று கேட்டார். நாகம்மா கொடுத்த தண்ணீரை மிச்சம் வைக்கா மல் குடித்தார். 'வர்றன்' என்றுகூடச் சொல்லாமல் தெருவில் இறங்கி நடக்க ஆரம்பித்தார். அடுத்த நிமிடம் என்றைக்கு மில்லாத புதுப் பழக்கமாக நாகம்மா பட்டப்பகலிலேயே கதவைச் சாத்திக்கொண்டாள்.

* * * * *

4

நம்பாளு

ஊரை விட்டுத் தள்ளி முந்திரிக் காட்டுக்குள் இருந்த ஒரு வீட்டுக்கு இரவு பத்து மணிக்கு ஆர்.கே.எஸ். பைக்கில் வந்து இறங்குவார் என்று யாருமே எதிர்பார்க்கவில்லை. அவர் ஆயிரத்துத் தொள்ளாயிரத்து எண்பத்தொன்பதில் அமைச்சரான பிறகு ஒரு நாளும் பைக்கில் என்ன, ஏ.சி. இல்லாத காரிலும் ஏறியதில்லை. அவர் இரண்டு முறை அமைச்சராக இருந்தபோது மட்டுமல்ல, அமைச்சராக இல்லாமல் வெறும் எம்.எல்.ஏ.வாக இருந்த ஒரு முறையும், எம்.எல்.ஏ.வாகக்கூட இல்லாத ஒரு முறையும், கட்சி நிகழ்ச்சியாக இருந்தாலும், கல்யாணம் போன்ற நிகழ்ச்சிகளுக்குப் போகும்போதும் குறைந்தது மூன்று நான்கு கார்களாவது தன்னுடைய காருக்குப் பின்னால் வர வேண்டும் என்பதில் உறுதியாக இருப்பார். அதற்காகத் தனக்கு வேண்டப்பட்ட ஒன்றிய, நகரச் செயலாளர்களை வரவழைத்துவிடுவார். மூன்று நான்கு கார்கள் வந்த பிறகுதான் நிகழ்ச்சிக்குக் கிளம்புவார். ஆளும் கட்சியாக இருந்தாலும், எதிர்க்கட்சியாக இருந்தாலும் மாவட்டத்துக்குள் தன்னுடைய செல்வாக்கு எப்போதும் போல் இருக்கிறது என்று காட்டிக்கொள்ள விரும்புவார். அமைச்சராக இருந்தபோதும் சரி, வெறும் எம்.எல்.ஏ.வாக இருந்தபோதும் சரி, எம்.எல்.ஏ.வாக இல்லாதபோதும் சரி, யார் அவரைப் பார்க்கப் போனாலும் வந்தவரை 'உட்கார்' என்று சொல்ல மாட்டார். ஐந்து நிமிடம் கழித்த பிறகு 'ஏன் நிக்குற?' என்று கேட்பார். அப்போதும் 'உட்கார்' என்று சொல்ல மாட்டார். தான் உட்கார்ந்திருக்கும் இடத்தில் இன்

னொரு நாற்காலி இல்லாமல் பார்த்துக்கொள்வார். அரை மணி நேரம், ஒரு மணி நேரம் என்றாலும் அவர் முன் நின்றுகொண்டு தான் கட்சிக்காரர்கள் பேச வேண்டும். மிகவும் முக்கியமானவர்கள், அதிகாரிகள் என்றால் மட்டும்தான் உட்காரச் சொல்வார். இருபத்தியெட்டு வருஷமாக அவர்தான் மாவட்டச் செயலாளர். இருபத்தியெட்டு வருஷமாக மாவட்டத்துக்குள் அவரால் நியமிக்கப்பட்டவர்கள்தான் நகர, ஒன்றியச் செயலாளர்கள். அதனால் அவருக்கு முன் கட்சிக்காரர்கள் யாரும் உட்கார மாட்டார்கள். கூடலூர் மாவட்டக் கட்சிக்கு அவர்தான் ராஜா. "நம்ப மாவட்டத்தப் பொறுத்தவர நீங்கதாண்ணே ராஜா" என்று கட்சிக்காரர்கள் அவரிடமே சொல்வார்கள். அப்படிச் சொல்லும் போதெல்லாம் சிரிக்க மட்டுமே செய்வார். ஆர்.கே.எஸ். என்றைக்கு மாவட்டச் செயலாளர் ஆனாரோ அன்றிலிருந்து இன்று வரை அவர் நினைத்ததுதான் கட்சி. அவர் விரும்பிய ஆட்கள் மட்டும்தான் கட்சிப் பதவியிலிருந்தார்கள். அவர் எந்த நிகழ்ச்சிக்கு வந்தாலும் கட்சிக்காரர்கள், 'மாவட்டக் கழகமே வருக' என்றும், 'மாவட்டக் கழகக் காவலரே வருக' என்றும் போட்டுத்தான் போஸ்டர் அடிப்பார்கள். அவருடைய உண்மையான பெயரான 'ஆர்.கே. செல்வம்' என்பதைப் போட்டு போஸ்டர் அடிக்க மாட்டார்கள். ஆயிரத்துத் தொள்ளாயிரத்து எண்பத்தொன்பதில் அவர் அமைச்சரான நாளிலிருந்து, அமைச்சராக இல்லாதபோதும், எம்.எல்.ஏ. வாக இருந்தபோதும், எம்.எல்.ஏ.வாக இல்லாதபோதும், கட்சிக்காரர்களும் மற்றவர்களும் ஆர்.கே.எஸ்.ஸை 'அமைச்சர்' என்றுதான் சொல்வார்கள். அப்படிப்பட்டவர் சாதாரண மோட்டார் பைக்கில் வந்து இறங்கினால் யார் நம்புவார்கள்?

மாடியில் நின்று பேசிக்கொண்டிருந்த ஆட்களில் சிலர் ஆர். கே.எஸ். மோட்டார் பைக்கில் வந்து இறங்கியதைப் பார்த்துப் பதறிப்போய்க் கீழே இறங்கி வந்தார்கள். ஆர்.கே.எஸ்.ஸின் உதவியாளர் முருகனும் ஓடிவந்தான். தன்னைப் பார்க்க வந்தவர்களுடைய முகத்திலடிப்பதுபோல் "எதுக்கு வர்றீங்க? போங்க மேல" என்று சொல்லி ஆர்.கே.எஸ். சத்தம் போட்டதும் மாடி

யிலிருந்து வந்தவர்கள் திரும்பி மாடிக்குப் போனார்கள். முருகன் மட்டும்தான் நின்றுகொண்டிருந்தான். வீட்டின் முன் நிறுத்தப்பட்டிருந்த பைக்குகளை ஆர்.கே.எஸ். பார்த்தார். கார் எதுவும் இல்லை. கீழே எரிந்துகொண்டிருந்த மூன்று டியூப்லைட்டுகளைப் பார்த்தார். மாடியிலிருந்து தன்னைப் பல பேர் பார்த்துக்கொண்டிருப்பதைப் பார்த்தார். மாடியிலிருந்தபடியே ஒரு சிலர் வணக்கம் வைத்தனர். அதைப் பார்த்து எரிச்சல்பட்ட ஆர்.கே.எஸ். "மேல நிக்குறவனுங்கள ஒக்காரச் சொல்லு. எதுக்கு இத்தன லைட்?" என்று முருகனிடம் கேட்டார். மாடியில் நின்றுகொண்டு ஆர்.கே.எஸ்.ஸையே பார்த்துக்கொண்டிருந்தவர்களிடம் "ஒக்காருங்க. யாரும் நிக்கக் கூடாது" என்று சொன்னான் முருகன். பிறகு "ஒரு லைட் போதும். ரெண்ட நிறுத்துங்க" என்று சொன்னான். நின்றுகொண்டிருந்த ஆட்கள் உட்கார்ந்தனர். இரண்டு டியூப்லைட்கள் நிறுத்தப்பட்டன. முருகன் சொன்னால் அது ஆர்.கே.எஸ்.ஸே சொன்னதுபோல்தான்.

ஆர்.கே.எஸ். சுற்றுமுற்றும் பார்த்தார். எங்கு பார்த்தாலும் இருட்டாக இருந்தது. வீட்டுக்குப் பின்புறமும் பக்கவாட்டிலும் முந்திரிக்காடு. ஊரை விட்டுக் குறைந்தது இரண்டு கிலோமீட்டர் தூரமாவது தள்ளியிருக்கும் இந்தக் காட்டில் வந்து ஒருவன் இவ்வளவு பெரிய வீடு கட்டியிருக்கிறானே என்று ஆச்சரியப்பட்ட ஆர்.கே.எஸ். "எல்லாரும் வந்திட்டாங்களா?" என்று கேட்டார்.

"எட்டு மணிக்கே வந்திட்டாங்க."

"எவ்வளவு பேர் இருக்கும்?"

"நீங்க கொடுத்த லிஸ்ட்டுல உள்ள ஆளுங்கதான்." அதிகச் சத்தமில்லாமல் சொன்னான் முருகன். அப்போது ஆர்.கே.எஸ்.ஸை பைக்கில் உட்காரவைத்து ஓட்டிவந்த தனபால், "உள்ளாரப் போயிடலாம்ண்ணே. வெளியில நீங்க நிக்க வேணாம்" என்று சொன்னதும் 'சரி' என்பதுபோல் ஆர்.கே.எஸ். வீட்டுக்குள் போனார். முருகனும் தனபாலும் வேகமாக முன்னால் போய் வீட்டுக்குள்ளிருந்த ஒரு அறையின் கதவைத் திறந்துவிட்டனர். அறை சின்னதாக இருந்தது. ஒரே ஒரு நாற்காலி மட்டும்

போடப்பட்டிருந்தது. நாற்காலியில் உட்கார்ந்த ஆர்.கே.எஸ். தனபாலிடம், ''வெளியில எரியுற லைட்ட நிறுத்து'' என்று சொன்னார். உடனே தனபால் வெளியே போனான். அவன் வெளியே போனதும் முருகன் கதவைச் சாத்தினான். ஓடிக்கொண்டிருந்த மின்விசிறியின் வேகத்தைக் கூட்டினான்.

''முக்கியமான ஆளுங்க யாரு யாரு வந்திருக்கிறது?''

''நம்ப கட்சியிலேருந்து ஒரு பத்துப் பேர் இருக்கும். நடுநாட்டு மக்கள் கட்சியிலேருந்து பத்திருபது பேர் இருக்கும். மத்த கட்சிலேருந்து முப்பது பேர் இருக்கும். அப்பறம் அரசு ஊழியர் சங்கம், ஆசிரியர் சங்கம், கட்டடத் தொழிலாளர் சங்கம், ரசிகர் மன்றத்துக் காரங்கன்னு வந்திருக்காங்கண்ணே.''

''மகளிர் சுயஉதவிக் குழு எத்தன வந்திருக்கு?''

''பன்னண்டு.''

''ஒரு ஆளுக்கு எவ்வளவு கொடுக்கிறம்?''

''சாதாரண ஆளுன்னா அஞ்சாயிரம். மாவட்டப் பொறுப்புல, ஒன்றியப் பொறுப்புல இருந்தா பத்து, மாநிலப் பொறுப்புன்னா இருவதுன்னு அண்ணன்தான் சொன்னீங்க. அப்படித்தான் கவர் போட்டிருக்கு.''

''ரசிகர் மன்றத்துக்காரன் எத்தன பேர் வந்திருக்கானுங்க?''

''ஏழு குரூப் வந்திருக்கண்ணே. மன்றத்துக்கு அம்பதாயிரம் கேப்பாங்க போல இருக்கு.''

''சந்தேகமான ஆளுன்னு யாராச்சும் இருக்காங்களா?''

''வந்திருக்கிறதெல்லாம் நம்பாளுங்க மட்டும்தான். எல்லாரும் ஒங்களோட விசுவாசிங்க.''

''விஷயம் வெளிய பரவக் கூடாது.''

''சரிண்ணே.''

''வேட்பாளரா நிக்குற பயலுங்ககிட்ட செலவுக்குப் பணம் கேட்டிருந்தனே, எவனாச்சும் வந்தானா?'' என்று கேட்டார்.

''எட்டுப் பேர்ல ஆறு பேர் மட்டும்தான் வந்து தந்தாங்க. ரெண்டு பேர் மட்டும் வர்றன்னு சொன்னாங்க.''

‘‘வந்த பயலுவோ எம்மாம் கொடுத்தானுங்க?’’

‘‘பத்து ‘எல்’ண்ணே.’’

‘‘வராத ரெண்டு பேரு யாரு?’’

‘‘சிவபாலனும் தண்டபாணியும்.’’

‘‘திருட்டு நாயிங்க. போன் போட்டு ரெண்டு பேரயும் வரச் சொல்லு. சாதிக்கார நாயா இருந்தாலும் ரெண்டும் ரெண்டு ஜில்லா கத்திரிங்க. ஓவரா நடிப்பானுங்க’’ என்று ஆர்.கே.எஸ். சொன்னதற்குப் பதில் எதுவும் சொல்லாமல் பணிவாக நின்றுகொண்டிருந்தான் முருகன்.

‘‘சுயஉதவிக் குழு பொம்பளங்களுக்கு நூறு இரநூறு சேத்துக் கொடு. பொம்பளங்கதான் காசு வாங்கிட்டமேன்னு காரியம் பாப்பாளுங்க.’’

முருகன் பதில் எதுவும் பேசவில்லை.

‘‘இத முடிச்சிட்டு நேரா வீட்டுக்கு வந்திடு. நாளக்கி ராத்திரி நம்ப தொகுதியில வீடு வீடா ஓட்டுக்கு ஆயிரம்னு ஒவ்வொரு ஊர்லயும் பணத்த டெலிவரி செய்யணும்’’ என்று சொன்ன ஆர்.கே.எஸ்., ‘‘மேல போவலாம்’’ என்று சொன்னார். உடனே கதவைத் திறந்துவிட்டான் முருகன். அறையை விட்டு ஆர்.கே.எஸ். வெளியே வந்ததும் மாடிக்குப் போகிற படிக்கட்டில் வேகமாக ஏறினான். அவனுக்குப் பின்னால் தன்னுடைய பெரிய உடம்பைத் தூக்கிக்கொண்டு போனார் ஆர்.கே.எஸ்.

மாடிக்கு ஆர்.கே.எஸ். வந்ததும், ஜமுக்காளத்தில் உட்கார்ந்திருந்தவர்கள் ஒரே நேரத்தில் எழுந்து நின்று பணிவாக இரண்டு கைகளையும் குவித்துக் கும்பிட்டார்கள். தனக்கு எதிரில் கும்பிட்டபடி நின்றுகொண்டிருந்த கூட்டத்தைப் பார்த்துக் கும்பிட்ட ஆர்.கே.எஸ். வழக்கத்துக்கு மாறாக ‘‘ஒக்காருங்க’’ என்று சொன்னார். ‘‘முதல்ல நீங்க ஒக்காருங்கண்ணே’’ என்று கூட்டம் சொன்னதும் சிரித்துக்கொண்டே தனக்காகப் போட்டிருந்த நாற்காலியில் உட்கார்ந்தார். பிறகு ‘‘ஒக்காருங்க’’ என்று சொன்னார். அதன் பிறகுதான் கூட்டம் தயக்கத்துடன் உட்கார்ந்தது. கூட்

டத்திலிருந்த குமார் மட்டும் உட்காராமல் "மாவட்டக் கழகக் காவலர் வாழ்க" என்று சொல்லிச் சத்தமாகக் கத்தினான். உடனே மொத்தக் கூட்டமும் உட்கார்ந்தபடியே "வாழ்க" என்று சொன்னதும் ஆர்.கே.எஸ்.ஸுக்குக் கோபம் வந்துவிட்டது. கோஷம் போட்ட குமாரைப் பார்த்து "நந்திமங்கலத்து குமார்தானடா நீ? எங்க வந்து என்னா செய்ற? நாயே உட்கார்" என்று சொல்லி முறைத்தார். கோஷம் போட்ட குமார் முகத்தைத் தொங்கப் போட்டுக்கொண்டு உட்கார்ந்தான். ஆர்.கே.எஸ். கோபமாக இருக்கிறார் என்பதை உணர்ந்த கூட்டத்தினரும் பேசாமல் இருந்தனர்.

தனக்கு எதிரில் உட்கார்ந்திருப்பதில் முழுமையாக நம்பக் கூடிய ஆள் யார், ஓரளவு நம்பக்கூடிய ஆள் யார், நம்பவே முடியாத ஆள் யார் என்று ஒவ்வொரு முகமாகப் பார்த்தார். உட்கார்ந்திருந்த ஒவ்வொரு ஆளும் ஆர்.கே.எஸ்.ஸின் பார்வையில் பட்டுவிட வேண்டும், தான் வந்திருப்பது தெரிய வேண்டும் என்ற எண்ணத்தில் முகத்தைத் தூக்கித்தூக்கிக் காட்டினர். உட்கார்ந்திருப்பதில் சந்தேகத்துக்கிடமான ஆள் என்று யாருமில்லை. எல்லாருமே தன்னுடைய விசுவாசிகள்தான். தன்னால் பதவிக்கு வந்தவர்கள், பலன் பெற்றவர்கள்தான் என்று தெரிந்த பிறகுதான் ஆர்.கே.எஸ்.ஸின் முகத்திலிருந்த இறுக்கம் குறைந்தது.

ஆர்.கே.எஸ்.ஸுக்கு முன்னால் ஒன்பது வரிசையில் ஆட்கள் உட்கார்ந்திருந்தனர். கிழக்குப் பக்கமாகச் சுவரை ஒட்டி மகளிர் சுயஉதவிக் குழுவைச் சேர்ந்த பெண்கள் உட்கார்ந்திருந்தனர். கடைசி வரிசையில் வெளிச்சம் கொஞ்சம் மங்கலாகத்தான் இருந்தது. அதனால், கடைசி வரிசையில் உட்கார்ந்திருந்த ஆட்கள் தங்களுடைய முகம் ஆர்.கே.எஸ்.ஸுக்குத் தெரிந்திருக்குமா என்று சந்தேகப்பட்டனர். அதனால், கடைசி வரிசையில் மூன்றாவதாக உட்கார்ந்திருந்த கணபதி என்ற ஆள் எழுந்து "வணக்கங்க" என்று சொல்லி இரண்டு கைகளையும் குவித்து, ஆண்டைக்கு அடிமை கும்பிடுவதுபோல் கும்பிட்டார். அதற்கு "நீயா?" என்று ஏளனமாக ஆர்.கே.எஸ். கேட்டார். 'சரிசரி' என்பதுபோல்

தலையை ஆட்டியதும் கணபதி கீழே உட்கார்ந்தார். அவர் உட்கார்ந்ததும், அவருக்குப் பக்கத்திலிருந்து முத்துசாமி என்ற ஆள் எழுந்து சென்று ஆர்.கே.எஸ்.ஸின் காலில் சாமி சிலையின் முன் விழுந்து கும்பிடுவதுபோல் விழுந்து கும்பிட்டான். 'எழுந்திரு' என்று அவர் சொல்லாமல் லேசாகச் சிரிக்க மட்டுமே செய்தார். தன்னைப் பார்த்துச் சிரித்ததே போதும் என்ற மகிழ்ச்சியில் அவன் எழுந்து வந்து தன்னுடைய இடத்தில் உட்கார்ந்தான். முத்து சாமியை அடுத்து மூன்று நான்கு பேர் எழுந்து சென்று ஆர்.கே. எஸ்.ஸின் காலில் விழுந்து கும்பிட்டதால், ஒருத்தன் கும்பிட்டு, மற்றவன் கும்பிடாமல் உட்கார்ந்திருந்தால் சிக்கலாகிவிடுமே என்ற கவலையில் உட்கார்ந்திருந்த ஒவ்வொரு ஆளும் ஆர்.கே. எஸ்.ஸின் காலில் விழுந்து கும்பிட எழுந்ததும், ''எல்லாரும் எதுக்கு எழுந்திரிக்கிறீங்க? மத்ததெல்லாம் அப்பறம் பாத்துக்கலாம்'' என்று சொன்னதும், ஆர்.கே.எஸ். கோபித்துக்கொள்வார் என்ற பயத்தில் கும்பிடவும் முடியாமல், உட்காரவும் முடியாமல் ஒரு சிலர் நின்றுகொண்டிருந்தனர். மீண்டும் ''ஒக்காருங்க'' என்று ஆர்.கே.எஸ். விரட்டிய பிறகுதான் காலில் விழுந்து கும்பிட முடியவில்லையே என்ற வருத்தத்தோடு தங்களுடைய இடத்துக் குப் போய் உட்கார்ந்தனர். ஆர்.கே.எஸ்.ஸின் பேச்சையும் மீறிப் போய் அவருடைய காலில் விழுந்து கும்பிட்டான் மதியழகன். லேசாகச் சிரித்துக்கொண்டே ''ஒன்னெ எனக்குத் தெரியும்ண்டா. போ. ரொம்ப நடிக்காத'' என்று ஆர்.கே.எஸ். சொன்னார். அப்படிச் சொன்னதையே பெரிய கௌரவமாகக் கருதிச் சிரித்துக் கொண்டே போய் மதியழகன் தன்னுடைய இடத்தில் உட்கார்ந்து கொண்டான்.

ஆர்.கே.எஸ். தனக்கு முன்னால் உட்கார்ந்திருந்த ஆட்களைக் கவனமாகப் பார்த்தார். பிறகு தனக்குப் பின்னால் கையைக் கட்டிக்கொண்டு பந்தோபஸ்துக்கு நிற்கும் போலீஸ்காரர்கள் மாதிரி இரண்டு பக்கமும் நின்றுகொண்டிருந்த முருகனையும் தன பாலையும் பார்த்தார். அவர்கள் வாயைத் திறந்து எதுவும் சொல் லாததால் மீண்டும் தனக்கு முன்னால் உட்கார்ந்திருந்தவர்களைப்

பார்த்து ''ஒங்களயெல்லாம் எதுக்காக வரச் சொல்லியிருக்கன் தெரியுமா?'' என்று கேட்டார்.

''தெரியலிங்க'' என்று முதல் வரிசையில் உட்கார்ந்திருந்த ஆட்கள் சொன்னார்கள்.

''முருகன் எதுவும் சொல்லலியா?''

''இல்லீங்க'' என்று மொத்தக் கூட்டமும் சொன்னது.

ஆர்.கே.எஸ். தனக்கு முன்னால் உட்கார்ந்திருந்த கூட்டத்தைப் பார்த்து ரொம்பவும் நிதானமாக, ''நான் இந்த முற மந்திரி ஆவணுமா, வேணாமா?'' என்று கேட்டார்.

கூட்டத்தினர் பதறிப்போய் ''என்னங்க, இப்பிடிக் கேக்குறீங்க?'' என்று கேட்டனர். இரண்டாவது வரிசையில் முதல் ஆளாக உட்கார்ந்திருந்த நடுநாட்டு மக்கள் கட்சியின் மாவட்ட இளைஞர் அணி அமைப்பாளர் சுரேஷ் எழுந்து, ''நீங்க மந்திரி ஆவறது உறுதி. நீங்க மந்திரி ஆவறதுக்காக நாங்க உசுரயும் விடுவோம்ண்ணே'' என்று சொன்னதைக் கேட்ட ஆர்.கே.எஸ். ''நீ உசுரயும் விட வேணாம். மசுரயும் விட வேணாம். சொல்றத மட்டும் செய். அது போதும்'' என்று சொன்னார்.

ஆர்.கே.எஸ். மயிர் என்று சொன்னதற்காக சுரேஷ் கவலைப்படவில்லை. அவர் பத்து வார்த்தை பேசினால் அதில் இரண்டு வார்த்தை 'மயிர்' என்பதாகத்தான் இருக்கும் என்பது மாவட்டத்திலுள்ள எல்லோருக்கும் தெரியும். அதற்காக யாரும் அவரிடம் கோபித்துக்கொள்ள மாட்டார்கள். சுரேஷூம் கோபித்துக்கொள்ளவில்லை. திட்டுவார். கெட்ட வார்த்தை பேசுவார்தான். ஆனால், 'நான் ஒங்க ஆளுங்க' என்றோ, 'இவர் நம்பாளுங்க' என்றோ சொன்னால் போதும், வந்தவர் கேட்கிற காரியத்தைச் செய்துகொடுத்துவிடுவார். கெட்ட வார்த்தையால் ஒரு ஆளைத் திட்டுகிறார் என்றால் அந்த ஆளுக்கு நிறைய நன்மை செய்திருக்கிறார் என்று அர்த்தம். அதனால், மாவட்டத்திலுள்ள கட்சிக்காரர்களும், மற்றவர்களும் ஆர்.கே.எஸ். திட்டுவதைப் பெரிதாக எடுத்துக்கொள்ள மாட்டார்கள். விஷயம் கட்சியின்

தலைமைக்கும் தெரியும். மாவட்டத்தில் மெஜாரிட்டி சாதிக்காரர் என்பதால் அவர்மீது இதுவரை தலைமை எந்த நடவடிக்கையும் எடுக்கவில்லை. ‘‘நீங்க மந்திரியானதிலிருந்து ஒங்க பேச்சத்தான் இத்தினி வருஷமா கேட்டுக்கிட்டிருக்கம். கட்சி வேறயா இருந் தாலும் ஒங்க பேச்ச என்னிக்கி மீறி இருக்கம்?’’ என்று சுரேஷ் சத்தமாகச் சொன்னதும் ஆர்.கே.எஸ்.ஸுக்குக் கோபம் வந்து விட்டது.

‘‘எதுக்காகக் கத்துற? இதென்ன கல்யாண வீடா? அறிவு வேணாம்?’’ என்று ஆர்.கே.எஸ். கேட்டதும் சுரேஷும் அந்த இடத்திலிருந்த மொத்தக் கூட்டமும் அமைதியாகிவிட்டனர்.

பொதுவாக ஆர்.கே.எஸ். அமைச்சராக இருந்தபோதும், எம்.எல்.ஏ.வாக இருந்தபோதும் கட்சிக்காரர்களும் சரி, மற்றவர் களும் சரி, யாரும் நெருங்கி நின்று அவரிடம் பேச முடியாது. இரண்டு, மூன்றடி தூரம் தள்ளி நின்றுகொண்டுதான், அதுவும் வாயை மூடியபடிதான் பேச வேண்டும். அதுவும் சத்தமாகப் பேச முடியாது. மீறிப் பேசிவிட்டால் அவருடைய வாயிலிருந்து கெட்ட வார்த்தைதான் வரும். அதற்குப் பயந்துகொண்டே பல பேர் ஏழெட்டு அடி தூரம் தள்ளி நின்றுகொண்டுதான் பேசுவார்கள். கூட்டம் குறைவாக இருக்கிறது, அவராகத்தான் கூப்பிட்டிருக்கி றார் என்ற முறையில், அதுவும் வேறு கட்சியில் இருப்பதாலும் ஒரே சாதிக்காரன் என்பதாலும்தான் ஆர்.கே.எஸ்.ஸின் முன்னால் சுரேஷ் நின்று தைரியமாகப் பேசினான். இல்லையென்றால் அவ னும் பேசியிருக்க மாட்டான்.

டியூப்லைட் வெளிச்சத்தால் டியூப்லைட்டைச் சுற்றிப் பறந்த சிறு வண்டுகளில் ஒன்று தன்மேல் வந்து உட்கார்ந்ததைப் பார்த்த ஆர்.கே.எஸ். வண்டைத் தட்டிவிட்டுக் கூட்டத்தைப் பார்த்து, ‘‘தொகுதி நிலவரம் எப்பிடி இருக்கு?’’ என்று கேட்டார்.

‘‘ஒங்களுக்கு என்னண்ணே, கொறஞ்சது முப்பதிலிருந்து நாப்பதாயிரம் ஓட்டு வித்தியாசத்தில ஜெயிக்கப்போறீங்க. மூணா வது முறையாக மந்திரியா ஆவப்போறீங்கண்ணே’’ என்று மூன் றாவது வரிசையில் உட்கார்ந்திருந்த வீரத் தமிழன் ரசிகர் மன்றத்

தலைவர் கோபி சொன்னார். கோபியின் முகத்திலடிப்பதுபோல் ''என்னோட தொகுதியப் பத்தி கேக்கல. ஒங்க தொகுதியப் பத்திக் கேட்டன்'' என்று சொன்னதும் கோபியின் முகம் தொங்கிப் போயிற்று. ஆனாலும், சமாளித்துக்கொண்டு ''எங்க தொகுதியி லயும் ஒங்க கட்சிதாண்ணே ஜெயிக்கும். அண்ணனுக்காகக் கடு மையா உழச்சி ஜெயிக்க வைக்கிறம்ண்ணே'' என்று சொன்னதும், முன்பைவிட இப்போதுதான் கோபியைக் கூடுதலாக முறைத்துப் பார்த்தார் ஆர்.கே.எஸ். எதற்காக முறைத்துப் பார்க்கிறார் என்று தெரியாமல் குழம்பிப்போன கோபி, கையைக் கட்டாமல் நிற் பதற்காகக் கோபித்துக்கொண்டாரோ என்ற சந்தேகத்தில் கைக ளைக் கட்டிக்கொண்டான்.

ஆர்.கே.எஸ்.ஸை சந்தோஷப்படுத்த வேண்டும் என்று நினைத்த நான்காவது வரிசையில் உட்கார்ந்திருந்த ஒன்றியச் செயலாளர் திராவிடமணி எழுந்து, ''எங்க தொகுதிய ஜெயிக்க வச்சி காட்டு றம்ண்ணே'' என்று சொன்னதும் ஆர்.கே.எஸ்.ஸின் முகம் முற்றிலு மாக மாறிவிட்டது ''கடுமையா உழச்சி ஜெயிக்க வைக்கப் போறியா?'' என்று கேட்டார்.

திராவிடமணிக்குக் குழப்பமாகிவிட்டது. 'தவறாகத் தான் எது வும் சொல்லவில்லை. பின் எதற்காகக் கோபப்படுகிறார்' என்று யோசித்த திராவிடமணி எதுவும் பேசாமல் நின்றுகொண்டிருந் தார். 'உட்கார்' என்று ஆர்.கே.எஸ். சொல்லாமல் உட்கார்ந்தால் தவறாகிவிடுமே என்பதால் நின்றுகொண்டிருந்தார்.

கோபியையும் திராவிடமணியையும் அலட்சியமாகப் பார்த்து விட்டு, கூட்டத்தைப் பார்த்து ''எதுக்காக ஒங்களயெல்லாம் வரச் சொல்லியிருக்கன் தெரியுமா?'' என்று கேட்டார்.

'தெரியும்' என்று சொன்னால் 'உனக்கெப்படித் தெரியும்?' என்று கேட்பார். 'தெரியாது' என்று சொன்னால் 'தெரியாத துக்கு எதுக்கு வந்து உட்கார்ந்திருக்கீங்க?' என்று கேட்டுச் சத்தம் போடுவார் என்பதால் உட்கார்ந்திருந்த மொத்தப் பேரும் வாயை மூடிக்கொண்டு உட்கார்ந்திருந்தனர்.

தேர்தல் நேரத்தில் தன்னுடைய தொகுதியைச் சார்ந்த ஆட்களை வரச் சொல்லாமல் எதற்காகக் கடம்பூர் தொகுதி ஆட்களை மட்டும் வரச் சொல்லியிருக்கிறார், அதிலும் பொறுக்கியெடுத்த மாதிரி சில பேரை மட்டும் எதற்காகக் காட்டிலுள்ள வீட்டுக்கு ரகசியமாக இரவு பத்து மணிக்கு வரச் சொல்லியிருக்கிறார் என்ற சந்தேகம் எல்லோருக்கும் இருந்தது. முருகனிடம் கேட்டதற்கு, ''அமைச்சர் வரச் சொன்னாரு. வந்திடுங்க. என்ன விஷயம்னு எனக்குத் தெரியாது'' என்று ஒரே வார்த்தையாகச் சொல்லிவிட்டான். வந்திருந்தவர்களில் ஒரு ஆளுக்குக்கூட ஆர்.கே.எஸ். எதற்காகத் தன்னை வரச் சொன்னார் என்பது தெரியாது. காரணம் கேட்டால் திட்டுவார் என்பது எல்லோருக்கும் தெரியும். அதனால், சுயஉதவிக் குழுவைச் சேர்ந்த பெண்களும் அந்த இடத்திலிருந்த ஆண்களும் வாயே இல்லாததுபோல் உட்கார்ந்திருந்தனர்.

கோபியும் திராவிடமணியும் நின்றுகொண்டிருப்பதைப் பார்த்தார். பார்த்தாலும் அவர்களைப் பார்க்காதது போல் கூட்டத்தைப் பார்த்துக் கேட்டார், ''நான் ரெண்டு முறை மந்திரியா இருந்தப்ப நீங்க கேட்டதெல்லாம் செஞ்சனா இல்லியா?''

''செஞ்சிங்கண்ணே. கேட்டும் செஞ்சீங்க. கேக்காமியும் செஞ்சீங்கண்ணே'' என்று சொல்லிக் கூட்டம் கத்தியது. உடனே வாயில் விரலை வைத்து, கத்தக் கூடாது என்பதுபோல் ஆர்.கே.எஸ். காட்டியதும் கூட்டத்தில் அமைதி ஏற்பட்டது.

''நீங்க மட்டும் மந்திரியா வரலன்னா நம்பாளுங்க இந்த மாவட்டத்தில தல தூக்கியிருக்க முடியாதிண்ணே. நாங்க நம்ப சாதிக் கட்சியில இருந்தாலும் ஒருநாளும் எங்கள நீங்க ஒதுக்கி வச்சதில்ல. காரியம் செஞ்சித்தராம இருந்ததில்ல. நாங்க எங்க கட்சிக்குக் கட்டுப்பட்டதவிட ஒங்களுக்குத்தாண்ணே அதிகம் கட்டுப்பட்டிருக்கம்'' என்று சுரேஷ் சொன்னதும் 'தெரியும்' என்பதுபோல் தலையை மட்டுமே ஆட்டினார் ஆர்.கே.எஸ்.

அமைச்சரைப் புகழ்ந்து பேசி சுரேஷ் மட்டும் நல்ல பெயர் வாங்கிவிடுவான் என்று கவலைப்பட்ட திராவிடமணி, ''நாங்க என்னா செய்யணும்னு அமைச்சர் சொன்னா போதும். நீங்க

நெனைக்கிறத வாயாலகூடச் சொல்ல வாண்டாம். கையாலகூடக் காட்ட வேண்டாம். கண்ணால ஜாடை காட்டினாலே போதும். செஞ்சிடுவம்ண்ணே'' என்று எவ்வளவு பணிவாகச் சொல்ல முடியுமோ, அவ்வளவு பணிவாகச் சொன்னார்.

'உட்கார்' என்பதுபோல் ஆர்.கே.எஸ். கையைக் காட்டினார். மறுபேச்சு இல்லை. திராவிடமணி தரையில் உட்கார்ந்துவிட்டார்.

''நாங்க ஒங்க விசுவாசிங்கண்ணே'' என்று சுரேஷ் சொன்னதைக் கேட்ட ஆர்.கே.எஸ். ''விசுவாசத்தக் காரியத்தில காட்டு, வாயால காட்டாத'' என்று சொல்லிவிட்டு, 'உட்கார்' என்பது போல் கையை ஆட்டியதும் சுரேஷ் தரையில் உட்கார்ந்துகொண்டான்.

''நான் மந்திரியா ஆவணுமா? வேணாமா?''

''என்னண்ணே வந்ததிலிருந்து இதே வார்த்தயக் கேக்குறீங்க? நீங்க மந்திரி ஆவாம வேற எந்த நாயிண்ணே ஆவும்?'' என்று உணர்ச்சி வசப்பட்ட நிலையில் கூட்டத்தினர் ஒரே குரலாகக் கேட்டனர்.

''நீங்க எல்லாரும் நான் மந்திரியாவணும்னு நெனைக்கிறீங்களா?''

''ஆமாண்ணே'' என்று சற்றுச் சத்தமாகவே சொன்னார்கள்.

மகளிர் சுயஉதவிக் குழுவைச் சேர்ந்த மஞ்சுளா எழுந்து நின்று ரொம்பவும் மரியாதையாகக் கும்பிட்டுவிட்டு ''உயிரோட இருக்கிறவர நீங்கதாங்க இந்த மாவட்டத்துக்கு மந்திரி'' என்று சொன்னாள்.

மஞ்சுளாவைப் பார்த்து ஆர்.கே.எஸ். சிரிக்க மட்டுமே செய்தார். அவர் எதுவும் சொல்லாததால் மஞ்சுளா தானாகவே உட்கார்ந்துகொண்டாள்.

கூட்டம் அமைதியாக இருந்ததைப் பார்த்த ஆர்.கே.எஸ். எச்சரிக்கை செய்வதுபோல் குரலைக் கடுமையாக்கிக்கொண்டு, ''நான் சொல்றத செய்ய மாட்டன்னு சொல்ற பயலுவோ இனிமே எம் முகத்தில முழிக்கக் கூடாது'' என்று கறாராகச் சொன்னதைக்

கேட்டதும் கூட்டத்திலிருந்தவர்களுக்குக் குழப்பம் உண்டாயிற்று. எதற்காகப் பீடிகை போட்டுப் பேசுகிறார், சிக்கலான விஷயம் எதையும் சொல்லப்போகிறாரோ என்று யோசித்தனர். என்ன விஷயம் என்று கேட்க முடியாது. கேட்டால் கோபப்படுவார் என்பது எல்லோருக்கும் தெரியும். அதனால், கூட்டத்திலிருந்த ஒரு ஆள்கூட 'என்ன விஷயம்?' என்று கேட்கவில்லை.

ஆர்.கே.எஸ். நிதானமாகக் கூட்டத்தினரைப் பார்த்தாலும், எதுவும் பேசாமல் சற்று நேரம் இருந்தார். எப்படிச் சொல்வது என்று தயங்குவதுபோல் உட்கார்ந்திருந்தார். கடைசியாக ஒரு தீர்மானத்துக்கு வந்ததுபோல் ''நான் மந்திரி ஆவணுமின்னா ஒங்க கடம்பூர் தொகுதியில நம்ப கட்சி ஜெயிக்கக் கூடாது'' என்று சொன்னதும், என்ன சொல்கிறார், எதற்காகச் சொல்கிறார் என்று புரிந்துகொள்ளவே கூட்டத்தினருக்குச் சிறிது நேரம் ஆயிற்று. பலருக்குக் குழப்பம் உண்டாயிற்று. உண்மையைத்தான் சொல்கிறாரா, இல்லை தங்களைச் சோதித்துப்பார்ப்பதற்காகச் சொல்கிறாரா என்று ஒரு சிலருக்குச் சந்தேகம் உண்டாயிற்று. 'சொன்னதத் திரும்பச் சொல்லுங்க' என்று கேட்கலாமா என்று ஒன்றிரண்டு பேருக்குத் தோன்றியது. கேட்டால் கோபப்படுவார், சத்தம்போடுவார் என்பதால் எதுவும் கேட்காமல், பேசாமல் உட்கார்ந்திருந்தனர். கூட்டத்தினரின் அமைதியைக் கவனமாகப் பார்த்த ஆர்.கே.எஸ். பக்குவமான குரலில், ''அவன் கட்சியில சீனியர். மூணு முறயா தோத்துட்டான். இந்த முற ஜெயிச்சா அவனுக்கு மந்திரி பதவி கெடச்சாலும் கெடைக்கலாம். அவன் ஜெயிச்சி, மந்திரியாயிட்டா நம்ப மாவட்டத்துக்கு ரெண்டு மந்திரியாயிடும்'' என்று சொல்லிவிட்டுப் பேச்சை நிறுத்திக் கொண்டார்.

உட்கார்ந்திருந்தவர்களுக்கு ஆர்.கே.எஸ். என்ன சொல்கிறார் என்பது இப்போது புரிந்துவிட்டது.

''இந்த மாவட்டத்தில நானும் மந்திரி, அவனும் மந்திரியா இருக்கிறதா? அவன் சைரன் வச்ச காருல போறதா?'' என்று ஆர்.கே.எஸ். கேட்டதும் மொத்தப் பேரும் அவ்வளவு வன்மத்தோடு கத்தினார்கள், ''கூடாதுண்ணே.''

''அவன் மந்திரி ஆவ மாட்டான். அது எனக்குத் தெரியும். மூணு முற தோத்துப்போயிட்டான். சாதியில மட்டம். அதனால இந்த முற ஜெயிச்சிட்டா, மூணு முற தோத்த பயன்னு மனமிறங்கி தலவரு எதயாச்சும் மந்திரின்னு கொடுத்திட்டா என்னா பண்றது?'' என்று கேட்டு முடிவை நீங்களே எடுங்கள் என்பது போல் அவர்களைப் பார்த்தார்.

''இந்த மாவட்டத்துக்கு நீங்கதாண்ணே நிரந்தர மந்திரி. வேற எந்தப் பயலும் வர முடியாது. நீங்க கவலப்படாதீங்க. நாங்க பூத்திலியே விஷயத்தப் பாத்துக்கிறம்'' என்று ஏழாவது வரிசையில் உட்கார்ந்திருந்த கட்டடத் தொழிலாளர் சங்க மாவட்டத் தலைவர் குமரேசன் சொன்னார். அப்போது வேகமாக எழுந்த திராவிடமணி ''அம்பது வருஷமா இந்த மாவட்டத்தில நம்பாளுங்க மட்டும்தான் மந்திரி ஆகியிருக்காங்க. எந்தக் கட்சி ஆட்சிக்கு வந்தாலும் இந்த மாவட்டத்தப் பொறுத்தவர நம்பாளுங்கள தவுத்து வேற யாரயும் மந்திரியா போட முடியாது. போட்டதுமில்ல. அதனால நீங்கதாண்ணே மந்திரி, இது சத்தியம்'' என்று சொல்லித் தன்னுடைய தலையில் தானே கையை வைத்துச் சத்தியம் செய்தார். அப்போது எழுந்த சுரேஷ், ''நீங்க பேர்ல மட்டுமில்லண்ணே. நம்ப எனத்துக்கே நீங்கதாண்ணே செல்வம்'' என்று சொன்னதும் உட்கார்ந்திருந்த எல்லோருமே கைதட்டினார்கள். கைதட்டல் நின்றதும் சுரேஷ் உட்கார்ந்துகொண்டான்.

''நான் சொன்ன விஷயம் புரிஞ்சிதா?'' என்று ஆர்.கே.எஸ். பொதுவாகக் கேட்டார்.

''புரிஞ்சிதண்ணே. இனி நீங்க ஒண்ணும் சொல்ல வேண்டாம். எல்லாத்தயும் நாங்க பாத்துக்கிறம்'' என்று கூட்டத்தினர் ஒரே குரலாகச் சொன்னார்கள். ஐந்தாவது வரிசையில் இரண்டாவதாக உட்கார்ந்திருந்த ராஜேந்திரன் எழுந்து, ''இத நீங்க போன்ல சொல்லியிருந்தாலே செஞ்சியிருப்பம். இதுக்காக நீங்க எலக்ஷன் வேலயப் போட்டுட்டு அலயணுமா?'' என்று அக்கறையுடன் கேட்டான். பிறகு, உரத்த குரலில் ''எங்க மந்திரிய மீறி எந்தப் பயலும் இந்த மாவட்டத்தில தல தூக்க முடியாது. மீறித் தூக்குனா தல

இருக்காது'' என்று சொன்னதும் கூட்டத்தில் கைதட்டல் எழுந்தது. ''போதும், ஒக்காரு'' என்பதுபோல் ஆர்.கே.எஸ். கையைக் காட்டியதும் ராஜேந்திரன் உட்கார்ந்தான்.

நடுநாட்டு மக்கள் கட்சியின் மாவட்டச் செயலாளர் ஆனந்தன் எழுந்ததும் ''மேட பேச்சுப் பேசப்போறியா?'' என்று கேட்டு ஆர்.கே.எஸ். சிரித்ததும், சொல்ல வந்ததை மறந்துபோய் நின்று கொண்டிருந்தார் ஆனந்தன்.

''ஒம் பொண்டாட்டிக்கி நான்தான் சத்துணவு டீச்சர் வேல வாங்கிக்கொடுத்தன். ஞாபகம் இருக்கா?'' என்று ஆர்.கே.எஸ். கேட்டதும் பதறிப்போன ஆனந்தன், ''என்னண்ணே அப்பிடிக் கேட்டுட்டீங்க? ஒங்க கட்சி ஒன்றியச் செயலாளர் பொண்டாட்டிக்கிப் போட்ட ஆர்டர மாத்தி ஒத்த பைசா வாங்காம எம் பொண்டாட்டிக்கிக் கொடுத்தீங்க. அத என்னிக்கும் நாங்க மறக்க மாட்டம்'' என்று உணர்ச்சிப் பெருக்கோடு சொன்னார் ஆனந்தன்.

''நான் மந்திரியா இருந்தப்ப செஞ்ச காரியத்துக்காகச் செய்ய வேண்டாம். சாதிக்காரன் சொல்றன். அதுக்காகச் செய்ங்க'' என்று ஆர்.கே.எஸ். சொன்னதும் கூட்டத்தில் லேசாக சலசலப்பு உண்டாயிற்று.

ஐந்தாவது வரிசையில் முதல் ஆளாக உட்கார்ந்திருந்த ஏழுமலை எழுந்து பவ்வியமாக, ''அமைச்சர் இவ்வளவு பேச வேண்டியதில்ல. விஷயத்தச் சொல்லிட்டிங்க. காரியத்த முடிக்கிறம். நம்புலன்னா சத்தியம் செய்றம்'' என்று சொன்னதோடு நிற்காமல் தோளில் கிடந்த துண்டை எடுத்துத் தரையில் போட்டுத் தாண்டினார். உடனே உட்கார்ந்திருந்தவர்களில் ஒரு சிலர் எழுந்து சத்தியம் செய்ய ஆரம்பித்தனர். பெண்களில் இரண்டு மூன்று பேர் சத்தியம் செய்வதற்காக எழுந்தனர்.

''எல்லாரும் ஒக்காருங்க. ஒங்களயெல்லாம் நம்பாமியா வரச் சொன்னன்?'' என்று ஆர்.கே.எஸ். கேட்ட பிறகுதான் சத்தியம் செய்வதும் நின்றது.

ஏழுமலையைப் பார்த்து, ''தண்ணி போட்டிருக்கியா?'' என்று ஆர்.கே.எஸ் கேட்டார்.

''இல்லீங்க.''

''அப்பறம் ஏன் வாய் நீளுது?'' என்று கேட்டதும் லேசாகச் சிரித்துக்கொண்டே ஏழுமலை உட்கார்ந்தார். அப்போது கூட்டத்தைப் பார்த்து ''நான் மந்திரியானா நீங்க மந்திரியான மாதிரி தான்'' என்று ஆர்.கே.எஸ். சொல்லி முடிப்பதற்குள்ளாகவே கூட்டத்திலிருந்த பல பேர் ஒரே நேரத்தில் ''இன்னிக்கி ராத்திரிக்கே போய்த் தொகுதில இருக்கிற நம்பாளுங்கக்கிட்டப் பேசி முடிச்சிடுறோம்'' என்று சொன்னார்கள்.

''தொகுதில இருக்குற மொத்த சுயஉதவிக் குழு பொம்பளங்களோட நான் பேசி முடிக்கிறங்க'' என்று மஞ்சுளா சற்றுச் சத்தமாகவே சொன்னாள்.

''நான் சொன்னத செய்யுறது உதவியில்ல. வெளியில சொல்லாம இருக்கிறதுதான் பெரிய உதவி.''

''பெரிய வார்த்தயெல்லாம் சொல்லாதீங்க'' என்று கூட்டம் கத்தியது.

''இந்த ரெண்டாயிரத்துப் பதினாறு தேர்தல்ல அவன் ஜெயிச்சிட்டா நம்பளுக்குப் பெரிய எதிரியா ஆயிடுவான். அப்புறம் அவன ஒழிக்கிறது லேசில்ல.''

''அவன் மந்திரியா ஆவக் கூடாதிண்ணே'' கூட்டம் கத்தியது.

''நீங்க நம்பாளுங்களுக்குச் செஞ்சது இந்த ஒலகத்துக்கே தெரியும்ண்ணே. ஓங்க ஒடம்புல ஓடுற அதே சாதி ரத்தம்தான் எங்க ஒடம்புலயும் ஓடுது. இங்க ஒம்போது கட்சிக்காரங்க வந்திருக்கம். எதுக்காக? அமைச்சரு வரச் சொன்னாருன்னு சொன்ன ஒரு வார்த்தைக்காக. அமைச்சர் எது நடக்கணும்னு விரும்புறாரோ அது நடக்கும். அத நாங்க நடத்திக்காட்டுறம்'' என்று நான்காவது வரிசையில் உட்கார்ந்திருந்த கண்ணதாசன் சொன்னதும் கூட்டத்தில் பலத்த கைதட்டல் எழுந்தது. தான் சொல்ல வேண்டிய விஷயத்தைச் சொல்லி முடித்துவிட்ட திருப்தியில் கண்ணதாசன் உட்கார்ந்தார்.

‘‘தலமைக்குத் தெரிஞ்சா என்னெக் கட்டம் கட்டிடுவானுங்க. பாத்துச் செய்ங்க’’ என்று நிதானமாகவும் பொறுமையாகவும் சொன்ன ஆர்.கே.எஸ். நாற்காலியை விட்டு எழுந்து நின்று கொண்டு, ‘‘நான் கிளம்பறன். என்னோட தொகுதி ஆளுங்க வீட்டுல வந்து காத்துக்கிட்டு இருக்காங்க. ஓட்டுப் போடுறதுக்கு இன்னம் நாலு நாள்தான் இருக்கு. ஓட்டு எண்ணுறதுக்கு ஆறு நாள் இருக்கு. ஆக மொத்தம் பத்து நாள்தான். அப்பறம் மந்திரி யாயிடுவன். யாருக்கு என்ன வேணுமோ, வாங்க செய்றன். சொன்னா செய்வன்னு ஒங்களுக்கெல்லாம் தெரியும்’’ என்று சொல்லிவிட்டுக் கூட்டத்தைப் பார்த்துக் கும்பிட்டார். உடனே தரையில் உட்கார்ந்திருந்த மொத்தக் கூட்டமும் எழுந்து நின்று கும்பிட்டது.

‘‘மத்த தொகுதி எப்பிடியோ. ஒங்க தொகுதியப் பொறுத்தவர எந்தக் கட்சியில இருந்தாலும் நம்பாளுங்க எல்லாரும் ஓட்டு மொத்தமா ஒங்களுக்குத்தாண்ணே போடுவாங்க. நாங்க தனியா நின்னாலும் ஒங்க தொகுதியில மட்டும் பேருக்குத்தாண்ணே பிரச்சாரம் செய்வம்’’ என்று சொன்ன சுரேஷ், ஆர்.கே.எஸ்.ஸின் பக்கத்தில் போய் நின்றுகொண்டு ரகசியம்போல, ‘‘நம்ப தலை வர்கிட்டயும் ஒரு வார்த்த போன்ல பேசிட்டிங்கின்னா நல்லா இருக்கும்ண்ணே’’ என்று பணிவாகச் சொன்னான்.

‘‘போன வாரமே பேசிட்டன். ஜெயிச்சி மந்திரியா வான்னு ஆசீர்வாதம் பண்ணிட்டாரு. முதல் ஆசீர்வாதமே ஒனக்குத் தான்னு சொல்லிட்டாரு’’ என்று சொன்ன ஆர்.கே.எஸ். சுரேஷை எச்சரிக்கை செய்வதுபோல் ‘‘தலைவரப் பொறுத்தவர எனக்குச் சரியாத்தான் இருக்காரு. நீங்க சரியா இருந்தா போதும்’’ என்று சொன்னார். பிறகு கூட்டத்தைப் பார்த்து, ‘‘மாவட்டத்தில நிக்குற மத்த ஏழு பேரும் புது ஆளுங்க. அவனுங்களால பிரச்சன வராது. வந்தா இவனால மட்டும்தான் வரும். பாத்துச் செய்ங்க’’ என்று சொல்லிவிட்டு மீண்டும் கூட்டத்தைப் பார்த்துக் கும்பிட்டார். இரண்டு மூன்றடி தூரம் வந்தவருக்கு என்ன தோன்றியதோ,

நின்று கூட்டத்தைப் பார்த்து ‘‘நான் கிளம்பறன். மத்தத விவரமா முருகன் சொல்வான். நான் போனதும் ஓங்க எல்லாரயும் பாப் பான்’’ என்று சொல்லிவிட்டு மாடியிலிருந்து கீழே இறங்க ஆரம் பித்தார். அவரோடு முருகன், தனபால், பத்து இருபது பேர் கொண்ட கூட்டம், எல்லாம் கீழே இறங்கியது.

ஆர்.கே.எஸ். கூப்பிடுவதாகச் சொல்லி தனபால் மாடிக்கு வந்து மஞ்சுளாவை அழைத்துக்கொண்டு போனான்.

மாடியிலிருந்த ஒவ்வொருவரும் முருகன் மேலே வருவதற் காகக் காத்திருக்காமல் கீழே இறங்க ஆரம்பித்தனர். கடைசி வரிசையில் உட்கார்ந்திருந்த முருகேசனும் ஆசைத்தம்பியும் கீழே இறங்குவதா, முருகன் மேலே வரும்வரை மாடியிலேயே இருப்பதா என்று தெரியாமல் குழப்பத்தில் நின்றுகொண்டிருந் தனர். ஆர்.கே.எஸ். போய்விட்டாரா என்று பார்த்துவிட்டு சிக ரெட் ஒன்றைப் பற்றவைத்தார் முருகேசன், ‘‘எனக்கொண்ணு கொடு’’ என்று கேட்டு சிகரெட்டைப் பற்ற வைத்த ஆசைத்தம்பி. ‘‘இப்பிடி வா’’ என்று சொல்லி மாடியின் மூலைக்குச் சென்றார். அவருடன் முருகேசனும் சென்றார்.

‘‘என்னப்பா அமைச்சர் இப்பிடி நெனைக்கிறாரு?’’ என்று ஆசைத்தம்பி கேட்டார். முருகேசன் சுற்றுமுற்றும் பார்த்தார். பக் கத்தில் ஆளில்லை என்பது தெரிந்ததும் ‘‘மெதுவா’’ என்று சொன் னார்.

‘‘கட்சிக்காரனே கட்சிக்காரனத் தோக்கடிக்கிற அதிசயம் நம்ப கட்சியில மட்டும்தான் நடக்கும்.’’

‘‘மெதுவாப் பேசு. யார் காதிலயாவது விழப்போவுது’’ என்று சொன்ன முருகேசன் குசுகுசுவென்று, ‘‘எனக்குத் தெரிஞ்சி இரு வத்தியெட்டு வருஷமா கட்சியில இருக்கான். இவரோட நிழ லாவே இருந்திருக்கான். அப்படிப்பட்டவன நாலாவது முறயும் தோக்கடிக்கிறது பாவமில்லியா?’’ என்று சொல்லிவிட்டுப் பக்கத் தில் யாராவது வருகிறார்களா என்று பார்த்தார். பிறகு சிகரெட் டைத் தரையில் போட்டுக் காலால் தேய்த்து அணைத்தார்.

மாடியிலிருந்த ஆட்கள் படிப்படியாகக் கீழே இறங்கிக்கொண் டிருப்பதைப் பார்த்துவிட்டு ''கீழ போவலாமா?'' என்று கேட் டார். அதற்குப் பதில் சொல்லாமல் ''இருபத்தியெட்டு வருஷமா மாவட்டச் செயலாளரு. ரெண்டு முற மந்திரி, ஒரு முற எம்.எல்.ஏ. மூணாவது முறயா மந்திரி ஆவப்போறாரு, அவரோட மனசு எப்பிடி இருக்கு, பாத்தியா?'' என்று ஆசைத்தம்பி கேட்டார்.

''முன்னால நிக்குறவன இடிச்சித் தள்ளிப்புட்டுப் பின்னால நிக்குறவன் முன்னால போயி நிக்குறதுதான் அரசியல். அவரு எடத் தில நீ இருந்தாலும் இதத்தான் செய்வ. நான் இருந்தாலும் இதத் தான் செய்வன்'' என்று ரகசியமான குரலில் சொன்னார் முரு கேசன்.

''மாவட்டச் செயலாளரே இப்பிடிச் செஞ்சா கட்சி எப்பிடி ஆட்சிக்கு வரும்?'' என்று கேட்டார் ஆசைத்தம்பி.

''வரும். நீ கொஞ்சம் பேசாம இரு. எந்த எடத்தில நின்னுக் கிட்டு என்னா பேசுற? தமிழ்நாடு முழுக்க மாவட்டச் செயலா ளரா இருக்கறவன், மந்திரியா இருந்தவன் எல்லாம் மாவட்டத் தில வேற எவனும் தலயத் தூக்கக் கூடாதுன்னு இப்பிடித்தான் செய்றாங்க'' என்று சொன்னார்.

''நம்ப கட்சியில மட்டும்தான் இப்படிச் செய்ய முடியும்.''

''எல்லாக் கட்சியிலியுந்தான் நடக்குது. நீ வாயக் கீய வெளிய வுடாத. கட்சியில கட்டம் கட்டிப்புடுவாரு'' என்று சொன்ன முரு கேசன். ''மாவட்டச் செயலாளரு. மந்திரியா இருந்தவரு. மந்தி ரியா ஆவப்போறவரு. நல்லது கெட்டது செஞ்சவரு. எல்லாத்துக் கும் மேல சாதிக்காரரு. நம்பாளுக்கு ஒண்ணுன்னா வுட்டுக் கொடுத்திட முடியுமா?'' என்று கேட்ட முருகேசன் கீழே இறங்கு வதற்குப் படியை நோக்கி நடக்க ஆரம்பித்தார்.

* * * * *

5

பிராது மனு

கொளஞ்சியப்பர் கோயிலுக்குள் வந்த தங்கமணி சீட்டுக் கட்டுகிற இடத்தைத் தேடினாள். சாமி கும்பிட்டுவிட்டு வந்த ஒரு ஆளிடம் கேட்டாள். அவன் சொன்ன மாதிரியே நடந்து சீட்டுக்கட்டுகிற இடத்துக்கு வந்தாள். ஒரு வன்னிமரத்தைச் சுற்றி ஆள் உயரத்துக்கு இருபது முப்பது சூலங்கள் ஊன்றப்பட்டிருந் தன. ஒவ்வொரு சூலத்திலும் ஐநூறு, ஆயிரம் சீட்டுகள் கட்டப் பட்டிருந்தன. சூலத்தில் இடமில்லாததால், கட்டப்பட்டிருந்த சீட்டுகளின் நூலிலேயே கொத்துக்கொத்தாகச் சீட்டுகள் கட்டப் பட்டிருந்ததைப் பார்த்து ஆச்சரியப்பட்டாள். தான் கொண்டுவந் திருந்த சீட்டை எந்தச் சூலத்தில் கட்டுவது என்று பார்த்தாள். குண்டூசி குத்துகிற அளவுக்குக்கூடக் காலியாக இடமில்லை. சூலத் தில் கட்டப்பட்டிருந்த சீட்டுகளைப் போல தன்னுடைய மடியில் வைத்திருந்த சீட்டை எடுத்துச் சுருட்டினாள். சுருட்டிய சீட்டை, சூலத்தில் கட்டுவதற்கு நூல் இல்லையே என்ற எண்ணம் அப் போதுதான் வந்தது. சுற்றுமுற்றும் பார்த்தாள். துண்டு நூல் என்று எதுவும் தரையில் கிடக்கவில்லை. அப்படியே மற்ற சீட்டுகளுக் கிடையே செருகிவிடலாமா என்று யோசித்தாள். காற்று அடித் தால் மறுநொடியே கீழே விழுந்துவிடும். சீட்டில் எழுதிய வேண்டு தல் காரியம் நடக்காது. ரோட்டுக்குப் போய் பஸ் நிற்கிற இடத் தில் இருக்கிற பெட்டிக்கடையில் கேட்டுப் பார்க்கலாம் என்று நினைத்துக்கொண்டு திரும்பியபோது பக்கத்திலிருந்த அறைக்குள் ஒரு ஆள் போனான். அவனிடம் "ரவ நூல் இருக்குங்களா?" என்று கேட்டாள்.

"எதுக்கு?"

"இந்தச் சீட்டக் கட்டறதுக்குங்க." கையில் சுருட்டிவைத் திருந்த சீட்டைக் காட்டினாள் தங்கமணி.

"ஊட்டுலயிருந்து எழுதி எடுத்தாந்தியா?"

"ஆமாங்க."

"ஒன்னோட சீட்டுச் செல்லாது" என்று கறாராகச் சொன்னான் சீட்டுக் கொடுப்பவன்.

"என்னாங்க சொல்றீங்க?" பரிதாபமாகக் கேட்டாள் தங்கமணி.

"நீ பாட்டுக்கும் எழுதிக்கிட்டு வந்து சீட்டக் கட்டிட்டுப் போற துக்கு நாங்க எதுக்கு இங்க ஆபிசு வச்சிக்கிட்டுக் குந்தியிருக்கம்?" அவன் இளக்காரமாகக் கேட்டான்.

"நீங்க சீட்டுத் தருவீங்களா?"

"ஆமாம்மா. பிராது மனுன்னு நாங்க ஒண்ணு கொடுப்பம். அதுலதான் நீ எழுதிக் கொண்டாந்து கட்டணும். அப்படி நீ கட்டு னாத்தான் ஒன் கோரிக்கய நிறவேத்த சாமிய நான் அனுப்புவன். இங்க கட்டியிருக்கிற சீட்டெல்லாம் அப்பிடித்தான் கட்டியிருக்கு" என்று சொல்லிக்கொண்டே போய் அறையிலிருந்த நாற்காலியில் உட்கார்ந்தான். தங்கமணிக்குக் குழப்பமாக இருந்தது. 'சீட்டுக் கட்டப் போ' என்று சொன்ன சரோஜாவும் ஊர்க்காரர்களும் இந்த விசயத்தைச் சொல்லவில்லையே என்று யோசித்தாள். சீட் டுக் கட்டுவதற்கு என்று கிளம்பியபோது நேராகச் சென்று பள்ளிக் கூடத்திலிருந்த ஆசிரியரிடம் சொல்லி ஒரு பேப்பரில் எழுதி வாங்கிக்கொண்டு வந்தாள். சீட்டை எழுதிக் கொடுத்த ஆசிரி யரும் ஒரு வார்த்தை விசயம் இப்படி என்று சொல்லவில்லை. கையில் சுருட்டி வைத்திருந்த பேப்பரைத் தூக்கிப் போட்டுவிட லாம்போலக் கோபம் வந்தது. அதே நேரத்தில், ஒரு பேப்பர் தானே, வாங்கி எழுதிக் கொடுத்துவிடலாம் என்று எண்ணிக் கொண்டு அறைக்குள் போனாள். நாற்காலியில் உட்கார்ந்திருந்த சீட்டுக் கொடுப்பவனிடம் "ஒரு சீட்டுக் கொடுங்க" என்று கேட் டாள்.

''பிராது மனு கட்டணுமா, படிப்பணம் கட்டணுமா?''

''சீட்டுத்தாங்க கட்டணும்.''

''சீட்டு இல்லம்மா. பிராது மனு. பிராது மனு கட்டணுமின்னா இருநூறு. படிப்பணம் கட்டணுமின்னா நூறு'' என்று சொல்லிவிட்டு, தங்கமணியையே ஏற இறங்கப் பார்த்தான். பிறகு மேசைமீது இருந்த மூன்று நான்கு நோட்டுகளை எடுத்து ஒன்றன் மீது ஒன்றாக அடுக்கி வைத்தான். மேசை டிராயரைத் திறந்து பேனாவை எடுத்து மேசைமீது வைத்தான். சாவியை எடுத்துப் பக்கத்திலிருந்த பீரோவைத் திறந்து லெட்டர் பேடு மாதிரி இருந்த ஒரு நோட்டையும், பில் புக் மாதிரி இருந்த ஒரு நோட்டையும் எடுத்து மேசைமீது வைத்துவிட்டு பீரோவைப் பூட்டினான். பிறகு தங்கமணியிடம் கேட்டான். ''என்னா ஊரு?''

''கழுதூருங்க.''

''இங்கிருந்து எம்மாம் தூரம்?''

'தொலைவான ஊரிலிருந்து வந்திருக்கிறேன்' என்று சொன்னால் உதவி செய்வான் என்ற நம்பிக்கையில் ஐந்து மைல் தூரத்தைக் கூட்டிச் சொன்னாள்.

''அப்பிடின்னா பிராது மனு பணத்தோட நூறு சேத்துக் கொடு.''

''மின்னாடி இருநூறு ரூவான்னுதான் சொன்னீங்க.'' தூரத்தைக் கூட்டிச் சொன்னது தவறாகப்போய்விட்டதே என்று நினைத்தாள்.

''இருநூறு ரூவா சாமிக்கு. நூறு ரூவா சாமியோட குதிரைக்கு.'' லேசாகச் சிரித்தான். சீட்டுக் கொடுப்பவன் சிரித்ததைப் பார்க்காமல், ''குதிரைக்கா பணம்?'' என்று தங்கமணி ஆச்சரியமாகக் கேட்டாள்.

''நீ சீட்டுல எழுதித்தர பிராது மனுவ என்னா ஏதுன்னு கேக்கறதுக்கு ஒன்னோட ஊட்டுக்குச் சாமி நடந்தா வரும்? குதிரயில தான வர முடியும்? குதிர சும்மா வருமா? கொள்ளும் புல்லும் தின்னாத்தான சாமியச் சொமந்துகிட்டு வரும்? சாமியா இருந்தா

லும் ஆசாமியா இருந்தாலும் பைசாதான் முக்கியம். புரியுதா?'' என்று கேட்டுவிட்டுச் சிரித்தான். என்ன சொல்வது என்று தெரியாமல் குழம்பிப்போய் நின்றுகொண்டிருந்த தங்கமணியைப் பார்த்து ''என்னம்மா பாக்குற? ஒங்க ஊருக்கு பஸ்காரன் எப்பிடி ஒன்னெ ஏத்திக்கிட்டுப் போறான்? கிலோமீட்டருக்கு இவ்வளவுன்னு ரேட்டு போட்டுத்தான ஏத்திக்கிட்டுப் போறான்? அந்த மாதிரிதான் இதுவும்'' என்று சொன்னான்.

''புத்தம் புது நக சார். எங்கண்ணன் மவன் கல்யாணத்துக்கு முறம செய்யுறதுக்காக முந்தாநாளு சாயங்காலம் இருந்த அரக்காணி நெலத்தயும் அடமானம் வச்சித்தான் நகய எடுத்தன். பத்தரமா பொட்டியில வச்சிப் பூட்டிட்டுத்தான் நேத்துக் காலயில வேலக்கிப் போனன். சாயங்காலம் வந்து பாக்குறன். பொட்டி தொறந்து கெடக்குது. நகயக் காணும். ரெண்டு பவுனும் போயிடிச்சி 'பத்தரமா வைக்காம எங்க போன? எம் பேச்சக் கேக்காம அடம்புடிச்சி நெலத்த அடமானம் வச்சியே'ன்னு கேட்டு நேத்து ராத்திரி பூராவும் எம் பிரிசன் அடிச்ச அடி இல்ல, ஒதச்ச ஒத இல்ல. 'இன்னிய பொழுதுக்குள்ளார நக வல்லன்னா ஒன்னெ உசுரோட வைக்க மாட்ட'ன்னு சொல்லிட்டுப் போயிட்டான் சாரு. கண்ணாலத்துக்கு இன்னம் மூணு நாளுதான் இருக்கு. 'நக காணாமப் போயிடிச்சி'ன்னு சொன்னா எங்கண்ணன் பொண்டாட்டி நம்ப மாட்டா. ஒரு வழியும் தெரியாம நிக்குறன். எங் கை வெறுங்கை சாமி'' என்று சொல்லிவிட்டு அழுதாள் தங்கமணி.

''அழுவாதம்மா. இனிமே நகயத் தேடுறது ஒன்னோட வேல இல்ல. கொளஞ்சியப்பரோட வேல. பிராது மனுவ மட்டும் எழுதி நீ கட்டு. மத்தத அவன் பாத்துக்குவான். எப்படிப்பட்ட திருடனாயிருந்தாலும் கொளஞ்சியப்பரோட கண்ணுலயிருந்து தப்ப முடியாது.''

சீட்டுக் கொடுப்பவனின் பேச்சு தங்கமணிக்கு லேசாக நம்பிக்கையை உண்டாக்கிற்று. சந்தேகத்தில் ''காரியம் பலிச்சிடுமா சாரு?'' என்று கேட்டாள்.

"நீ நெனச்ச காரியம் ஜெயமாவும். யார்கிட்ட வந்து நீ பிராது மனு கட்டியிருக்கிற? கொளஞ்சியப்பர். புரியுதா? வேட்டயில அவர அடிச்சிக்க இந்த ஜில்லாவில வேற ஆளில்ல தெரியுமா? போலீசுகிட்டப் போவாம எதுக்குச் சனங்க இங்க வர்றாங்க? எம்மாம் சீட்டுக் கட்டியிருக்குது, பாத்தில்ல? பணம் வாங்குறது எதுக்கு? சாமி விசயத்த மறந்திடாம இருக்கத்தான்."

"சாமி மறந்திடுமா சார்?" ஆச்சரியமாகக் கேட்டாள்.

சீட்டுக் கொடுப்பவனுக்குக் கோபம் வந்துவிட்ட மாதிரி தெரிந்தது. வேகமாகக் கேட்டான். "சாமி என்ன, ஒன்னெ மாதிரி ஊட்டுல சும்மாவா குந்தியிருக்கு? ஒன்னெ மாதிரி எம்மாம் பேரு பிராது மனு கட்டுறாங்க. அவுங்க காரியத்தயெல்லாம் முடிக்க வாணாமா? ஒவ்வொரு காரியமா முடிச்சிட்டு வரும்போது ஒண்ணு ரெண்டு தப்பிப்போயிடும். மனுசனுக்கு உள்ளதுதான சாமிக்கும்? அப்பிடித் தப்பிப்போறத ஞாபகப்படுத்தத்தான் படிப் பணம் கட்டுறது."

"சீட்டுப்பணம் வேற, படிப்பணம் வேறயா?"

"ஆமாம்மா. குறிப்பிட்ட நாளுக்குள்ளார ஒன்னோட கோரிக்க நெறவேறலன்னா நீ வந்து படிப்பணம் கட்டுனாத்தான் அடுத்து ஒங் காரியம் நடக்கும்." அதிகாரமாகச் சொன்னான்.

"ஒரு தவணையோட முடிஞ்சிடுங்களா? கல்யாணத்துக்கு இன்னம் மூணு நாளுதாங்க இருக்கு" என்று சொல்லும்போதே தங்கமணிக்கு அழுகை வந்துவிட்டது.

"பிராது மனு கட்டி பதினெட்டு நாளுக்குள்ளார ஒன்னோட காரியம் முடிஞ்சிடும். முடியலன்னா மறுநாளே வந்து படிப்பணம் கட்டணும். அப்பிடியும் முடியலன்னா ரெண்டாவது தவண படிப் பணம் கட்டணும். சீக்கிரம் மனுவ வாங்கி எழுதிக் கட்டு" என்று சொன்னான். அவனுடைய பேச்சும் நடவடிக்கையும் அவசரமாக இருப்பது மாதிரி இருந்தது.

"பதினெட்டு நாளு ஆவுங்களா?" உயிரற்ற குரலில் கேட்டாள் தங்கமணி.

“ஒரு கணக்குதாம்மா. சாமிக்கும் ஓய்வு வேண்டாமா? நம் பள மாதிரி சாமிக்கு ஒரு வேலயா? பதினெட்டு நாளயில முடிய லன்னா படிப்பணம் கட்டினாத்தான் காரியம் முடியும். இல் லன்னா முடியாது” என்று சீட்டுக் கொடுப்பவன் சொன்னதுமே தங்கமணிக்கு ‘பகீர்’ என்றிருந்தது. முடியாது என்று சொல்கி றானே என்று மனம் கலங்கிப்போனாள். கெஞ்சுவது மாதிரி கேட்டாள் “ஒரே தவணையில காரியம் ஜெயிக்காதா?”

“முடியும். முடியும். ரெண்டாவது தவணைக்கே போவாது. சொல்லும்போது அப்பிடித்தான் ஒரு பேச்சுக்குச் சொல்லுவம். அதுக்குள்ளாரவே காரியம் முடிஞ்சிடும். கவலப்படாத” என்று சொன்ன சீட்டுக் கொடுப்பவன் வாசல் பக்கம் பார்த்தான். ஒரு ஆணும் பெண்ணும் நேராக உள்ளே வந்து “சீட்டுக் கட்டணு மிங்க” என்று சொன்னார்கள்.

“இப்பத்தான் முதல் முறயா வர்றீங்களா?”

“ஆமாங்க” என்று அந்த ஆணும் பெண்ணும் ஒரே குரலாகச் சொன்னார்கள்.

“இருநூறு கொடுங்க. குதிரக்கான கட்டணத்தயும் கொடுங்க” என்று சொல்லிப் பணத்தை வாங்கினான். லெட்டர் பேடு மாதிரி இருந்த நோட்டில் அச்சிட்டு வைத்திருந்த ஒரு பேப்பரைக் கிழித் துக் கொடுத்தான். பில் புக்கை எடுத்து ரூபாய் பெற்றுக்கொண் டதற்கான ரசீதை எழுதிக் கையெழுத்துப் போட்டுக் கொடுத் தான். பிறகு அந்தப் பெண்ணிடம் “இதுல ஒங்க கோரிக்கய எழுதிடுங்க. அப்பறம் நேரா ஐயர்கிட்ட கொண்டு போயி கொடுங்க. அவுரு சாமி பாதத்தில வச்சிப் படச்சித் தருவாரு. அத எடுத்துக்கிட்டு இங்க வாங்க. நான் நூல வச்சி சுத்திக் கட்டித் தர்றன். அப்பறமா எடுத்துக்கிட்டுப் போயி சூலத்தில கட்டிடுங்க. காரியம் முடிஞ்சிடும்” என்று சொன்னான்.

“நீங்க இருப்பீங்கில்ல” என்று அந்தப் பெண் கேட்டாள்.

“இங்கதான் இருப்பன். போயிட்டு வாங்க” என்று குரலை உயர்த்திச் சொன்னான்.

''வர்றங்க'' என்று சொல்லிவிட்டு அந்த ஆணும் பெண்ணும் வெளியே போனார்கள். அப்போது தங்கமணியைப் பார்த்து சீட்டுக் கொடுப்பவன் கேட்டான் ''எதுக்கும்மா நின்னுகிட்டிருக்க? சீக்கிரம் மனுவ வாங்கிக்கிட்டுப் போயி எழுதிக் கொண்டா. லேட்டாவ லேட்டாவ ஒன்னோட நெம்பரு பின்னால தள்ளிப்போயிடும். சீனியாரிட்டி பிரகாரம்தான் சாமி வேல பாக்கும்'' என்று சொல்லிவிட்டு மேசை டிராயரிலிருந்த ஒரு டப்பாவை எடுத்து அதிலிருந்த பணத்தை எண்ண ஆரம்பித்தான்.

''லேட்டாவுங்களா?'' என்று கேட்கும்போதே தங்கமணியின் கண்கள் கலங்கிவிட்டன.

''எங்கிட்ட சீட்டு வாங்குறபடிதான் நான் நம்பரப் போட்டு சாமிகிட்ட அனுப்புவன். நான் அனுப்புற வரிசப்படிதான் சாமி போயி காரியத்த முடிச்சிட்டு வரும்'' என்று சொன்னாலும் அவனுடைய கவனமெல்லாம் பணத்தை எண்ணுவதில்தான் இருந்தது.

''என் சீட்ட மின்னாடி அனுப்ப முடியாதுங்களா?''

சீட்டுக் கொடுப்பவன் லேசாகச் சிரித்தான். ''இது கவர்மண்டு நிர்வாகம். எல்லாம் சட்டப்படிதான் நடக்கும். சாமியும் சட்டப்படிதான் நடக்கும். சாமியென்ன ஒனக்குச் சொந்தமா, இல்ல ஒன்னோட சாதியா? சாமிக்கும் ஒரு சட்டம் திட்டம் இருக்கு. தனக்குன்னு உண்டான சட்டத்த சாமி ஒருநாளும் மீறாது. அதெல்லாம் அப்பறமா பேசிக்கலாம். முதல்ல நீ மனுவ எழுதிக் கொண்டா, மத்தத அப்பறம் பாத்துக்கலாம்'' என்று முறைப்பது மாதிரி சொன்னான். உடனே தங்கமணி பணத்தை எடுத்துக் கொடுத்தாள். பணத்தை வாங்கிக்கொண்டு லெட்டர் பேடு மாதிரி இருந்த நோட்டிலிருந்து ஒரு பேப்பரைக் கிழித்துக் கொடுத்து, ''இதுல ஒன்னோட கோரிக்கய எழுதிக் கொண்டா. விசியத்த ஒரு வார்த்தயில ரெண்டு வார்த்தயில எழுது, வள வளன்னு எழுதினா சாமிக்குப் படிக்கிறதுக்கு நேரம் இருக்காது. எழுதினதும் நேராப் போயி ஐயர்கிட்ட கொடு. அவர் மனுவ சாமி பாதத்தில வச்சிப் படச்சித் தருவாரு. அத எடுத்துக்கிட்டு நேரா

இங்க வா. மத்தத நான் பாத்துக்கறன்'' என்று சொல்லிவிட்டுப் பணம் வாங்கியதற்கான ரசீது கொடுத்தான்.

''எனக்கு எழுதத் தெரியாதுங்க, செத்த நீங்களே எழுதிடுங்க'' என்று தங்கமணி கேட்டதும், ''இது ஒனக்கும் சாமிக்குமுண்டான ரகசியம். இதுல பிறத்தியாள் தலயிடக் கூடாது, அதிலயும் நான் கவர்மண்டு எம்பிளாயி. சுத்தமா நான் தலயிடக் கூடாது, வேணு மின்னா வெளியில போய் முகமறியாத ஆளாப் பார்த்து எழுதிக் கிட்டு வா'' என்று கறாராகச் சொல்லிவிட்டான். ஒன்றும் செய்ய முடியாமல் தங்கமணி அறையை விட்டு வெளியே வரும்போது ஒரு இளம் பெண்ணும் ஒரு கிழவியும் பிராது மனு வாங்குவதற் காக அலுவலக அறைக்குள் போனார்கள்.

பிராது மனுவை எழுதித் தருவதற்கான ஆளைத் தேட ஆரம் பித்தாள் தங்கமணி. சாமி கும்பிட்டுவிட்டு வெளியே வருகிற ஆட்களையும், சாமி கும்பிடுவதற்குப் போகும் ஆட்களையும் பார்த்தாள். யாரிடம் கேட்பது என்று தயக்கமாக இருந்தது. ஆனாலும், சாமி கும்பிட்டுவிட்டுத் தனியாக வந்த ஒரு ஆளிடம் விசயத்தைச் சொன்னாள். ''பேனா இல்லம்மா'' என்று ஒரே வார்த்தையில் சொல்லிவிட்டு அந்த ஆள் போய்விட்டான். அடுத்து, சட்டைப் பையில் பேனா உள்ள ஆளாகப் பார்க்க ஆரம் பித்தாள். ஆட்கள் உள்ளே வந்துகொண்டும், வெளியே போய்க் கொண்டும்தான் இருந்தனர். யாருடைய பையிலும் பேனா இல்லை. பலரிடம் கேட்டுப்பார்த்தாள். எல்லோருமே 'பேனா இல்ல' என்ற வார்த்தையைத்தான் சொன்னார்கள். பேண்ட், சட்டை, வாட்ச், மோதிரம், கழுத்தில் செயின், கை செயின் போட்டிருந்தவர்களிடம்கூடப் பேனா இல்லை. ஆண்களிடமே பேனா இல்லை. பெண்களிடம் எப்படிப் பேனா இருக்கும் என்ற சந்தேகத்தில் தங்கமணி பெண்களிடம் பிராது மனுவை எழுதித் தரும்படி கேட்கவே இல்லை. குண்டாக இருந்த ஒரு ஆளிடம் போய் ''செத்த இந்த சீட்ட எழுதித்தாங்க'' என்று கேட்டாள். சீட்டை வாங்கிப் படித்துப் பார்த்த அந்த ஆள் ''இதெ மத்தவங்க எழுதக் கூடாதும்மா'' என்று சொல்லி சீட்டைக் கொடுத்து

விட்டு விறுவிறுவென்று நடக்க ஆரம்பித்தான். அப்போது உண்மையாகவே தங்கமணிக்கு வாய்விட்டு அழ வேண்டும் என்ற ஆத்திரம் உண்டாயிற்று. ஆனாலும், அடுத்தடுத்த ஆள் என்று தேட ஆரம்பித்தாள். கோயிலின் மதில் சுவரை ஒட்டி உட்கார்ந்திருந்தவனைப் பார்த்தாள். அவனிடம் பேனாவும் இருந்தது. அந்த ஆளை நோக்கிப் போய், பிராது மனுவைக் காட்டி "இதெ செத்த எழுதித் தர்றீங்களா?" என்று கேட்டாள். அந்த ஆள் வாயைத் திறக்கவில்லை. அதனால் "எனக்கு எழுதத் தெரியாதுங்க. தெரிஞ்சிருந்தா ஊருலயிருந்து ஒரு ஆள அழச்சியாந்திருப்பன். ஊர்ல போயி எழுதியாரலாமின்னாலும் நெம்பரு பின்னால போயிருமாம்" என்று சொன்னாள். மனுவை எழுதிக் கட்டிவிட்டால் நகை வந்துவிடும் என்று நம்பிக்கையோடு பேசினாள். தங்கமணி சொன்ன எதையும் காதில் வாங்காத அவன், 'அந்தப் பக்கம் போ' என்பதுபோல மேற்கில் கையை மட்டுமே காட்டினான். அப்போது அவளுக்கு ஏற்பட்ட எரிச்சலுக்கு அளவே இல்லை. விதியே என்று மேற்கில் நடக்க ஆரம்பித்தபோது சரோஜா மீது கோபம் உண்டாயிற்று.

சரோஜா பேச்சைக் கேட்டுக்கொண்டு வந்தது தவறோ என்று நினைத்தாள். நகை திருட்டுப்போனது தெரிந்ததிலிருந்து தங்கமணி அடித்துக்கொண்டு அழுததைத் தெருச் சனமே திரண்டு வந்து பார்த்தது. யார் யாரோ சமாதானம் செய்தார்கள். ஆறுதல் சொன்னார்கள். யாருடைய வார்த்தையும் அவளுடைய காதில் விழவில்லை. ஜோசியம் பார்க்கச் சொன்னார்கள். முட்டை ஓதிப் புதைக்கச் சொன்னார்கள். எதையுமே அவள் காதில் வாங்கிக் கொள்ளவில்லை. அழுவதையும் நிறுத்தவில்லை. அவளுடைய புருசன் வேலைக்குப் போய்விட்டு வந்து "என்ன நடந்தது, நக எப்பிடிக் காணாமப்போச்சி? ஊட்ட பூட்டிட்டுப் போனியா?" என்று ஆயிரம் கேள்விகள் கேட்டான். "ஆம்பள சொன்னா கேக்குறியா?" என்று கேட்டு மாட்டு அடி அடித்தான். அடி வாங்கியதுகூட அவளுக்கு வலிக்கவில்லை. நகை காணாமல் போனதுதான் பெரிய வலியாக இருந்தது. விடியவிடிய அழுதாள். நகை

கிடைக்க வேண்டும் என்று விடிந்ததுமே குளித்துவிட்டுப் போய் மாரியம்மன் கோயிலில் கற்பூரம் ஏற்றிக் கும்பிட்டுவிட்டு வந்த தங்கமணியிடம் ''இங்க எதுக்கு அழுதுகிட்டுக் கெடக்குற? நீ அடிச்சிக்கிட்டு அழுதுகிட்டுக் கெடக்குறதால திருடுபோன நக தானா ஊட்டுக்கு வந்திடுமா? அதுக்குண்டான வழிமுறய செஞ் சாத்தான வரும்? நான் சொல்றதக் கேளு. இப்பவே கிளம்பி நேரா கொளஞ்சியப்பர் கோயிலுக்குப் போயி ஒரு சீட்டக் கட்டு. நக தானா வந்திடும்'' என்று சொன்னாள் சரோஜா. அவள் சொன் னதை நம்பாத மாதிரி ''என்ன சொல்ற, சரோசா, நான் பொறந்த ஊர்ல எல்லாம் பொருளு திருட்டுப் போனா குறி சொல்றவன அழச்சியாந்து உடுக்க அடிக்க வச்சித்தான குறி கேப்பாங்க?'' என்று கேட்டாள். உடனே சரோஜா தன்னுடைய தம்பி வீட்டில் காணாமல் போன நகை, மூன்று நாள் கழித்துத் திரும்பி வந்து வீட் டுக்குப் பின்புறத்தில் கிடந்த கதையைச் சொன்னாள்.

''நக காணாம போன அன்னிக்கே போயி எந் தம்பி கொளஞ் சியப்பர் கோவுல்ல சீட்டக் கட்டிப்புட்டான். சீட்டுக் கட்டுன சேதிய வந்து ஊர் பூராவும் சொல்லிப்புட்டான். சீட்டுக் கட்டிப் புட்டு வந்த மூணாம் நாளு விடியக்காலயில ஊட்டுக்குப் பொறத் தால நக கெடந்து ஆப்புட்டுச்சி. கொளஞ்சியப்பர் சாமிக்குப் பயந்துகிட்டு நகய எடுத்தவங்க கொண்டாந்து தானாவே போட் டுட்டுப் போயிட்டாங்க. நகயக் கொண்டாந்து போடலன்னா கொளஞ்சியப்பர் கையக் கால முடமாக்கிடுவாரு, ஊருக்குச் சேதிக் குப் போவயில கார, லாரிய, பஸ்ஸ மோதவச்சி ஆள குளோஸ் பண்ணிடுவார்னு தெரிஞ்சிதான் நகயக் கொண்டாந்து போட்டுட் டாங்க. அந்த மாரி ஒன்னோட நகயயும் கொண்டாந்து போட்டுடு வாங்க. வெளியூர் திருடனா வந்து திருடிக்கிட்டுப் போயிட் டான்? உள்ளூர் ஆளுதான் திருடியிருக்கணும். நீ போயி சீட்டக் கட்டிட்டு வர்ற வழியப் பாரு.''

சரோஜா சொன்னதைச் சந்தேகப்பட்டது மாதிரி ''நீ சொல்றது நிஜமா?'' என்று கேட்டாள். ''பொய் சொல்றதால எனக்கு என்னா வரப்போவுது? நாலு மாசத்துக்கு மின்னாடி என் தம்பி ஊட்டுல

எட்டு பவுனு நக காணாமப் போனது நெசம். சீட்டுக் கட்டுன மூணாம் நாளே நக திரும்பி வந்து ஊட்டுக்குப் பொறத்தால கிடந்தது சத்தியம். இத நான் சும்மா சொல்லல. என்னோட மூணு புள்ள மேல சத்தியமா சொல்றன்'' என்று சொல்லி சத்தியம் செய்தாள். சரோஜா பொய் சொல்கிற ஆளில்லை. நல்ல மனசுக்காரி என்று தெருவில் அவளுக்குப் பெயர் இருந்தது. அவள் எதற்காக வந்து தன்னிடம் பொய் சொல்ல வேண்டும் என்று யோசித்தபடியே ''இந்த நேரம் பாத்து எம் புருசன் இல்லியே?'' என்று ஆதங்கப்பட்டாள்.

''இப்ப எதுக்கு ஒம் புருசனத் தேடுற?'' என்று கோபமாகக் கேட்டாள் சரோஜா.

''நகயத் திருட்டுக் கொடுத்ததும் இல்லாம ஊர் சுத்தப் போயிட்டியான்னு கேட்டு அடிக்குமே'' என்று சொல்லும்போதே தங்கமணிக்கு அழுகை வந்துவிட்டது.

''அது வர்றதுக்குள்ளார நீ போயிட்டு வந்திடலாம். கிளம்பி ஓடு.''

''கண்ணாலத்துக்கு இன்னம் மூணு நாளுதான இருக்கு. இந்த நேரத்தில என்னெக் கொல வாங்கிப்புட்டாங்களே. சாவுறவரைக்கும் பாடுபட்டாலும் ஒரே நேரத்தில என்னால ரெண்டு பவுன வாங்க முடியாதே. எம் பொருள எடுத்தவங்க நல்லா இருப்பாங்களா? நாதியத்துப்போவாங்களா?'' வாய்விட்டு அழுதாள்.

''சொன்னதயே சொல்லிக்கிட்டுக் கெடக்காத. இப்பவே போயி சீட்டக் கட்டிப்புட்டு வா. ரெண்டு நாளயில நக வருதா இல்லியான்னு பாரு'' என்று சத்தியம் மாதிரி அடித்துச் சொன்னாள் சரோஜா. அவளுடைய வார்த்தைகள் தங்கமணியின் நெஞ்சில் குளிர்ச்சியை உண்டாக்கின. தொடர்ந்து சரோஜா கட்டாயப் படுத்தவே நேற்று சாயங்காலத்திலிருந்து அழுத களைப்பு, புருசன் அடித்ததால் ஏற்பட்ட களைப்பு, நேற்று இரவு எதுவும் சாப்பிடாத தால் ஏற்பட்ட களைப்பு, நகை திருட்டுப்போனதால் ஏற்பட்ட பதைபதைப்பு என்று எல்லாமும் சேர்ந்து அவளைத் துவண்டுபோக

வைத்தாலும், நகை திரும்பக் கிடைத்துவிட்டால் போதும் என்ற ஆசையில் ‘‘நக கெடச்சிட்டா ஒனக்குக் கறியும் சோறும் ஆக்கிப்போடுறன்’’ என்று சொன்னாள்.

‘‘அதெல்லாம் அப்பறம் பாத்துக்கலாம். இப்ப நீ கெளம்பு’’ என்று சரோஜா சொன்னாள். சரோஜாவின் பேச்சைக் கேட்கக் கேட்கச் சீட்டுக் கட்டினால் போதும், நகை கிடைத்துவிடும் என்ற நம்பிக்கை ஏற்பட்டது. சரோஜாவிடம் ஐநூறு ரூபாய் கடன் வாங்கிக்கொண்டு பஸ்ஸைப் பிடித்து ஓடி வந்தாள். இப்படி அலைய வேண்டும் என்று தெரிந்திருந்தால் சாயங்காலம் வந்திருக்கலாம் என்று யோசித்தபடியே அங்கே இருந்த தேங்காய்க் கடைக்காரனிடம் வந்து பிராது மனுவைக் காட்டி எழுதித் தரும்படி கேட்டாள். அவன் சற்றுத் தள்ளி உட்கார்ந்திருந்த ஆளிடம் ‘‘யோவ், இந்த சீட்ட எழுதிக் கொடு’’ என்று சொன்னான். ‘‘அவுருகிட்ட போம்மா’’ என்று தேங்காய்க் கடைக்காரன் சொன்னான். தங்கமணி அந்த ஆளிடம் போனாள்.

‘‘ஒக்காரு’’ என்று அந்த ஆள் சொன்னான். தங்கமணியிடமிருந்த பிராது மனுவை வாங்கிப் படித்துப் பார்த்தான். சட்டைப்பையிலிருந்து பேனாவை எடுத்தான். பிராது மனுவைத் தொடையில் வைத்துக்கொண்டு ‘‘என்னா ஊரு?’’ என்று அவன் ஒரு கேள்விதான் கேட்டான். தங்கமணி தன்னுடைய மகளுக்கு மஞ்சள் நீராட்டு விழா வைத்தது, அதற்கு அவளுடைய அண்ணன் இரண்டு பவுன் செயின்போட்டது, மஞ்சள் நீராட்டு விழா முடிந்ததும், மஞ்சள் நீராட்டு விழாவுக்கு வாங்கிய கடனை அடைப்பதற்காக செயினை அடகு வைத்தது, வட்டி கூடிப்போனதால் நகையை மீட்க முடியாமல் போனது, இன்னும் மூன்று நாளில் அவனுடைய அண்ணன் மகனுக்குக் கல்யாணம் நடக்க இருப்பது, அண்ணனுடைய மகனுக்கு செயின் போட புருசன் பேச்சையும் மீறி, கட்டாயப்படுத்தி அரைக்காணி நிலத்தை அடமானம் வைத்து செயின் வாங்கியது, நகை திருட்டுப் போனது, அழுது புரண்டது, புருசன் அடித்தது, சீட்டுக்கட்ட வந்தது என்று எல்லாக் கதையையும் ஒரே மூச்சாக சொல்லி முடித்தாள். எல்லாக்

கதையையும் பொறுமையாகக் கேட்ட அந்த ஆள் நிதானமாகச் சொன்னான். ''நீ சொல்ற கதய எல்லாம் எழுத முடியாதும்மா. ஒரு வார்த்த, ரெண்டு வார்த்ததான் எழுதலாம். படிக்கிற புள்ளைங் களுக்குக் கோடிட்ட இடத்த நிரப்புகன்னு பரீட்ச வைக்கிற மாதிரிதான் பேப்பர அச்சடிச்சித் தந்திருக்கானுவ. அதனால நான் கேக்கறதுக்கு மட்டும் பதில் சொல்லு'' என்று அந்த ஆள் கறாராகச் சொன்னதும் தங்கமணியின் முகம் வாடிப்போயிற்று.

''என்னா ஊரு?''

''கழுதூருங்க.''

''புருசன் பேரு?''

''அண்ணாமல.''

''தெரு பேரு?''

''கிழக்குத் தெரு.''

''வட்டம், மாவட்டம் எல்லாம் நானே போட்டுக்கிறன்'' என்று சொல்லிவிட்டு எழுதினான். பிறகு தங்கமணியிடம் ''ஒன் னோட கோரிக்க என்னா?'' என்று கேட்டான்.

''திருட்டுப்போன நக திருப்பி ஊடு வந்து சேரணுங்க.''

''கையக் கால மடக்குறது, முடக்குறது?''

''அதெல்லாம் வாணாம் சாமி. எம் பொருளு எனக்கு வேணும்'' என்று சொல்லிவிட்டு அழுதாள் தங்கமணி. பிராது மனுவை எழுதி முடித்த அந்த ஆள் பிராது மனுவில் ஒரு இடத்தைக் காட்டி ''இந்த எடத்தில கையெழுத்துப்போடு'' என்று சொல்லி மனுவையும் பேனாவையும் கொடுத்தான்.

நல்ல நாளிலேயே தங்கமணிக்குத் தன்னுடைய பெயரை ஒழுங் காக எழுத வராது. நகை காணாமல்போன கவலையில் எப்படி எழுத வரும்? பேனாவைக் கையில் பிடித்தபோது கை நடுங்கியது. கண்களில் கண்ணீர் வந்தது. அவளுக்குத் தன்னுடைய பெயரைக் கூட எழுத முடியவில்லை. தங்கமணி என்று எழுதுவதற்குப் பதி லாக முட்டை முட்டையாக ஏதோ கிறுக்கிவைத்தாள். பிராது மனுவையும் பேனாவையும் வாங்கிக்கொண்ட அந்த ஆள் ''இந்த

சீட்டுல என்னா எழுதியிருக்குன்னு படிக்கிறன். கேட்டுக்க. அப்புறம் நீ சொன்னத நான் எழுதலன்னு நெனைக்கக் கூடாது'' என்று சொல்லிவிட்டுப் பிராது மனுவில் எழுதியிருந்ததைப் படிக்க ஆரம்பித்தான்.

'கொளஞ்சியப்பர் ஸ்ரீமுருகன் சன்னதி, மணவாளநல்லூர், விருத்தாசலம். நாள் - 18.07.2016 திங்கள்கிழமை. அருள்மிகு கொளஞ்சியப்பர் சுவாமியின் திவ்விய சமூகத்துக்கு கடலூர் மாவட்டம், திட்டக்குடி வட்டம், கழுதூர் கிராமம், கிழக்குத் தெரு, அண்ணாமலை மனைவி வீட்டுக் குடித்தனம் தங்கமணி ஆகிய நான் சுவாமி பாதம் பணிந்து எழுதிக்கொண்ட பிராது விண்ணப்பம். சுவாமி அடியேன் 18.07.2016 தேதியில் தங்கள் சமூகம் பிராது மனு செய்கிறேன். எனது வீட்டில் இரண்டு பவுன் செயின் களவு போய்விட்டது. எனது பொருளை எனக்குச் சேரும்படி செய்ய வேண்டுமாய் பாதம் பணிந்து கேட்டுக்கொள்கிறேன். எனது கோரிக்கைகள் நிறைவேறிய பிறகு மேற்படி பிராது மனுவை படிப்பணம் கட்டித் திரும்பப் பெற்றுக் கொள்கிறேன். தேவரீர் எனது பொருளை என்னிடம் சேர்க்கும் படியும், குடும்ப சகிதம் எங்களுக்குச் சகல நலன்களும் தந்து என்றும் காத்தருளும்படியும் பாதம் பணிந்து வேண்டுகிறேன். இப்படிக்கு தங்கமணி.'

தங்கமணிக்கு முழுத் திருப்தியாக இருந்தது. பிராது மனுவை வாங்கிக்கொண்டாள். அப்போதுதான் நினைவுக்கு வந்த மாதிரி மடியில் இருந்த மஞ்சள் ரசீது சீட்டை எடுத்துக் கொடுத்தாள். அதை வாங்கிப் பார்த்த அந்த ஆள் ''இது ஒண்ணுமில்லம்மா. நீ பணம் கட்டுனதுக்கு ரசீது. பிராது கட்டணம், சம்மன் கட்டணம், தமுக்குக் கட்டணம், படிப்பணம் கிலோமீட்டருக்கு இவ்வளவுன்னு போட்டிருக்கு. அவ்வளவுதான்'' என்று சொல்லி ரசீதைத் திரும்பக் கொடுத்தான். ''ஐயரு மத்தியான சாப்பாட்டுக்குப் போயிடுவான். மணி ஆயிடிச்சி. ஓடு'' என்று சொன்னான்.

''வர்றங்க'' என்று சொல்லிவிட்டு பிராது மனுவைப் பெரிய தங்கக் கட்டியைத் தூக்கிக்கொண்டு போவது மாதிரி எடுத்துப்

போனாள். ஐயர் மனுவை வாங்கி அர்ச்சனை செய்து உடனேயே கொடுத்தார். மனுவை எடுத்துக்கொண்டு வேகமாகச் சீட்டுக் கொடுப்பவனுடைய அறைக்கு வந்தாள். ஒரு நொடிகூடத் தாமத மில்லை. பிராது மனுவை வாங்கி, சரியாகச் சுருட்டி, நூல் போட்டுக் கட்டி, சூலத்தில் கட்டி விடுவதற்கு ஏற்ற மாதிரி நூலையும் இணைத்து மஞ்சள், குங்குமம் எல்லாம் தடவித் தந்தான். ஐயரிடமோ, சீட்டு கொடுப்பவனிடமோ ஒரு நொடி தாமத மில்லை. இரண்டு பேரும் அப்புறம் என்று சொல்லவில்லை. போன உடனேயே வேலை முடிந்தது நல்ல சகுனம். நகை திரும்பக் கிடைத்துவிடும் என்று திடமாக நம்பினாள். மனுவைக் கொண்டுவந்து இடம் பார்த்து, காற்று அடித்தாலும், மழை பெய்தாலும் அவிழ்ந்துவிடாத அளவுக்குக் கெட்டியாகக் கட்டினாள். தரையில் விழுந்து கும்பிட்டாள். "இன்னமுட்டும் நான் மத்தவங்க பொருளுக்கு ஆசப்பட்டதில்ல. அடுத்தவங்க பொருளத் தொட்டதில்ல. எம் பொருள எடுத்துக்கிட்டாங்க. எம் பொருளக் கொண்டாந்து எங்கிட்ட சேத்திடு. ஒன்னெ குலசாமியா எண்ணிக் கும்புடுறன். கண்ணாலத்துக்கு மூணு நாள்தான் இருக்கு. நக போடலன்னா எங்கண்ணன் பொண்டாட்டி என்ன வுட மாட்டா. நக வராட்டி எம் பிரிசன் என்ன உசுரோட வைக்க மாட்டான். நீதான் என்னெக் காப்பத்தணும் கொளஞ்சியப்பா." மனம் உருக வேண்டிக்கொண்டாள். சீட்டுக் கட்டிய சூலத்தைத் தொட்டுக் கும்பிட்டாள். அப்போது அவளுடைய இடது கை பக்கம் பல்லி கத்தியது. பல்லி கத்திய சத்தத்தைக் கேட்டதும் நிச்சயம் நகை கிடைத்து விடும் என்று நம்பினாள். அந்த நம்பிக்கையில் மனநிறைவுடன் எழுந்து பஸ் ஸ்டாண்டை நோக்கி நடக்க ஆரம்பித்தாள்.

பஸ் ஏறுகிற இடத்தில் பிராது மனுவை எழுதிக்கொடுத்த ஆள் நின்றுகொண்டிருந்தான். தங்கமணியைப் பார்த்ததும் "வேல முடிஞ்சிதா?" என்று கேட்டான்.

"சீட்டக் கட்டிப்புட்டங்க."

"இங்க யாரு ஒன்னெ அனுப்புனது?"

"ஏங்க அப்பிடிக் கேக்குறீங்க?"

''சும்மாதான் கேட்டன்'' என்று அந்த ஆள் சொன்ன விதம் தங்கமணிக்கு சந்தேகத்தை உண்டாக்கிற்று. ''எதுக்கு ஒரு மாரியா கேக்குறீங்க?'' என்று கேட்டாள்.

''கொளஞ்சியப்பரெல்லாம் சாந்தமான சாமி. ஊட்டுச் சாமி. நீ சொல்ற விசயத்துக்கெல்லாம் நெய்வாச வேடப்பரு, ஆவட்டி ஆகாய கருப்பு, பொயனப்பாடி ஆண்டவரு, மேல்மலயனூரு சுடல, திருவக்கர காளி, கொஞ்சிகுப்பம் ஐயனாரு மாதிரியான சாமிகிட்டதான் போவணும். ஏன்னா அதெல்லாம்தான் கோவக் கார சாமிங்க.''

''அப்பிடியா? தெரியாமபோச்சே'' தங்கமணியின் குரலில் முன்பிருந்த உற்சாகம் வடிய ஆரம்பித்தது. முகமும் வாடிப் போயிற்று.

''பூசணிக்கா, பரங்கிக்கா, எலுமிச்சங்கா குத்துற சாமிவோ, எல் லாம் சாந்தமான சாமிவோ. இதுக்கெல்லாம் ஆக்ரோசம் கம்மி. கோழி காவு, கெடா வெட்டு, பன்னி வெட்டுன்னு, ரத்தக் காவு, குவார்ட்டரு பாட்டுலு கேக்குற சாமி இருக்குப் பாரு, அதுக்கிட்ட போனாத்தான் சட்டுன்னு வேலயாவும். அந்தச் சாமிவுளுக்குத் தான் வேகம் அதிகம். பம்ப, உடுக்கன்னு அடிச்சா சாமிக்கு பவர் கூடிடும்'' என்று சொல்லிவிட்டு அந்த ஆள் லேசாகச் சிரித்தான். அதோடு கிழக்கிலிருந்து பஸ் வருகிறதா என்று பார்த்தான்.

''இதெல்லாம் எனக்குத் தெரியாதுங்க. இதெ மின்னாடியே சொல்லக் கூடாதா? எங்க ஊரு சனமெல்லாம் இந்தக் கோயி லுக்குத்தான போவச் சொன்னாங்க. அப்ப எங்காரியம் நடக் காதுங்களா?'' என்று அழுதுவிடுவது மாதிரி கேட்டாள். சீட்டுக் கட்டப் போன விசயம் தெரிந்தாலே அவளுடைய புருசன் அடிப் பான். சீட்டு எழுதிக் கொடுத்தவன் சொன்னதைச் சொன்னால் கூடுதலாக அடிப்பானே என்ற கவலை தங்கமணிக்கு வந்தது. முத லில் வீடு போய்ச் சேர வேண்டும் என்ற கவலைதான் அவளுக்குப் பெரிதாக இருந்தது. தன்னுடைய ஊருக்குப் போகிற பஸ் வருகிறதா என்று பார்த்தாள். அப்போது அந்த ஆள் சொன்னான்.

‘‘கொளஞ்சியப்பரெல்லாம் சைவ சாமி. அதுக்கெல்லாம் வீரம் கம்மி. இந்தச் சுத்துவட்டாரத்திலியே வேடப்பர்தான் நல்ல விளம்பரத்துல இருக்காரு. மெட்ராஸ்வர பேமஸ். இருக்கிறதி லியே பெஸ்ட் சாமி. ‘ஒன்ன நம்பி வந்திட்டன். நீதான் காப் பத்தணும்’ன்னு சொல்லி ஒரு கோழியக் காவு கொடுத்து ஒரு குவார்ட்டரு பாட்டுல ஊத்தி உசுப்பேத்தி வுட்டுட்டா போதும். அன்னிக்கி ராத்திரிக்கே போயி எந்த வேலயா இருந்தாலும் முடிச் சிட்டு வந்திடுவான். ஆடு மாடு காணாமப் போறது, நகநட்டு காணாமப் போறதுக்கெல்லாம் அவன்கிட்டதான் போவணும்.’’ அந்த ஆள் சொல்லச்சொல்ல, தங்கமணிக்குத் தன்னுடைய நகை கிடைக்காதோ என்ற கவலை அதிகரித்தது. சரோஜாவும் சரி, ஊரி லுள்ள மற்றவர்களும் சரி, வேடப்பர் கோயிலுக்குப் போ என்று சொல்லவில்லையே என்று யோசித்தாள். அந்த ஆள் பொய் சொல்கிறானோ என்ற சந்தேகம் வந்தது. சீட்டுக் கொடுப்பவன் நம்பிக்கையோடு சொன்னானே என்று யோசித்தாள். ஒவ்வொன் றாக யோசிக்கயோசிக்கக் குழப்பம்தான் கூடியது.

‘‘அப்பன்னா எம் பொருளுக்கு என்னாதாங்க வழி?’’

‘‘ஒரு வாரம் பத்து நாளு பாரு. காரியம் நடக்கலன்னா நேரா வேடப்பர் கோயிலுக்குப் போ. பூசாரிக்கிட்ட விசயத்தச் சொல்லு. அவன் ஒடனே பூசயப் போட்டு உடுக்கய அடிச்சி வேடப்பரக் கூப்புட்டு குந்த வச்சிருவான். ‘என்னெ நம்பி வந்திட்டாங்க, நான் ஒன்னெ நம்பிக் காச வாங்கிப்புட்டன். நீ போயி கச்சிதமா காரி யத்த முடிச்சிட்டு வா. இல்லன்னா ஒம் பேரு கெடுதோ இல்லியோ எம் பேரு கெட்டுப்போயிடும்’ன்னு சொல்லி வேடப்பர உரு வேத்திவுட்டு அனுப்பிடுவான். ஒன் காரியம் முடிஞ்சிடும். ஒன் கோரிக்கய மட்டும் வச்சிட்டு நீ போ. மத்தத அவன் பாத்துக்கு வான்’’ என்று அந்த ஆள் அக்கறையாகச் சொன்னான். அவன் சொன்னதைக் கேட்டதும் தங்கமணிக்கு நேராக வேடப்பர் கோயிலுக்கே போயிருக்கலாம் என்று தோன்றியது. நாளைக்குப் போய்ப் பார்க்கலாமா என்ற யோசனையோடு ‘‘அங்க எம்மாங்க செலவு ஆவும்?’’ என்று கேட்டாள்.

"வேடப்பரயும். மத்த பரிவார சாமிகளையும் அவன்தான பராமரிக்கணும். அதுக்கு என்னா செலவோ அதத்தான் பூசாரி கேப்பான்."

"மின்னாடியே தெரிஞ்சியிருந்தா போயிருப்பன்" என்று சொன்ன தங்கமணி, "போலீசுக்குப் போவலாங்களா?" என்று கேட்டாள். அதற்கு அந்த ஆள் பதில் சொல்லாமல் சிரித்தான்.

"என்னாங்க சிரிக்கிறீங்க?"

"போலீசுக்குப் போறதவிட போன பொருளு போனதோட போவட்டுமின்னு வுட்டுடலாம், பூசாரிவோ ஒரு மடங்கு ஏமாத்துனா போலீசு ஒரு லட்சம் மடங்கு ஏமாத்தும். வேடப்பருக் குண்டான பரிகாரத்த மட்டும் நீ செஞ்சா போதும். மத்தத அவன் பாத்துக்குவான். வெள்ளக் குதிர வச்சியிருக்கான். கையில அருவா வச்சியிருக்கான். அவன் பவருக்கு முன்னாடி போலீசெல்லாம் சும்மாதான். வெறும் தூசு."

"அப்ப என் பொருளு என்னாதான் ஆவறது?" அழுதாள் தங்க மணி.

"ஒரு எட்டு நாளு பொறு. பொருளு வரலன்னா. நான் சொல்ற எடத்துக்குப் போ. பொருளு தானா வந்திடும். ஒன்னோட குடிசாமி ஒன் ஊட்டுக்கு வல்ல, அதனால்தான் பொருளு திருட்டுப் போயிருக்கு" என்று சொன்னதோடு வேடப்பர் கோயிலுக் குப் போகிற வழியையும், எந்தக் கிழமையில் போக வேண்டும் என்பதையும் அந்த ஆள் சொல்லிக்கொண்டிருக்கும்போதே தங்க மணி ஊருக்குப் போகிற டவுன் பஸ் வருவது தெரிந்தது.

"நீங்க சொல்றபடியே செய்றங்க" என்று சொல்லிவிட்டு கையைக் காட்டி பஸ்ஸை நிறுத்தினாள். பஸ் நின்றதும் ஏறிக் கொண்டாள்.

பஸ்ஸில் உட்கார்ந்திருந்த பிரியங்கா "இங்க வா அத்த" என்று சொல்லி தங்கமணியைக் கூப்பிட்டுப் பக்கத்தில் உட்கார இடம் தந்தாள். "எங்க போயிட்டு வர்ற?" என்று அக்கறையாகக் கேட் டாள். தங்கமணி தெருவுக்கு அடுத்தத் தெருக்காரிதான் பிரியங்கா.

காலேஜில் படிக்கிறாள். பிரியங்கா ‘‘எங்க போயிட்டு வர்ற?’’ என்று கேட்டதுதான் தாமதம், தன்னுடைய மகளுக்கு மஞ்சள் நீராட்டு வைத்தது, அதற்கு அவளுடைய அண்ணன் இரண்டு பவுன் செயின் போட்டது, மஞ்சள் நீராட்டு விழா முடிந்ததும், மஞ்சள் நீராட்டு விழாவுக்கு வாங்கிய கடனை அடைப்பதற்காக செயினை அடகு வைத்தது, வட்டி கூடிப்போனதால் நகையை மீட்க முடியாமல் போனது, இன்னும் மூன்று நாளில் தன் னுடைய அண்ணன் மகனுக்குக் கல்யாணம் நடக்க இருப்பது, அதற்கு முறைமை செய்ய செயின் வாங்குவதற்கு நிலத்தை அட மானம் வைத்தது, நகை திருட்டுப்போனது, புருசன் அடித்தது, கொளஞ்சியப்பர் கோயிலுக்கு சீட்டுக் கட்ட வந்தது, சீட்டுக் கட்டியது, பஸ் ஸ்டாண்டில் சீட்டு எழுதித் தந்தவன் சொன் னது என்று எல்லாவற்றையும் ஒரே மூச்சில் சொன்னாள். எல்லா வற்றையும் பொறுமையாகக் கேட்ட பிரியங்கா, ‘‘பொருளும் போயி, ஒரு நாளு பொழப்பும் போயி, கைப்பணமும் போச்சா?’’ என்று கேட்டதும் தங்கமணிக்குக் கோபம் வந்துவிட்டது.

‘‘யாரு சொல்றதத்தான் கேக்குறது, நம்புறது? எல்லாரும் சொல்றதப் பாத்தா எம் பொருளு கெடைக்காது போலிருக்கே. காரியத்துக்கு இன்னம் மூணு நாளுதான இருக்கு. அதுக்குள்ளார நான் செத்திடுறதுதான் நல்லது’’ என்று சொல்லிக் கைப்பிடிக் கம்பியில் நெற்றியை மோதிமோதி தங்கமணி அழ ஆரம்பித்தாள்.

* * * * *

6

தலைக்கடன்

மகளிர் காவல் நிலையத்தின் வாசலுக்குச் சற்றுத் தள்ளிக் கிழக்கி லிருந்த இலுப்பை மரத்தின் நிழலில் உட்கார்ந்திருந்த தன்னுடைய அம்மா, அண்ணன், அண்ணியை நோக்கி இடுப்பிலிருந்த குழந் தையுடன் சாலையைக் கடந்து வந்தாள் சீனியம்மா.

''புள்ளக்கி என்னா வாங்கிக் கொடுத்த?'' என்று மேகவர்ணம் கேட்டாள். அதற்குச் சீனியம்மா ''டீயும் பன்னும்தான்'' என்று சொன்னாள். அவளுடைய குரலில் உயிரில்லை.

காவல் நிலையத்தின் பக்கம் பார்த்தாள். பிறகு தலையைக் கவிழ்த்துக்கொண்டு உட்கார்ந்திருந்த தன்னுடைய அண்ணன் சுந்தரத்தைப் பார்த்ததும் சீனியம்மாவுக்கு அழுகை வந்துவிட்டது. அழுகையை மறைப்பதற்காக அங்குமிங்கும் பார்த்தாள். அப் போதும் அவளுக்கு அழுகையைக் கட்டுப்படுத்த முடியவில்லை. ''ஒன்னெக் கொண்டாந்து இந்த எடத்தில ஒக்கார வச்சிட்டன்னு நெனைக்காத. ஒரு வருஷமா நான் பட்ட கதெ ஒனக்குத் தெரி யும்'' என்று சொல்லிவிட்டு அழுதாள். அவள் அழுததைப் பார்த் ததும் சுந்தரம், தவமணி, மேகவர்ணம் என்று மூன்று பேருக்குமே அழுகை வந்துவிட்டது. அழுதுகொண்டே மேகவர்ணம் சொன் னாள், ''எப்பிடி நான் புள்ள பெத்தன்? எப்பிடி நான் புள்ள வளத் தன்? கடசியில எமங்கிட்ட கொண்டுபோயி கொடுத்திட்டனே.''

''எதுக்கு நீ கண்கலங்குற? ஒனக்கும் ஓம் புள்ளைக்கும் தனி ஒல வச்சி, தனி அடுப்பு வச்சா பொங்கப்போறன்? ஒங்கண்ணன் எப்பியும் தங்கச்சின்னா உசுராத்தான இருக்காரு'' என்று சொன்ன தவமணியைப் பார்த்த சீனியம்மா, 'தெரியும்' என்பதுபோலத்

தலையை மட்டும் ஆட்டினாள். பிறகு சாலையின் பக்கம் பார்த் தாள். பள்ளிக்கூடம் விட்டு சைக்கிளில் கூட்டமாகப் போய்க்கொண்டிருந்த ஏழெட்டுப் பிள்ளைகளைப் பார்த்தாள். நின்றுகொண்டிருந்த சீனியம்மாவிடம் சுந்தரம் சொன்னான்.

''ஒக்காரு.''

சீனியம்மா உட்காரவில்லை. நின்றுகொண்டே வாக்குமூலம் கொடுப்பதுபோல, ''நானோ எம் புள்ளயோ என்னிக்கும் ஒனக் குத் தலசுமயா இருக்க மாட்டம். நான் சாவுறமுட்டும் நீ தல குனிஞ்சி நடக்கிற மாதிரி வாழ மாட்டன். நான் ஒரு அப்ப னுக்குப் பொறந்தவன்னு காட்டுறன்'' என்று சொல்லிவிட்டுக் குலுங்கிக்குலுங்கி அழுத சீனியம்மாவைப் பார்த்த தவமணி, ''எதுக்கு இப்பிடிப் பேசுற? அழுவுறத வுடு. ஒங்கண்ணன் இருக்க முட்டும் ஒனக்கு என்னா கொற?'' என்று கேட்டாள். பிறகு சீனியம்மாவின் இடுப்பிலிருந்த குழந்தையை வாங்கித் தன் னுடைய இடுப்பில் வைத்துக்கொண்டாள்.

சீனியம்மா நின்றுகொண்டிருந்த விதத்தையும் கோலத்தையும் பார்த்த மேகவர்ணம், ''எம் புள்ளக்கித் தலயெழுத்து இப்பிடி அமஞ்சிபோச்சே'' என்று சொல்லிக் கண்கலங்கினாள்.

''நீங்களும் எதுக்குப் பொட்டச்சி மாதிரி சொடிங்கிப்போயி குந்தியிருக்கீங்க? எழுந்திருங்க. போயி ஒரு டீத்தண்ணிய குடிச் சிட்டு வாங்க. மூணு பேரும் ஒரே எடத்தில இருந்தா பேசுனதயே தான் பேசச் சொல்லும். மனசபோட்டுக் கொழப்பும். நானும் வர்றன், எழுந்திருங்க'' என்று சொன்ன தவமணி, புருஷன் சுந்த ரத்தைக் கட்டாயப்படுத்தி அழைத்துக்கொண்டு மகளிர் காவல் நிலையத்துக்குத் தெற்கிலிருந்த டீக்கடையை நோக்கிப் போனாள்.

மேகவர்ணத்துக்குப் பக்கத்தில் உட்கார்ந்த சீனியம்மா, காவல் நிலையத்தின் வாசல் பக்கம் பார்த்தாள். பாண்டியும் அவ னோடு வந்திருந்த இருபதுக்கும் அதிகமான ஆட்களும் நின்று கொண்டிருப்பது தெரிந்ததும் கோபத்துடன் சொன்னாள்.

''இன்னியோட அவன் கதெய முடிக்கிறன்.''

''எங்கியோ பொறந்து, எங்கியோ வளந்து, எவன்கூடவோ படுத்துப் புள்ள பெத்தவ, புருசனத் தின்னது இல்லாம இன்னிக்கி எம் புள்ள தாலியயும் அறுத்திட்டாளே'' என்று சொல்லிவிட்டு லேசாக அழுதாள் மேகவர்ணம். பிறகு பிரேமாவைத் திட்ட ஆரம் பித்தாள்.

பாண்டிக்கும் சீனியம்மாவுக்கும் கல்யாணமாகி ஐந்து வருஷங் களுக்கு மேலாகிவிட்டது. இரண்டு பேரும் ஒரே ஊர்தான். ஒரே தெருதான். பீடி, சிகரெட், சாராயம் குடிக்க மாட்டான், வேலை யிலும் இருக்கிறான் என்றுதான் சீனியம்மாவைப் பாண்டிக்குக் கல்யாணம் கட்டிவைத்தார்கள். உள்ளூரிலிருந்த உயர்நிலைப் பள்ளியில் பாண்டி சத்துணவுப் பொறுப்பாளராக இருக்கிறான். சமையல் வேலை செய்துகொண்டிருந்த ஒரு பெண் ஓய்வு பெற்ற தால் அந்த இடத்துக்குப் பிரேமா என்ற பெண்ணைப் புதிதாக நியமனம் செய்தார்கள். அவளுக்குச் சீனியம்மா வயதுதான் இருக் கும். இருபத்தைந்து, இருபத்தாறு வயதுக்குள் அவளுக்கு மூன்று குழந்தைகள் இருந்தன. கரும்பு லோடு ஏற்றப் போன இடத்தில் கரும்புக் கட்டுச் சரிந்து அவளுடைய புருஷன் இறந்துவிட்டான். விதவை என்பதால் பிரேமாவுக்குச் சமையலர் வேலை கிடைத் தது. அவள் வேலைக்கு வர ஆரம்பித்த இரண்டாவது மூன்றாவது மாதத்திலிருந்துதான் பாண்டியின் நடவடிக்கைகளில் மாற்றம் தெரிய ஆரம்பித்தது. விஷயத்தைக் கேட்டதற்கு, ''நீயா எதயாச் சும் கற்பன பண்ணிக்கிட்டுத் திரியாத'' என்று ஆரம்பத்தில் சொன் னான். அடுத்த ஒன்றிரண்டு மாதங்களிலேயே பாண்டிக்கும் பிரே மாவுக்கும் உறவென்று பள்ளிக்கூடப் பிள்ளைகளுக்குத் தெரிந்து விட்டது. பிறகு ஆசிரியர்களுக்குத் தெரிந்து, ஊருக்குத் தெரிந்து, கடைசியாகச் சீனியம்மாவுக்கும் தெரிந்தது. சீனியம்மா கேட்கிற ஒவ்வொரு முறையும் ''நீ நேர்ல கண்டியா?'' என்று அவளுடைய வாயை மூடிவிடுவான். அவளும் சரி என்று விட்டுவிடுவாள்.

'ஓம் புருசனயும், அந்தக் குட்டியயும் அங்க கண்டன், இங்க கண்டன்' என்று யாராவது சொல்லும்போதெல்லாம் சீனியம்மா வுக்குக் கோபம் தலைக்கேறும். பாண்டியிடம் கேட்பாள். ''முட்ட

எடுக்க பீ.டி.ஓ. ஆபிசுக்குச் சமையல்காரிதான போவணும்?'' என்று சொல்லி அவளுடைய வாயை அடைத்துவிடுவான். எப்போதாவது யாராவது சொல்கிற விஷயத்தைக் கேட்டால் ''எம் புள்ள மேல சத்தியம். நீ நினைக்கிற மாதிரி ஒண்ணுமில்ல'' என்று சத்தியம் செய்வான். பாண்டி என்றெல்லாம் சத்தியம் செய்கிறானோ அன்றெல்லாம் அவனை முழுமையாக நம்புவாள். அன்று மட்டும் கொஞ்சம் சந்தோஷமாகவும் இருப்பாள். ஆனால், அவளுடைய சந்தோஷம் ஒரு நாள்கூட நீடிக்காது. ஊரிலிருக்கிறவர்களில் யாராவது வந்து 'ஓம் புருஷனும், அவளும் சிரிச்சிப் பேசிக்கிட்டிருந்தத இப்பத்தான் பள்ளிக்கூடத்தில பாத்திட்டு வர்றன்' என்று சொன்னால் போதும் சீனியம்மாவுக்கு விஷம்போலக் கோபம் தலைக்கேறிவிடும். பாண்டி பள்ளியிலிருந்து வரும்வரை ஒரு வேலையும் செய்யாமல் உட்கார்ந்த இடத்திலேயே அசையாமல் உட்கார்ந்திருப்பாள். ''ஏன் இம்மாம் நேரம்? பாப்பாகிட்ட கொஞ்சி முடிக்க இம்மாம் நேரமா?'' என்று கேட்பாள். ''ஒரு இடத்தில வேல பாக்குறப்ப எப்பிடிப் பேசாம இருக்க முடியும்?'' என்று அவன் கேட்பான். அவன் சொல்லுவதும் சரிதான் என்று அவளுடைய மனம் அப்போது சமாதானமாகிவிடும். மளிகைக் கடைக்கு, தண்ணீர் எடுக்க, தோட்டத்துக்கு என்று போகும்போதெல்லாம் யாராவது எதையாவது சொன்னால் போதும்; வீட்டுக்கு வந்ததும் ''நேத்து ரெண்டு பேரும் எங்க ஜோடிபோட்டுக்கிட்டுப் போனீங்க?'' என்று கேட்பாள். ''இல்லியே'' என்று அவன் சாதாரணமாகச் சொன்னால் நம்ப மாட்டாள். சத்தியம் செய்தால்தான் நம்புவாள். பாண்டி என்றாவது பள்ளிக்கூடத்திலிருந்து தாமதமாக வந்தால் ''பள்ளிக்கூடம் வுட மாட்டங்குதா? ஓடம் போட ஒட்டிக்கிச்சா?'' என்று கேட்பாள். நேரத்திலியே பள்ளிக்கூடத்துக்குப் போனால் ''பாப்பா நேரத்திலியே வரச் சொல்லி உத்தரவு போட்டுடுச்சா?'' என்று கேட்பாள். ''இப்ப வந்திருக்கிற ஹெட்மாஸ்ட்டரு அவ்வளவு சரியில்ல. எல்லாத்தயும் வந்து வந்து பாக்குறான்'' என்று பாண்டி சொல்வான். அவன் சொல்வதெல்லாம் நம்புவதுபோல்தான் இருக்கும். சீனியம்மா நம்ப

வும் செய்தாள். ஆனாலும் ''என்னா வார்த்த சொல்லி ஒன்ன மயக்குனா?'' என்று விஷமமாகக் கேட்பாள். அப்படிக் கேட்கும் போதெல்லாம் பாண்டி தலையில் அடித்துக்கொள்வான். தினம் தினம் யாராவது வந்து அவளுடைய மனதைக் குழப்பிவிட்டுக் கொண்டிருந்தார்கள். பொறுத்துப்பொறுத்துப் பார்த்துவிட்டு ஒரு நாள் பாண்டி வெளியூர் போயிருந்தபோது நேராகப் பள்ளிக் கூடத்துக்குப் போய்ப் பிரேமாவிடம் பேசினாள்.

''யார்கிட்ட வந்து என்னா பேசுற? இந்த மாதிரி பேசுறத யெல்லாம் எங்கிட்ட வச்சிக்காத. இன்னொரு வாட்டி வந்து எங்கிட்ட பேசினா அசிங்கமாயிடும்'' என்று சொல்லிப் பெரிய சண்டையே போட்டுவிட்டாள் பிரேமா. பள்ளிக்கூடமே சிரித்து விட்டது.

சாயங்காலம் வந்த பாண்டி விஷயத்தைக் கேள்விப்பட்டதுமே, ''நீ எதுக்குப் பள்ளிக்கூடத்துக்குப் போன?'' என்று கேட்டு அடித்துவிட்டான். கல்யாணமானதிலிருந்து அன்றுதான் பாண்டி சீனியம்மாவை அடித்தான். நேற்றிரவு சண்டையாகிவிட்டது, அடித்துவிட்டோம், இன்று பள்ளிக்கூடத்துக்குப் போக வேண் டாம் என்று மறுநாள் வீட்டிலேயே இருந்த பாண்டியைச் சீனியம்மாதான் சீண்டினாள்.

''எதுக்கு ஊட்டுலியே குந்தியிருக்கிற? பாப்பாவ யாரும் தூக் கிட்டுப் போயிடப்போறாங்க. போயி ஒரு எட்டுப் பாத்திட்டு வந்திடு'' என்று சொன்னாள்.

''அவ பாப்பாவா இருக்கிறா, கிழவியா இருக்கிறா, ஒனக் கென்ன?''

''புடிச்சதியே புது மாடாப் புடிச்சியிருக்கலாம். எதுக்கு மூணு கன்னு போட்ட மாட்டப் புடிச்சியிருக்க?''

''அவ கன்னுக்குட்டியா இருந்தா ஒனக்கென்னா? கன்னு போட்ட மாடா இருந்தா ஒனக்கென்னா?''

''புதுசா இருந்தாலும், பழசாயிருந்தாலும் செருப்பு செருப்புத் தான். அது தெருவுலதான கெடக்கும்?''

''அவ செருப்பா இருந்திட்டுப்போறா. ஒனக்கென்னா? அவ ளப் பத்தி நீ பேசக் கூடாது.''

''அவளப் பத்தி மட்டும்தான் நான் பேசுவன்.''

''அவளப் பத்திப் பேச ஒனக்கு ஒக்கித இல்லெ.''

''எப்ப எவன் கெடைப்பான்னு அலயுறவ தங்கம், அதப் பத்தி சொல்றவ ஒக்கித கெட்டவ. தங்கத்துக்கிட்டியே இருக்க வேண் டியதுதான? இங்க எதுக்கு வர்ற? தங்கத்துக்கிட்டயும் மூத்திரம் வுடுற எடம்தான் இருக்கு. அவ ஊர்க்காலி மாடு.''

''அவ ஊர்க்காலி மாடாவே இருக்கட்டும். நீ ஊட்டு மாடாவே இரு. ஊராங்களோட துர்போதனயக் கேட்டுக்கிட்டு ஆடாத.''

''நான் ஆடுறது இருக்கட்டும். நீ கண்ட கழுதயோட ஆடுறத நிறுத்து.''

''வாய மூடுறியா? செருப்படி வாங்குறியா? 'நீ' 'நீ'ன்னு சொல்லிக்கிட்டுக் கழுத.''

''தப்பு செய்றவங்கதான் செருப்படி வாங்கணும். நான் எதுக் குச் செருப்படி வாங்கணும்?'' என்று சீனியம்மா கேட்டதுதான் தாமதம், எடுத்த எடுப்பில் ஓங்கிக் கன்னத்தில் அறைந்தான். சினம் தீரும் மட்டும் அடித்து நொறுக்கினான். பிறகு ஒரு வாரம் கழித்து சீனியம்மாவைத் தொட்டபோது நெருப்பை வைத்து எரித்துவிடு வதுபோல் பாண்டியைப் பார்த்து, ''சீ கைய எடு. என்னெ எதுக் குத் தொடுற? கண்ட கயிசர நாயிக்கிட்டயெல்லாம் போயிட்டு வந்து என்னெத் தொடுற? ஒன்னோட ஆம்பளத்தனத்தயெல்லாம் கொண்டுபோயி ஒன்னோட தங்கத்துக்கிட்ட காட்டு'' என்று சொன்னாள். அன்றிரவும், சீனியம்மாவுக்கு நல்ல அடியும், உதை யும் கிடைத்தன. அடுத்த மூன்று நான்கு நாட்கள் எழுந்து நட மாட முடியாமல் படுத்த படுக்கையிலேயே கிடந்தாள்.

கோடை விடுமுறை ஆரம்பித்ததும் பிரச்சினை இருக்காது என்று நினைத்தாள் சீனியம்மா. ஆனால், பாண்டி எப்போதும் போலக் காலை ஒன்பது மணிக்கெல்லாம் கிளம்பிப் போய் மதியம் மூன்று மணி வாக்கில்தான் வருவான். ஒரு நாள், இரண்டு நாள்

என்று பார்த்தாள். ஒரு வாரம், பத்து நாள் என்று பார்த்தாள். வாய் பொறுக்காமல் கேட்டதற்கு, ‘‘இதயெல்லாம் கேக்கிறதுக்கு நீ யாரு? ஆம்பள வெளிய போவாம ஊட்டுலியே குந்தியிருப் பானா?’’ என்று கேட்டான். பொறுத்துப்பொறுத்துப் பார்த்து விட்டு ஐந்து நாட்களுக்கு முன் பாண்டி வீட்டை விட்டுக் கிளம் பிய அரை மணிநேரம் கழித்து நேராக பிரேமா ஊருக்குப் போனாள். சீனியம்மா ஊருக்கும் பிரேமா ஊருக்கும் நடக்கிற தூரம்தான். பிரேமா வீட்டின் முன் பாண்டியின் வண்டி நின்று கொண்டிருந்தது. இந்தச் சாட்சி போதும் என்று நினைத்துக் கொண்டு கிளம்பி வீட்டுக்குச் சிறிது தூரம் வந்தாள். எப்போது கேட்டாலும் ‘‘நீ கண்டியா?’’ என்றுதான் பாண்டி கேட்பான். பிரேமா வீட்டின் முன்பு வண்டி நிறுத்தியிருந்ததைப் பார்த்தேன் என்று சொன்னால் நம்ப மாட்டான். அதனால் நேரிலேயே முகத் தைக் காட்டிவிடுவோம் என்று நினைத்துக்கொண்டு, திரும்பிப் போய் வீட்டுக் கதவைத் தட்டினாள். கதவை பிரேமாதான் திறந்தாள். ‘‘ஒன்னோட புது மாப்ளயக் கூப்பிடு’’ என்று ஆங்காரத் தோடு சொன்னாள். வீட்டுக்குள்ளிருந்து வந்த பாண்டி சீனியம் மாவைப் பார்த்ததும் திகைத்துப்போய் அப்படியே நின்றுவிட் டான். அவனும் ஒரு வார்த்தை பேசவில்லை. சீனியம்மாவும் ஒரு வார்த்தை பேசவில்லை.

வீட்டுக்கு வந்து துணிகளை எடுத்துக்கொண்டு தன்னுடைய அம்மா வீட்டுக்குக் கிளம்பிக்கொண்டிருந்தபோதுதான் பாண்டி வீட்டுக்கு வந்தான். வந்த வேகத்திலேயே ‘‘எதுக்கு அங்க வந்த?’’ என்று கேட்டான். பிறகு ‘‘எம் பேச்ச நம்பாமதான வந்த? எதுக் குப் போனன்னு தெரியுமா?’’ என்று கேட்டு அடிக்க ஆரம்பித் தான். சீனியம்மாவின் அழுகைச் சத்தம் கேட்டுத் தெருச் சனமே கூடிவிட்டது. யார்யாரோ வந்து மறித்தார்கள். தவமணியும் மேக வர்ணமும் வந்து மறித்துப்பார்த்தார்கள். ‘‘அங்க எப்பிடி வந்த?’’ என்பதையே கேட்டுக்கேட்டு அடித்தான். அடி தாங்க முடியாமல் தெருவுக்கு ஓடி வந்தபோதும் விடவில்லை. மாட்டை அடிக்கிற சாட்டைக் குச்சியால் அடித்தபோதுதான் சீனியம்மாவுக்குச் சிறு

நீரும் மலமும் வந்துவிட்டது. அதன் பிறகும் பாண்டி அடிப்பதை நிறுத்தாததால் தெருவில் ஓட ஆரம்பித்தாள். கோயிலுக்கருகில் ஓடி வந்தபோதுதான், கோயிலில் சீட்டு ஆடிக்கொண்டிருந்த ஏழெட்டு ஆண்கள் ஒன்றாகக் கூடிப் பாண்டியைத் தடுத்தார்கள். தெற்குத் தெருவில் ஒரு வீட்டில் பதுங்கியிருந்தபோது நடுத் தெருவில் சிறுநீரும் மலமும் வெளியேறுமளவுக்கு அடித்ததை நினைத்து அழுதாள். ஊரே அந்தக் காட்சியைப் பார்த்ததே என்று நினைக்கும்போதெல்லாம் அவளுக்குச் செத்துவிட வேண்டும் என்ற எண்ணம் வந்தது. தன்னுடைய அண்ணி, அம்மா மறித்ததை யெல்லாம் மீறிக்கொண்டு போய் மகளிர் காவல் நிலையத்தில் மனு கொடுத்தாள்.

சீனியம்மா மனு கொடுத்து மூன்று நாட்களாகியும் காவல் நிலையத்திலிருந்து எந்த நடவடிக்கையும் இல்லை என்பதால் நேற்றுக் காலையில் போய் ஐந்தாயிரம் பணம் கொடுத்தாள். அதன் பிறகுதான் நேற்று சாயங்காலம் இரண்டு பெண் காவலர்கள் பாண்டியைத் தேடிக்கொண்டு வந்தார்கள். இன்று காலையில் ஒரு பெண் காவலர் வந்து 'சாயங்காலம் விசாரணைக்கு வா' என்று சொன்னாள். விசாரணைக்காகத்தான் சீனியம்மாவும் மேகவர்ணமும் வந்து காத்துக்கொண்டிருந்தனர்.

டீக்கடைக்குப் போயிருந்த சுந்தரமும் தவமணியும் வந்தனர். சீனியம்மாவைக் கண்டதும், தவமணியின் இடுப்பிலிருந்த குழந்தை அவளை நோக்கித் தாவியது. பிள்ளையை வாங்கி மடியில் வைத்துக்கொண்டாள். ''எப்பத்தான் கூப்புடுவாங்களோ'' என்று தவமணி சொன்னாள். அப்போது பத்திருபது பேர் கொண்ட கூட்டம் ஒன்று மண்டையில் அடிபட்டு ரத்தக் கறையுடன் இருந்த ஒரு பெண்ணை அழைத்துக்கொண்டு வந்தது. வந்த வேகத்திலேயே காவல் நிலையத்துக்குள் சென்றது. ''தெனம் ஒண்ணு ரெண்டு கேசுக்குக் கொறயாம வருமாட்டம் இருக்கு'' என்று தவமணி சொன்னதும், ''நான் வந்த அன்னிக்கி அஞ்சி கேசு. எல்லாம் புருஷன் பொண்டாட்டி சண்டதான். ஆம்பள போலீஸ் ஸ்டேசனிலகூட இம்மாம் கூட்டமில்ல. அங்க காத்தோடிப்

போயி கெடக்குது. தெரியாத்தனமா முதல்ல நான் அங்கதான் போனன்" என்று சீனியம்மா சொன்னாள்.

காவல் நிலையத்துக்குள் போன கூட்டம் வெளியே வந்து சத்தம் போட்டுப் பேச ஆரம்பித்தது. அப்போது வெளியே வந்த ஒரு பெண் காவலர் "தூரமா போயி கத்துங்க. ஸ்டேசன் முன்னாடி சத்தம் போடக் கூடாது" என்று சொல்லிவிட்டு "சீனியம்மா கேசுக்காரங்க வாங்க. அம்மா கூப்புடுறாங்க" என்று சொல்லிவிட்டு உள்ளே போனாள். காவல் நிலைய வாசலை ஒட்டியே நின்றுகொண்டிருந்த பாண்டியும் அவனோடு வந்திருந்த ஆட்களும் முதலில் உள்ளே போனார்கள். அதன் பிறகு சீனியம்மா, மேகவர்ணம், சுந்தரம், தவமணி என்று உள்ளே போனார்கள்.

கிழக்குப் பக்கமாகப் பார்த்த நிலையில் நாற்காலியில் உட்கார்ந்திருந்தாள் துணை ஆய்வாளர் ஆர்த்தி. அவளுக்கு முப்பது வயதுக்குள்தான் இருக்கும். தன் முன் இரு பிரிவுகளாக நின்று கொண்டிருந்த ஆட்களை நிதானமாகவும், ஆராய்வது போலவும் பார்த்தாள். பிறகு "யே" என்று உள்ளறையைப் பார்த்துக் கூப்பிட்டாள். "அம்மா" என்று சொல்லிக்கொண்டே வந்து புஷ்பா நின்றாள்.

"இந்த கேச விசாரிச்சியா?"

"இல்லீங்கம்மா" என்று புஷ்பா சொன்னாள்.

"கேசு விஷயம் தெரியுமா?"

"புருஷன் பொண்டாட்டி சண்ட. பிரிச்சுவுடச் சொல்லி பெட்டிசன் கொடுத்த கேசும்மா."

"சரி. போ" என்று ஆர்த்தி சொன்னதும் புஷ்பா உள்ளே போய்விட்டாள்.

புஷ்பாவுக்கு ஆர்த்தியைவிடப் பத்துப் பதினைந்து வயது கூடுதலாக இருக்கும். ஆர்த்தி புஷ்பாவை 'யே' என்று கூப்பிட்டதும், புஷ்பா ஆர்த்தியை 'அம்மா' என்றுதான் கூப்பிட்டாள்.

தன்முன் நின்றுகொண்டிருந்த இரு பிரிவு ஆட்களையும் பார்த்தாள் ஆர்த்தி. இடுப்பில் குழந்தையை வைத்துக்கொண்டு, முகமெல்லாம் வீங்கிப்போய்த் தலையில் கட்டுப்போட்டுக் கொண்டு நின்றிருந்த சீனியம்மாதான் மனு கொடுத்திருக்க வேண் டும் என்று யூகித்தாள். "நீதான் பெட்டிசன் கொடுத்தியா?" என்று சீனியம்மாவிடம் கேட்டாள்.

"ஆமாங்க" என்று அவள் சொன்னாள்.

"என்னா பிரச்சன?"

ஐந்து வருஷங்களுக்கு முன் தனக்கும் பாண்டிக்கும் கல்யாணம் நடந்தது, இரண்டு வயதில் ஒரு ஆண் குழந்தை இருப்பது, சத் துணவுப் பொறுப்பாளராகப் பாண்டி வேலை செய்வது, சமையல் காரியாக இருந்த பெண் ஓய்வு பெற்றது, புதிதாக வேலைக்குச் சேர்ந்த பிரேமாவுக்கும் பாண்டிக்கும் உறவானது, அதனால் வீட் டில் சண்டை நடந்தது, ஐந்து நாட்களுக்கு முன் பிரேமா வீட்டிற் குத் தான் போனது, இருவரையும் ஒருசேரப் பார்த்தது, அதன் பிறகு வீட்டுக்கு வந்தது, பாண்டி அடித்தது, அடியிலிருந்து தப் பித்து ஓடிவந்து மகளிர் காவல் நிலையத்தில் மனு கொடுத்தது வரை நடந்த எல்லாக் கதையையும் சீனியம்மா சொல்லி முடித் தாள். எல்லாவற்றையும் பொறுமையாகக் கேட்டுக்கொண்டிருந்த ஆர்த்தி "இவ புருஷன் யாரு?" என்று கேட்டதும் கூட்டத்தோடு கூட்டமாக நின்றுகொண்டிருந்த பாண்டி சற்று முன்னால் வந்து நின்று "நான்தாம்மா" என்று சொன்னான்.

'நீதானா?' என்பதுபோல் அலட்சியமாகப் பார்த்தாள் ஆர்த்தி, பிறகு சற்றுக் குரலை உயர்த்தி "இவ சொல்றதெல்லாம் நிஜமா?" என்று கேட்டாள்.

"சும்மா. வாய்த் தகராறுதாங்க" என்று பணிவாகச் சொன் னான்.

"வாய்த் தகராறுக்காக ஒருத்தி வந்து புருஷன் வேணாமின்னு எழுதிக்கொடுப்பாளா?" என்று கேட்டாள்.

“இல்லீங்கம்மா'' என்று பாண்டி முன்னிலும் பணிவாகச் சொன்னதைக் கேட்ட சீனியம்மா “இங்க பாருங்கம்மா'' என்று சொல்லிக் குழந்தையை மேகவர்ணத்திடம் கொடுத்துவிட்டு முழங் கால்வரை சீலையைத் தூக்கிக் கால்களிலிருந்த காயத்தையும், வீங்கி வாடாமல் இருந்த இடங்களையும் காட்டினாள். பிறகு பிய்ந்துபோயிருந்த வலது பக்கக் காதைக் காட்டினாள். திரும்பி நின்று முதுகிலிருந்த காயங்களைக் காட்டினாள். நெற்றியிலிருந்த, பின்மண்டையிலிருந்த காயங்களையும் காட்டினாள். ஒவ்வொன் றாகப் பார்த்த ஆர்த்தியின் முகம் மாறிவிட்டது. எரிச்சலுடன் பாண்டியைப் பார்த்து “ஒரு பொம்பளய இப்பிடித்தான் அடிப் பியா? இதான் வாய்த் தகராறா?'' என்று மிரட்டுவதுபோல் கேட் டாள். அதற்கு எந்தப் பதிலும் சொல்லாமல் தலையைக் குனிந்து கொண்டு நின்றான் பாண்டி.

“பிரிச்சிவுடுன்னு ஏன் கேக்குற? வரதட்சணக் கொடும செஞ் சான்னு எழுதிக்கொடு. இப்பிடியே ஜெயிலுக்கு அனுப்பிடுறன்'' என்று சொல்லிப் பாண்டியைத் திட்டினாள் ஆர்த்தி. பிறகு என்ன நினைத்தாளோ முன்பைவிட இப்போதுதான் கூடுதலாகக் கோபம் வந்ததுபோல் “கையக் கட்டுறா ராஸ்கல். பெரிய புடுங்கி மாதிரி விறச்சிக்கிட்டு நிக்குற'' என்று கத்தினாள். அடுத்த நிமிடமே பாண்டி இரண்டு கைகளையும் கட்டிக்கொண்டு முகம் செத்துப் போய் நின்றான். பாண்டியைக் கைகட்டி நிற்கச் சொன்னதில் சீனி யம்மாவுக்கும் சுந்தரத்துக்கும் சந்தோஷம் உண்டாயிற்று. அவன் கையைக் கட்டிக்கொண்டு நிற்கட்டும் என்று நினைத்தார்கள்.

“என்னெ அடிச்சிக் கொன்னதும் இல்லாம, நான்தான் தப்புச் செஞ்சிட்ட மாதிரி ஊரயே திரட்டிக்கிட்டு வந்திருக்கிறதப் பாருங் கம்மா'' என்று சீனியம்மா சொன்னதும் ஊராட்சி மன்றத் தலை வர் சடையாண்டி, “ஊர எதுக்கு இழுக்கிற? ஊர மதிக்காமத்தான ஸ்டேசனுக்கு வந்திருக்கிற?'' என்று முறைப்பது மாதிரி கேட்டான்.

“ஊரா எனக்குச் சோறு போடுது?''

“கிழவியானாதான் ஊரோட அரும ஒனக்குத் தெரியும்.''

‘‘குமரியா இருக்கும்போதே சோறு போடாத ஊரு, கிழவி யானப்பறந்தான் போடப்போவுதா?’’

‘‘ஒனக்கு வாய் அதிகம்னு ஊருக்கே தெரியும்.’’

‘‘ஆமாம். எனக்கு வாய் பெருசா இருக்கிறதாலதான், ஒரு வாய்ப் பிராந்திக்காக மாறிமாறிப் பேசிக்கிட்டிருக்கு’’ என்று அழுத்தம் திருத்தமாகச் சீனியம்மா சொன்னதும் சடையாண்டிக் குக் கோபம் வந்துவிட்டது. ‘‘மரியாதியா பேசு. நீ பேசுனதுக்கு ஊரா இருந்தா நடக்குறதே வேற’’ என்று சத்தமாகச் சொன்னதும் ஆர்த்திக்குக் கோபம் வந்துவிட்டது. ‘‘இதென்ன ஒங்க வீடா? கத்து றது, சத்தம்போடுறது, திட்டுறதெல்லாம் ரோட்டுல வச்சிக்கணும். புரியுதா?’’ என்று சத்தம் போட்டதும், சடையாண்டி, கவுன்சிலர் முருகன், வார்டு உறுப்பினர் லிங்கம், நாட்டாமை பெரியசாமி என்று எல்லோரும் ஒரே நேரத்தில் ‘‘ஊரப் பத்தி அந்தப் பொண்ணு எப்பிடி மட்டரகமாப் பேசலாம்?’’ என்று கேட்டனர். அதற்கு ‘‘ரெண்டாயிரத்துப் பதினெட்டுலயும் ஒரு பொட்டச்சிய இப் படித்தான் அடிப்பாங்களா? இதுதான் ஒங்க ஊர்ப் பழக்கமா?’’ என்று ஆர்த்தி கேட்டதற்கு ஊர்க்காரர்கள் வாயைத் திறக்க வில்லை. ஆனால், குடும்பச் சண்டைக்குக் காவல் நிலையத்துக்குப் போவது சரியில்லை என்று பேச ஆரம்பித்தனர். இருபதுக்கும் மேற்பட்ட ஆண்கள் ஒன்றுகூடி நின்றுகொண்டு பேசுவதால், அவர்கள் சொல்வதைத் தட்ட முடியாமல் கேட்டுக்கொண்டிருந் தாள் ஆர்த்தி.

ஊர்க்காரர்கள் எல்லோரும் ஒன்றுகூடிக்கொண்டு ஏன் தன் மேல் குற்றம் சொல்கிறார்கள் என்பது சீனியம்மாவுக்குத் தெளி வாகவே தெரியும். ‘என் புருஷன் என்ன அடிச்சிட்டான். அத என் னான்னு கேளுங்க’ என்று தலைவர், கவுன்சிலர், நாட்டாமை வீட்டுக்கு அவள் போகவில்லை. ‘ஊர்ப் பஞ்சாயத்தைக் கூட்டுங் கள்’ என்று யாருடைய வீட்டுக்கும் அவள் நடையாக நடக்க வில்லை. அதே மாதிரி மகளிர் காவல் நிலையத்தில் புகார் கொடுக்க வரும்போது பெரிய மனிதர்கள் என்று யாரையும் அழைத்துக் கொண்டு வரவில்லை. இன்று சாயங்காலம் காவல் நிலையத்துக்கு

வரும்போதுகூட 'யாராச்சும் எங்கூட வாங்க' என்று அவள் யாரையும் கூப்பிடவில்லை.

மகளிர் காவல் நிலையத்தில் புகார் மனு கொடுத்துவிட்டாள் என்று தெரிந்ததுமே தெருவிலுள்ளவர்கள், ஊரிலுள்ளவர்களெல்லாம் வந்து ''ஆம்பள அப்பிடி இப்பிடித்தான் இருப்பான், புருஷன் பொண்டாட்டி சண்டைக்காக ஸ்டேசனுக்குப் போவியா? நாளக்கி அவன்கூட சேந்திருக்க வேணாமா?'' என்றுதான் ஒரு ஆள்போல் எல்லோரும் கேட்டார்கள். ஒன்றிரண்டு ஆண்கள் மட்டும் ''இத இப்பிடியே வுடக் கூடாது. இந்தப் பழக்கம் ஊர்ல இருக்கிற பொட்டச்சிக்கெல்லாம் வந்திடும்'' என்று சொன்னார்கள். ஒரு ஆள்கூடப் பாண்டி செய்தது தவறு என்று சொல்லவில்லை. தெருவில் போட்டு ஏன் அடித்தாய் என்று கேட்கவில்லை. பிரேமாவை ஏன் சேர்த்துக்கொண்டாய் என்று கேட்கவில்லை. அந்தக் கோபத்தில்தான் சீனியம்மா ஊர்க்காரர்கள் ஒருவரிடமும் பேசவில்லை. காவல் நிலையத்துக்கு வாருங்கள் என்று கூப்பிடவில்லை. அவள் சொல்லாதது, கூப்பிடாததோடு, யாரிடமும் சொல்லக் கூடாது, யாரையும் கூப்பிடக் கூடாது என்று மேகவர்ணத்திடமும் சுந்தரத்திடமும் திட்டவட்டமாகக் கூறிவிட்டாள். அதனால் அவர்களும் ஊர்க்காரர்களிடம் சொல்லவில்லை, காவல் நிலையத்துக்கு 'சப்போட்டுக்கு வாங்க' என்று யாரையும் கூப்பிடவில்லை.

''ஊர்க்காரங்க யார்கிட்டயும் ஒரு வார்த்த கலக்காம நீ பாட்டுக்கும் ஸ்டேசனுக்கு வந்துடுவியா'' என்று ஒன்றிய கவுன்சிலர் சேகர் கேட்டதற்குப் பதில் சொல்லவிலை. அவன் பக்கம் சீனியம்மா திரும்பிக்கூடப் பார்க்கவில்லை.

''நீங்க ஒங்க இஷ்டத்துக்குக் கேள்வி கேக்கிறதுக்கு நான் எதுக்கு இங்க இருக்கணும்?'' என்று ஆர்த்தி கேட்டதும், ''நீங்களே கேளுங்கம்மா'' என்று சேகர் சொன்னான்.

ஆர்த்திக்கு என்ன தோன்றியதோ இடுப்பில் குழந்தையை வைத்துக்கொண்டிருந்த மேகவர்ணத்தைப் பார்த்துக் கேட்டாள், ''நீங்க யாரு?''

''பொண்ணோட அம்மா.''

''ஒங்க பொண்ணு பெட்டிசன் கொடுத்திருக்கு. என்னா செய்யுறது?''

''அவ தெனம்தெனம் அடிபட்டுச் சாவுறத கண்ணாலப் பாக்க முடியலம்மா'' என்று சொல்லும்போதே மேகவர்ணத்துக்கு அழுகை வந்துவிட்டது. அவள் அழுததும், அவளுடைய இடுப்பிலிருந்த குழந்தையும் அழ ஆரம்பித்தது.

''நீங்க யாரு?'' என்று சுந்தரத்திடம் ஆர்த்தி கேட்டாள்.

''அண்ணம்மா.''

''கூடப் பொறந்த அண்ணனா?''

''ஆமாம்மா.''

''நீங்க என்னா சொல்றீங்க?''

''வாழ வேண்டிய பொண்ணே வேணாமின்னு சொல்லும்போது, நான் என்னம்மா சொல்ல முடியும்? தப்பு அதுமேல இருந்தா கேக்கலாம்.''

''ஊர்க்காரங்க என்னா சொல்றீங்க?'' என்று பாண்டிக்குப் பக்கத்தில் கூட்டமாக நின்றுகொண்டிருந்த ஆட்களிடம் கேட்டாள் ஆர்த்தி.

ஒரே நேரத்தில் மூன்று நான்கு பேர் பேச ஆரம்பித்ததால் எரிச்சலடைந்த ஆர்த்தி, ''ஒவ்வொரு ஆளாப் பேசணும்'' என்று உத்தரவு போட்டாள். கூட்டத்தில் வயதான ஆளாக இருந்தவரிடம் ''நீங்க சொல்லுங்க'' என்று ஆர்த்தி கேட்டதும் நாட்டாமை சொன்னார், ''ரெண்டு மூணு வாட்டி அந்தப் புள்ள தூக்குல தொங்கப் போயிடிச்சிங்க.''

''அதுக்கு?''

''கோவக்காரப் புள்ளயா இருக்குங்க. இவன் கோவத்தில ரெண்டு தட்டுதட்டப் போயி அந்தப் புள்ள பாட்டுக்கும் ஒரு மருந்து மாயத்தக் குடிச்சிட்டா உசுருக்கு ஆபத்தாயிடுங்க.''

''அதனால?''

“தனித்தனியா இருந்தாலும் உசுரோட இருந்தாப்போவுதின்னு பிரிச்சி வுட்டுடலாங்க. தேவப்பட்டா பின்னால சேந்துக்கிறாங்க” என்று சொல்லி, கட்டாயம் இந்த உபகாரத்தைச் செய்துதர வேண்டும் என்பதுபோல நாட்டாமை கையெடுத்துக் கும்பிட்டார். அப்போது ஆர்த்தியினுடைய செல்போன் மணி அடித்தது. போனை எடுத்துப் பார்த்துவிட்டு புஷ்பாவைக் கூப்பிட்டு “நம்ப தமிழரசி கூப்புடுறா. அத என்னான்னு கேளு” என்று அதிகாரத்தோடு சொல்லிவிட்டுச் சீனியம்மா பக்கம் பார்த்த ஆர்த்தி “நீ என்னா சொல்ற?” என்று கேட்டாள்.

“அவுரு அடிச்சியிருக்கிறத நீங்களே பாக்குறீங்க. புற மண்டையில ஏழு தையல் போட்டிருக்கு. அஞ்சி நாளக்கி முன்னாடி நீங்க பாத்திருந்தீங்கன்னா ஒடம்பெல்லாம் எம்மாம் காயம்னு ஒங்களுக்கே தெரிஞ்சிருக்கும்” என்று சொல்லும்போதே சீனியம்மாவுக்கு அழுகை வந்துவிட்டது. அவள் அழுததைப் பார்த்துவிட்டு மேகவர்ணத்தின் இடுப்பிலிருந்த குழந்தையும் அழுதது, அழுதுகொண்டே தாவியது. சீனியம்மா குழந்தையை வாங்கிக்கொண்டாள்.

“விஷயம் அதில்ல. புரியுதா?” என்று ஆர்த்தி கேட்டாள். அதற்குப் பதில் சொல்லாமல் சீனியம்மா அழ மட்டுமே செய்தாள்.

“ஏதோ கோபத்தில ஸ்டேசனுக்கு வந்திட்டன். இனிமே அப்பிடிச் செய்ய மாட்டன். என்னெ சேத்து வையிங்கன்னு கேப்பியா, எதிர்க் கட்சி கட்டிக்கிட்டு நிப்பியா? பேருக்காவது புருஷன்னு ஒருத்தன் வாணாமா?” என்று வார்டு உறுப்பினர் செல்லமுத்து கேட்டதும் சீனியம்மாவுக்கு அடக்க முடியாத அளவுக்கு ஆத்திரம் உண்டாயிற்று. ஆனாலும் ஆத்திரத்தை வெளியே காட்டிக் கொள்ளாமல் ரொம்பவும் நிதானமாகச் சொன்னாள், “பொறக்கும்போதே புருஷனோட பொறக்கல.”

“ஒனக்கு வாய் பெருசுதான்” என்று செல்லமுத்து சொன்னதும் “அது எங்கிட்டதான இருக்கு? ஒங்கிட்ட இல்லியே” என்று சீனியம்மா கேட்டதும் “ஒங்கிட்ட பேச முடியாது. நல்ல குடும்

பத்துக்காரி ஸ்டேசனுக்கு வருவாளா?'' என்று கோபத்துடன் செல்லமுத்து கேட்டான்.

''நான் அவுசாரி. அதனால ஸ்டேசனில நிக்குறன். ஓம் பொண்டாட்டி பத்தினி. ஊட்டுல இருக்கா'' என்று சீனியம்மா சொல்லும்போது குறுக்கிட்ட பாண்டி ''ஒங்க முன்னாடியே எப்பிடி யாரயும் மதிக்காமப் பேசுறா பாத்தீங்களா?'' என்று கேட்டதும் ஆர்த்திக்குக் கோபம் வந்துவிட்டது.

''சீ. வாய மூடு. அவள எப்பிடி அடிச்சியிருக்க? அதுக்கே ஒன்னெ உள்ளாரப் புடிச்சிப் போடணும். வேலயில இருக்கிறன்னுதான் பாக்குறன். இல்லன்னா இப்பவே வரதட்சண கேட்டு அடிச்சன்னு கேசப்போட்டு உள்ளாரத் தள்ளிடுவன் ராஸ்கல். ஒருத்தியக் கட்டிப் புள்ளயும் பெத்துக்குவ, அப்பறம் இன்னொருத்தியச் சேத்துக்கிட்டுப் பொண்டாட்டிய அடிச்சிக் கொல்லுவியா?'' என்று சத்தம் போட்டுக் கேட்ட ஆர்த்தி ''எங்க ஒன் கூத்தியா வல்லியா?'' என்று ஏளனமாகக் கேட்டாள். அப்போது பாண்டியும் அவனோடு வந்திருந்த அத்தனை பேரும் தலையைக் கவிழ்த்துக்கொண்டு நின்றிருந்தார்கள்.

''முதல்ல அவமேலதான் கேசப் போடணும்'' என்று சொல்லிப் பல்லைக் கடித்த ஆர்த்தி கோபத்துடன் சீனியம்மாவிடம் கேட்டாள் ''சேந்திருக்கிறியா? பிரிஞ்சிக்கிறியா?''

''அவரக் கேளுங்க.''

''இம்மாம் அடி வாங்கியும் அவன் ஒனக்கு இன்னும் அவருதானா?'' என்று கேட்டு ஆர்த்தி சிரித்ததும், பாண்டியோடு வந்திருந்த ஒன்றிரண்டு ஆட்களும் சிரித்தார்கள்.

''இதுக்கு முன்னாடி ஸ்டேசனுக்கு வந்திருக்கியா? ஊர்ப் பஞ்சாயத்துக் கூட்டியிருக்கியா?'' என்று அதிகாரத் தோரணையில் கேட்டாள் ஆர்த்தி.

''அந்த மாதிரி பழக்கமெல்லாம் இல்லீங்க. இதான் மொத பஸ்ட்டு'' என்று சீனியம்மா சொன்னதும் ஆர்த்தி சீனியம்மா

வையே பார்த்தாள். அவளுக்கு மனதில் என்ன தோன்றியதோ ‘‘முடிவ சொல்லு’’ என்று கேட்டாள்.

‘‘அவரக் கேளுங்க.’’

‘‘ஒரு முற போயிப்பாரு. இல்லன்னா எங்கிட்ட நேரா வா. ஜெயிலுக்கு அனுப்பிடுறன்.’’

‘‘முதல்ல அவள வுடச் சொல்லுங்க.’’

‘‘யே. நீ என்ன சொல்ற?’’ பாண்டியைப் பார்த்து ஆர்த்தி கேட்டாள். அவன் வாயே இல்லாதவன்போல் நின்றுகொண்டிருந்தான்.

‘‘அவள வுட்டுடுறியா?’’

‘‘எனக்கும் அவளுக்கும் ஒண்ணுமில்லீங்கம்மா. வாய்ப் பழக்கம்தான். ஒரே எடத்தில வேல செய்யுறம். அவ்வளவுதான். வேலைய மாத்திக்கிட்டும் போவ முடியாது. அப்படிப்பட்ட வேலை இது’’ என்று பாண்டி சொன்னதும் சீனியம்மா இடுப்பிலிருந்த பிள்ளையைப் பாண்டி காலின் முன் போட்டு ‘‘ஒம் புள்ள தான இது? ‘அவளுக்கும் எனக்கும் ஒண்ணுமில்ல’ன்னு தாண்டி சத்தியம்செய் பாக்கலாம்’’ என்று ஆக்ரோஷமாகக் கேட்டாள். சீனியம்மாவை எரித்துவிடுவதுபோல் பார்த்தான் பாண்டி. சத்தியம் செய்யவில்லை. தரையில் போட்டதால் வீறீட்டு அலறிய குழந்தையைத் தூக்கப்போன பாண்டியின் கையைத் தட்டி விட்டு ‘‘சீ. எம் புள்ளயத் தொடாத’’ என்று சொல்லிவிட்டுப் பிள்ளையைத் தூக்கி அழுகையை நிறுத்த முயன்றாள்.

‘‘சத்தியம் பண்ண வேண்டியதுதான?’’ என்று ஆர்த்தி பாண்டியிடம் கேட்டாள். அவன் தலையைத் தொங்கப் போட்டுக்கொண்டு நின்றான். அப்போது பல்லைக் கடித்துக்கொண்டு சீனியம்மா சொன்னாள். ‘‘இது திருந்தற மாடில்ல.’’

‘‘விஷயத்துக்கு வாங்க. நேரமில்ல’’ என்று சொன்ன ஆர்த்தி கைக்கடிகாரத்தைப் பார்த்தாள். நேரத்தைப் பார்த்ததும் அவளுடைய முகம் சுருங்கிப்போயிற்று.

‘‘நான்தான் வேணும். அவ வேணாமின்னு சொல்லச் சொல்லுங்க பாக்கலாம்’’ பாண்டிக்குச் சவால் விடுவது மாதிரி சீனியம்மா

சொன்னாள். அவன் வாயைத் திறக்கவில்லை. அவள் பக்கம் பார்க்கவே இல்லை.

‘‘அவுரு ஒருத்திக்கிட்டப் போயிட்டு வர்ற மாதிரி நான் ஒருத் தன்கிட்டப் போயிட்டு வந்தா என்னெ நெருப்பவச்சிக் கொளுத்தி யிருக்க மாட்டாரா?’’ என்று சத்தமாகக் கேட்டாள்.

‘‘கேக்கிறால்ல? பதில் சொல்லு’’ என்று பாண்டியிடம் ஆர்த்தி சொன்னாள். தலையைக் கவிழ்த்துக்கொண்டு நின்றவன்தான் பாண்டி. வாயையும் திறக்கவில்லை. ஆர்த்தியையும் பார்க்க வில்லை.

‘‘இம்மாம் கேக்குறீங்களே வாய தொறக்குறாங்களா பாத் தீங்களா? அப்பிடி மயக்கி வச்சிருக்கா. மருந்துக்காரி’’ என்று சொல்லிவிட்டுப் பல்லைக் கடித்தாள் சீனியம்மா. பிறகு அழுது கொண்டே ‘‘என்னெ அத்துவுட்டுடுங்கம்மா. செத்திட்டார்ன்னு சொல்லி நாளக்கே கருமகாரிய சோத்த ஆக்கிக் காக்காயிக்கிப் பலிசோறு படச்சிட்டு, தலக்கடன் தீந்துபோச்சின்னு போயி ஆத்தில தலய மூழ்கிடுறன்’’ என்று சொன்னதும் கோபம் வந்த மாதிரி ‘‘ஓங்க முன்னாடியே எப்பிடிப் பேசுறா பாருங்கம்மா. இவ ளோட நான் சேந்திருக்கவா?’’ என்று பாண்டி கேட்டதற்கு ஆர்த்தி பதில் சொல்லவில்லை. சீனியம்மாதான் பதில் சொன்னாள்.

‘‘எங்கூட எதுக்குச் சேந்திருக்க? புதுசா புடிச்சியிருக்கியே தங் கம், அதுக்கூடப் போய்ச் சேந்திரு.’’

பாண்டி வாயைத் திறக்கவில்லை. பல்லை மட்டுமே கடித்தான். பார்வையாலேயே எரித்துவிடுவதுபோல் பார்த்தான்.

‘‘ஒம் பொண்டாட்டி கெட்ட நடத்த உள்ளவளா?’’ என்று பாண்டியிடம் கேட்டாள் ஆர்த்தி.

‘‘இல்ல.’’

‘‘கல்யாணத்துக்கு முன்னாடியோ, கல்யாணத்துக்குப் பின்னா டியோ தப்பு ஏதாச்சும் செஞ்சிருக்காளா?’’

‘‘அப்பிடியெல்லாம் இல்ல.’’

‘‘இனிமே செய்யுற கேசா?’’

''செய்ய மாட்டா.''

''அப்பறம் ஏன் அவளப் பிரிச்சிவுடுற?''

''என்னெ ஊர்லயும் அசிங்கப்படுத்திட்டா. ஸ்டேசனில வச்சும் அசிங்கப்படுத்திட்டா. ஆங்காரம் புடிச்சவ.''

''நீ அந்தச் சமையல்காரி பின்னால சுத்துறது அசிங்கம் இல்லியா?''

பாண்டி வாயைத் திறக்கவில்லை.

''கெட்ட புத்திக்காரியா? ஊதாரியா?''

''அப்பிடிலாம் சொல்ல முடியாது.''

''அவளும் ஊர்ப் பேச்ச கேட்டுக்கிட்டு ஆடுறா. நீயும் ஊரக் கூட்டிக்கிட்டு வந்து நிக்குற.''

''அவ அத்துக்கிட்டுப் போனா போவட்டும். புள்ளய மட்டும் எங்கிட்ட கொடுத்திடணும்'' என்று பாண்டி சொல்லி முடிப்பதற்குள்ளாகவே குறுக்கிட்ட சீனியம்மா அழுத்தம் திருத்தமாகச் சொன்னாள். ''அது மட்டும் முடியாது.''

''கல்யாணத்துக்குப் போட்ட நாலு பவுனயும், சீர்வரிசயா கொடுத்த சாமான்வுளயும் கொடுத்திடுறன்.''

''நான் வேணாமில்ல? அப்படின்னா எந்தப் பொருளும் எனக்கு வாணாம்'' ஒரே வார்த்தையாக வெட்டிச் சொன்னாள் சீனியம்மா.

''அவனே வேணாமின்னு போவயில நம்ப பொருள எதுக்கு அவன் திங்கணும்?'' என்று கேட்டு மேகவர்ணம் சீனியம்மாவிடம் சண்டைக்குப் போனாள். ''பேசாம இரும்மா'' என்று சொல்லி மேகவர்ணத்தின் வாயை மூடினாள் சீனியம்மா. பாண்டியும் சீனியம்மாவும் பேசிக்கொள்வதைப் பார்த்து எரிச்சல்பட்ட ஆர்த்தி, ''விஷயத்த மட்டும் சொல்லு. சேந்திருக்கியா? பிரிஞ்சிபோறியா?'' என்று கேட்டாள்.

''ஸ்டேசனில கொண்டாந்து என்னெக் கையகட்டி நிக்க வச்சவகூட நான் எப்பிடிச் சேந்திருக்க முடியும்? இனிமே ஊர்ல ஒரு பய என்னெ மதிப்பானா?'' என்று கேட்டான் பாண்டி. அவனுடைய குரலில் வேகம் கூடியிருந்தது.

''முடியாதில்லியா?'' என்று ஆத்திரம் பொங்கக் கேட்டாள் சீனியம்மா.

''ஆமாம்'' என்று திட்டவட்டமாகப் பாண்டி சொன்னதைக் கேட்ட சீனியம்மாவுக்கு எங்கிருந்துதான் அவ்வளவு ஆத்திரம் வந்ததோ.''நானே இல்லாதப்ப புள்ள மட்டும் ஒனக்கு எப்பிடி வரும்?'' என்று கேட்டாள்.

''புள்ள என்னோடதுதான?''

''புள்ளய நீயா பெத்த? நீயா பாலு கொடுத்த? அதோட பீ, மூத்திரத் துணிய நீயா அலசிப்போட்ட?'' என்று காவல் நிலையம் என்பதைக்கூட மறந்துவிட்டுச் சத்தம்போட்டுக் கேட்டாள். உடனே ஆர்த்தி சீனியம்மாவிடம், ''அவனில்லாம நீ மட்டும் தனி யாவா பெத்த?'' என்று கேட்டாள்.

''இல்லெ'' அழுத்தம் திருத்தமாகச் சொன்னாள் சீனியம்மா.

''புள்ள எங்கிட்ட வந்தாவணும்'' என்று பாண்டி சொன்னான்.

''அது மட்டும் நடக்காது'' கொஞ்சம்கூடப் பயமின்றித் திமி ராகச் சொன்னாள் சீனியம்மா.

''ஏன்?''

''நடக்காதின்னா நடக்காதுதான். ஒன்னால ஆனதப் பாரு.'' ஒரே வெட்டாக வெட்டிவிட்டாள் சீனியம்மா.

''சேந்திரு. பிரிஞ்சியிரு. அதுவேற விஷயம். புள்ளமேல அவ னுக்கும் உரிம இருக்குதான?'' என்று ஆர்த்தி கேட்டாள்.

''என்னயே வேணாமின்னு சொன்ன பின்னால புள்ள மட்டும் எதுக்கு வேணுமாம்?'' வீம்பாகக் கேட்டாள் சீனியம்மாள்.

''அவள வேணாமின்னு சொல்ற நீ, புள்ளய மட்டும் எதுக்குக் கேக்குற?'' திரும்பிப் பாண்டியைப் பார்த்துக் கேட்டாள் ஆர்த்தி.

''ஸ்டேசனில பெட்டிசன் கொடுத்து ஊர்ல என்னெ அசிங்கப் படுத்திட்டா. இனி உயிர்போனாலும் அவகூடச் சேந்திருக்க மாட் டன். எம் புள்ள மட்டும் எனக்கு வந்தாவணும்'' என்று உறுதியாகச் சொன்னான் பாண்டி.

‘‘என்னயே வேணாமின்ன பிறகு புள்ள மட்டும் எப்படி வரும்?’’

‘‘புள்ளயக் கொடுக்க மாட்ட? அப்படித்தான?’’

‘‘கொடுக்க மாட்டன்.’’

‘‘ஏன்?’’ என்று திரும்பத்திரும்பக் கேட்டதால்,‘‘புள்ள ஒனக் குப் பொறக்கல போ’’ என்று முகத்தில் அறைவதுபோல சொன் னாள் சீனியம்மா. பாண்டி, அவனோடு வந்திருந்தவர்கள், சுந் தரம், தவமணி என்று எல்லோருமே அதிர்ச்சியோடும் கோபத் தோடும் சீனியம்மாவைப் பார்த்தனர்.

‘‘என்னடி காரியம் செஞ்சிட்ட?’’ என்று கேட்டு மேகவர்ணம் சீனியம்மாவின் கன்னத்தில் அடித்தாள். அடிக்கட்டும் என்பது போல சீனியம்மா முகத்தை நன்றாகக் காட்டியபடியே நின்று கொண்டிருந்தாள். அவளுடைய முகம் சுருங்கவில்லை. அவளு டைய கண்களிலிருந்து ஒரு சொட்டுக் கண்ணீரும் வரவில்லை. மொத்த உடலுமே மரத்துப்போனதுபோல் நின்றுகொண்டிருந் தாள். சீனியம்மாவை அடித்த மேகவர்ணம் கடைசியில் தன் னுடைய முகத்திலேயே அடித்துக்கொண்டு ‘‘அவன அசிங்கப் படுத்துறன்னு எங் குடும்பத்தயே அசிங்கப்படுத்திட்டாளே’’ என்று சொல்லி அழுதாள். மேகவர்ணம் அழுததும் அவளுடைய இடுப் பிலிருந்த குழந்தையும் வீறிட்டு அழுதது. கோபம் வந்த மாதிரி, அந்த இடத்தில் நிற்கப் பிடிக்காத மாதிரி முகத்தைக் கோணிக் கொண்டு சட்டென்று சுந்தரம் வெளியே போனான்.

‘‘என்ன பாப்பா செஞ்சிட்ட?’’ என்று கண்கலங்கக் கேட்டாள் தவமணி.

‘‘தெரிஞ்சிதான் பேசுறியா?’’ என்று ஆர்த்தி கேட்டாள்.

சீனியம்மா பதற்றப்படாமல், கோபப்படாமல், நிதானமாகச் சொன்னாள்.

‘‘இதுல யாராச்சும் பொய் சொல்வாங்களாம்மா?’’

பாண்டிக்கும் அந்த இடத்திலிருந்த எல்லோருக்குமே முகம் சுண்டிப்போயிற்று. சீனியம்மாவை அடித்துக் கொல்ல வேண்டும்

என்ற வெறி பாண்டிக்கும் அவனோடு வந்திருந்த அத்தனை பேருக்குமே இருந்தது. காவல் நிலையம் என்பதால் பேசாமல் இருந்தனர். பாண்டி நெருப்பில் நிற்பதுபோல் நின்றுகொண்டிருந்தான். ''எங் கொலத்துக்கே அசிங்கத்தக் கொண்டாந்திட்டியேடி'' என்று சொல்லிச் சீனியம்மாவின் கன்னத்தில் ஓங்கி அடித்தாள் மேகவர்ணம்.

உடல் நடுங்க, வியர்த்து ஒழுக, வாய் குழற மனதிலிருந்த கோபத்தை எல்லாம் அடக்கிக்கொண்டு பாண்டி நேருக்கு நேராக சீனியம்மாவைப் பார்த்துக் கேட்டான்.''எங்கூடப் படுத்து நீ இந்தப் புள்ளயப் பெக்கல?''

சீனியம்மா முகத்தைச் சுளிக்காமல், கொஞ்சம்கூடத் தயக்கமில்லாமல், பயமில்லாமல் மிகவும் தெளிவாகச் சொன்னாள். ''இல்லெ.''

''என்னெ பொட்டப் பயன்னா சொல்ற?''

''அது எனக்குத் தெரியாது.''

''எனக்குப் பெக்கலன்னா இந்தப் புள்ளய யாருக்குப் பெத்த?''

''அத ஒனக்குச் சொல்ல வேண்டிய அவசியமில்ல.''

''அப்பிடின்னா ஊர் மேஞ்சிதான் இந்தப் புள்ளயப் பெத்த. இல்லியா?''

''ஆமாம்.''

''அப்பபடின்னா புள்ளய நீயே வச்சிக்க.''

''ஒனக்குப் பொறக்காத புள்ளய ஒனக்கு ஏன் நான் தரணும்?'' என்று சீனியம்மா கேட்டதும் மறுநொடி தவமணி ஓங்கி சீனியம்மாவின் வாயில் அடித்து ''வாய் இருக்குன்னு எதுனா பேசுவியா?'' என்று கேட்டாள். அப்போது ''இன்னும் ரெண்டு போடுடி'' என்று மேகவர்ணம் தவமணியிடம் சொன்னாள். பிறகு ''ஓம் புள்ளதான் இது. நீயே வச்சிக்க. எம் மவள வச்சி வாழ வேணாம்'' என்று சொல்லி இடுப்பிலிருந்த குழந்தையைப் பாண்டியிடம் கொடுத்தாள். அவன் வாங்கிக்கொள்ளாததால் அவனுடைய கையைப் பிடித்துக் குழந்தையைக் கொடுக்க முயன்றாள். அப்போதும்

அவன் குழந்தையை வாங்கிக்கொள்ளவில்லை. ஆனால், அழுத படி பாண்டியை நோக்கிக் குழந்தை தாவிக்கொண்டேயிருந்தது. குழந்தையைப் பார்ப்பதற்குக்கூடத் தெம்பற்றவனாகக் கரகரத்த குரலில் சீனியம்மாவிடம் கேட்டான். ‘‘நான் கட்டுன தாலியக் கொடுத்திடு.’’

‘‘முடியாது’’ தீர்மானமாகச் சீனியம்மா சொன்னாள்.

‘‘எங்கூடப் படுத்துப் புள்ள பெக்கலன்னு சொன்ன பிறகு நான் கட்டுன தாலி ஓங் கழுத்தில இருக்கக் கூடாது.’’

‘‘. . . . .’’

‘‘என்னெ பொட்டப் பயன்னு சொல்லிட்ட. அதுக்குப் பின் னால நான் கட்டுன தாலிய நீ போட்டிருக்கக் கூடாது.’’

‘‘சாணித் துணியோடதான சகவாசம் வச்சிக்கிட்டு இருக்கிற? அவகூடவே இருந்துக்க. இனி எம் புள்ளயயோ என்னயோ நீ பாக்கக் கூடாது. இது ஓம்மேல சத்தியம். சாமிமேல சத்தியம்.’’

‘‘நான் கட்டுன தாலிய கொடுத்துத்தான் ஆவணும்’’ என்று திரும்பத்திரும்பக் கட்டாயப்படுத்தி ஆக்ரோஷமாகப் பாண்டி கேட்டதால் அழுத்தம்திருத்தமாகச் சீனியம்மா சொன்னாள் ‘‘கோயில்ல வச்சி கட்டுனது. கோயில்ல வச்சி அவுத்துத் தந்திடுறன். நான் உத்தமியா அவுசாரியான்னு என் பொணம் சுடுகாட்டுக்குப் போவயில ஊர் சொல்லும். அஞ்சி வருஷமா நான் என் நெஞ்சில சொமந்த சாமியா இருந்த. எப்ப இன்னொருத்தி வேணுமின்னு போனியோ அப்பவே நீ கல்லாயிட்ட. பீ தொடச்ச கல்லு. எங்க கெடந்தா என்ன?’’

சீனியம்மாவுக்கு எந்தக் குழப்பமும் இல்லை. தெளிவாகவும் நிதானமாகவும் இருந்தாள். அவளுடைய பேச்சு ஒரு முடிவுக்கு வந்துவிட்டதுபோல் இருந்தது. அவளுக்கு வியர்க்கவில்லை. கை கால்கள் நடுங்கவில்லை. கண்கள் கலங்கவில்லை. மனம் தெளி வாகிவிட்டதுபோல், தலையில் சுமந்துகொண்டிருந்த பாரத்தை இறக்கி வைத்துவிட்டதுபோல் ஆசுவாசமாக இருந்தாள். பாண்டிக் குத்தான் நிற்க முடியவில்லை. பேச முடியவில்லை. யாரையும்

பார்க்க முடியவில்லை. பந்தயத்தில் தோற்றுப்போனவனுடைய முகம்போல இருந்தது அவனுடைய முகம். பாண்டியைப் பார்த்த சேகருக்கு என்ன தோன்றியதோ ''பொட்டச்சிக்கிட்ட என்னடா பேச்சு வேண்டியிருக்கு? பொட்டப் பயன்னு சொன்ன பிறகு அப்பறம் எதுக்குத் தாலி? பிச்சிக்கிட்டுக் கிளம்பு'' என்று வேக மாகச் சொன்னான். சேகரை அடுத்து ஒன்றிரண்டு பேர் தாலியைக் கழற்றித் தந்துவிட வேண்டும் என்று சொல்லிச் சீனியம்மாவிடம் கட்டாயப்படுத்திக் கொலை வெறியோடு கேட்டனர். சீனியம்மா யாரையும் பார்க்கவில்லை. யாருக்கும் பதில் சொல்லவில்லை. மொத்த உடம்பும் மரத்துவிட்டதுபோல் ஆடாமல் அசையாமல் நின்றுகொண்டிருந்தாள்.

''நம்பளயெல்லாம் பொட்டப் பயலா ஆக்கிட்டாடா ஓம் பொண்டாட்டி'' என்று வேகமாகச் சொல்லிவிட்டுப் பாண்டியின் பங்காளி ஜெயபால் விருட்டென்று வெளியே போனான்.

தன்முன் சீனியம்மாவும் பாண்டியும் பேசிக்கொண்டதைப் பார்த்தபடி உட்கார்ந்துகொண்டிருந்த ஆர்த்தி ஒரு முடிவுக்கு வந்ததுபோல் பாண்டியிடம் கேட்டாள். ''இங்கியே முடிச்சிக் கிறீங்களா? கோர்ட்டுக்குப் போறீங்களா?''

ஆர்த்தியின் கேள்விக்குப் பாண்டி பதில் சொல்லவில்லை. அவ னோடு வந்திருந்தவர்கள் எல்லோருமே ஒரே குரலாகச் சொன் னார்கள், ''இங்கியே முடிச்சிக்கிறம். இப்பியே முடிச்சிக்கிறம்.''

''ஒரு வாரம் பாக்கலாமா?''

''வேண்டாம்மா'' என்று பாண்டியோடு வந்திருந்தவர்கள் ஒரே குரலாக, ஒரே நேரத்தில் சொன்னார்கள்.

''அப்பிடின்னா ரெண்டுபேரும் சம்மதத்தோட 'பிரிஞ்சிக்கி றம்'ன்னு எழுதிக் கொண்டாங்க'' என்று சொல்லிப் பாண்டி யையும் பாண்டியோடு வந்திருந்தவர்களையும் வெளியே அனுப்பி னாள் ஆர்த்தி. பிறகு சிறிது நேரம் பேசாமல் இருந்துவிட்டுச் சீனியம்மாவைப் பார்த்து, ''நீயும் போயி எழுதிக் கொண்டா'' என்று சொன்னாள். சட்டென்று அவளுக்கு மனதில் என்ன

தோன்றியதோ "எதுக்காக அப்பிடிச் சொன்ன?" என்று சீனியம்மாவிடம் கேட்டாள்.

"நானே அவுசாரி பட்டத்த வாங்கிட்டன். அது நான் சாவுற முட்டும் மறையாது. எம் புள்ளைக்கும் 'அவுசாரி பெத்த புள்ள'ன்னு பட்டம் வந்துடுச்சி. இன்னொருத்திக்கிட்ட போனதுமில்லாம ஊரே கூடி வேடிக்கப் பாக்க பீ, மூத்திரம் வர்ற அளவுக்கு என்ன அடிச்சாருல்ல, அன்னிக்கி என் மானம் போச்சில்ல, இனி அவரு மானம் போவட்டும். இனி எத்தினி பொண்டாட்டி கட்டுனாலும், எத்தினி புள்ள பெத்தாலும் அவருக்குத்தான் பொறந்ததின்னு ஊரு நம்புமா? சாவுறமுட்டும் தலகுனிஞ்சே நடக்கட்டும். இனி எப்பிடி வேட்டி கட்டிக்கிட்டுத் தெருவுல நடப்பாருன்னு பாக்கு றன். சாவட்டும்னுதான் சொன்னன்" என்று சொல்லிவிட்டுச் சீனியம்மா விர்ரென்று வெளியே போனாள்.

* * * * *

7

சாந்தா

*சா*ந்தாவின் வீட்டுக்கு முன் காரை நிறுத்திவிட்டு இறங்கினான் செல்வகுமார். வீட்டுக்கு முன் யாரும் இல்லாததால், இது அவளுடைய வீடுதானா என்ற சந்தேகம் வந்தது. திரும்பிப் பார்த்தான். எதிர்வீட்டுத் திண்ணையில் ஒரு பெண் தலை சீவிக்கொண்டிருப்பது தெரிந்தது. அவளிடம் "இது சாந்தா வீடுதான? ஆள் இருக்காங்களா?" என்று கேட்டான்.

"இருக்காங்க" என்று சொன்ன அந்தப் பெண் தலையைச் சீவி முடித்துவிட்டுச் சீப்பிலிருந்த முடியைப் பிடுங்கி, சுருட்டித் தெருவில் விட்டெறிந்துவிட்டு வீட்டுக்குள் போனாள். சாந்தாவின் வீடு தெருவிலிருந்து பத்தடி தள்ளி உள்ளேயிருந்தது. வீட்டைச் சுற்றிப் படல் வேலி போடப்பட்டிருந்தது. வாசல் படலைத் திறந்துகொண்டு போவதா, வேண்டாமா என்று யோசித்தான். 'யார் வீட்டுல?' என்று கூப்பிடவும் தயக்கமாக இருந்தது. வீட்டில் யார் இருப்பார்கள், அவளுடைய புருஷன் இருப்பானா, மாமியார், பிள்ளைகள் என்று வேறு யாராவது இருப்பார்களா? வீட்டுக்கு ஏன் வந்தீர்கள் என்று கேட்பாளா, வீட்டுக்கு வந்தது சந்தோஷம் என்று சொல்வாளா என்று பலவிதமாக யோசித்தான். விருத்தாசலத்திலிருந்து முப்பது கிலோமீட்டர் தூரம்வரை வரும்போது எழாத கேள்விகளெல்லாம் இப்போதுதான் அவனுக்குள் எழுந்தன. முப்பது கிலோமீட்டர் தூரம் தாண்டி வர முடிந்த செல்வகுமாரால் ஏழு, எட்டு அடி தூரம் தாண்டி உள்ளே போக முடியவில்லை. அது பெரிய தூரமாகத் தெரிந்தது. போவதா, வேண்டாமா என்ற குழப்பம் உண்டாயிற்று. சாந்தா இல்லாமல்

வேறு யாராவது இருந்தால் "அடிபட்டதப் பாக்க வந்தன்" என்று சொல்லிவிடலாம். தன்னையே சமாதானப்படுத்திக்கொண் டான். வேலை செய்கிற இடத்தில் அடிபட்டதை விசாரிப்பதற் காக வீட்டு முதலாளியே சித்தாள் வீட்டுக்கு வந்ததை யாரா வது நம்புவார்களா என்ற சந்தேகமும் உண்டாயிற்று. வீட்டை விட்டுக் கிளம்பும்போதும், 'ஆபிஸுக்குப் போகிறேன்' என்று மனைவியிடம் பொய் சொல்லிவிட்டுக் கிளம்பும்போதும் இருந்த உற்சாகத்தில் இப்போது ஒரு துளிக்கூட அவனிடத்தில் இல்லை. அப்போது வடக்குப் பக்கமிருந்து வந்த ஒரு பையன் காரையே வெறித்துப் பார்த்தான். பிறகு செல்வகுமாரைப் பார்த்தான். அந்தப் பையனிடம் கேட்டான் "இது சாந்தா வீடுதான? சித்தாள் வேல செய்யுறவங்க."

"இரு வர்றன்" என்று சொல்லிவிட்டு வேகமாக வாசல் படலைத் திறந்துவிட்டு நேராக வீட்டுக்குச் சென்று லேசாகச் சாத்தியிருந்த கதவைத் திறந்து "ஒங்க ஊட்டுக்கு யாரோ கார்ல வந்திருக்காங்க" என்று சொல்லிவிட்டுத் திரும்பி வந்தான். வீட்டுக்குள்ளிருந்து வெளியே வந்த சாந்தா செல்வகுமாரைப் பார்த்து ஆச்சரியப்பட் டாள். உடனே வீட்டுக்குள் ஓடி சீலை, தலைமுடியைச் சரிசெய்து கொண்டு வெளியே வந்து, "வாங்க சார், உள்ளார வாங்க" என்று சிரித்துக்கொண்டே கூப்பிட்டாள். செல்வகுமார் வாசல் படலைத் தாண்டிச் சென்றான். காரை வேடிக்கை பார்த்துக் கொண்டிருந்த பையனிடம் "யே தம்பி, ஒங்க ஊட்டுல இருந்து ஒரு சேரக் கொண்டா" என்று சாந்தா சொன்னதும், பையன் ஒரே ஓட்டமாக ஓடிப்போய் பிளாஸ்டிக் சேர் ஒன்றைத் தூக்கிக் கொண்டு வந்து வாசல் முன் போட்டுவிட்டுத் திரும்பவும் போய் காரை வேடிக்கை பார்க்க ஆரம்பித்தான்.

"உள்ளார ஒக்கார்றீங்களா? இப்பிடியே ஒக்கார்றீங்களா? வெளியில ஒக்காந்தா காத்தோட்டமா இருக்கும்" என்று சொன்ன தோடு, நாற்காலியை செல்வகுமார் உட்காருவதற்கு வசதியாக நகர்த்திப் போட்டாள். செல்வகுமார் நாற்காலியில் உட்கார்ந்து கொண்டான். அவனுக்கு மூன்று, நான்கடி தூரம் தள்ளி வாசலை ஒட்டி மேற்குப் பக்கம் பார்த்த நிலையில் உட்கார்ந்தாள் சாந்தா.

''பக்கத்தில எங்கியாச்சும் வேல நடக்குதா?''

''இல்லியே'' என்று சொன்ன செல்வகுமார் சாந்தாவினுடைய முகத்தில் ஏதாவது மாற்றம் தெரிகிறதா என்று பார்த்தான். எதையும் அவனால் கண்டுபிடிக்க முடியவில்லை. செல்வகுமார் தன்னையே பார்ப்பதைப் பார்த்த சாந்தா லேசாகச் சிரித்துக்கொண்டே ''என்ன புதுசாப் பாக்குறாப்ல பாக்குறீங்க சார்?'' என்று கேட்டதும் செல்வகுமாருக்கு வெட்கமாகிவிட்டது. பதில் சொல்லாமல் சிரிக்க மட்டுமே செய்தான்.

''என்னா சார் இவ்வளவு தூரம் வந்திருக்கீங்க?''

''ஒன்னெப் பாக்கத்தான். அடிபட்டது சரி ஆயிடிச்சான்னு விசாரிக்கத்தான் வந்தன். அன்னிக்கி என்னா நடந்துச்சி?''

''அன்னிக்கி மூணு மணி இருக்கும். கலவய அள்ளித் தூக்கிக்கிட்டுப் போறதுக்கு மேல இருந்த பாண்டக் கீழ போடுன்னு ராணிகிட்ட சொன்னன். அது ஒவ்வொண்ணா போட, நான் கீழயிருந்து புடிச்சி வச்சிக்கிட்டிருந்தன். அப்ப கலவய பாண்டுல அள்ளிப் போட்டுக்கிட்டு இருந்த கொத்தனாரு 'கொஞ்சம் கிட்ட தள்ளி வை'யின்னு சொன்னாரு. சரின்னு ஒரு பாண்ட நவுத்தி வைக்கலாமின்னு போனன். அது தெரியாம ராணி போட்ட பாண்டு, நேரா வந்து எந் தலயில விழுந்துபோச்சி. மண்ட பொத்துக்கிச்சி. ஆறு தையலு போட்டாங்க'' என்று சொன்ன சாந்தா, தலையில் தையல் போட்ட இடத்தைக் காட்டினாள்.

அதைப் பார்த்த செல்வகுமார், ''பெரிய காயம்தான்'' என்று சொன்னான். அப்போது தெருவிலிருந்து வந்த சாந்தாவின் புருஷன் பன்னீர், சாந்தாவையும் செல்வகுமாரையும் மாறிமாறிப் பார்த்தான். பன்னீர் கேட்காமலேயே சாந்தா சொன்னாள். ''நான் வேல செய்யப் போறனில்ல, அந்த ஊட்டு சாரு. அடிபட்டது என்னாச்சின்னு கேக்கறதுக்கு வந்திருக்காரு.'' உடனே பன்னீர் செல்வகுமாருக்கு வணக்கம் சொன்னான். செல்வகுமார் கட்டிக்கொண்டிருக்கும் வீட்டில் சாந்தா வேலை செய்துகொண்டிருக்கும் போது பாண்டு அவளுடைய தலையில் விழுந்தது, மருத்துவமனைக்குப் போனது, தையல்போட்டது, வீட்டுக்கு வந்தது என்று

எல்லாவற்றையும் நேரில் பார்த்தவன் மாதிரி தானாகவே பன்னீர் சொன்னதைக் கேட்ட செல்வகுமார் "அடிபட்ட அன்னிக்கி நான் ஊர்ல இல்ல. சி.ஈ மீட்டிங் மெட்ராசில. அதுக்கு நான் போயிட்டன். ஒடனே வர முடியல. ஆபிஸ் வேல. இன்னிக்கித்தான் வர முடிஞ்சிது. அதான் என்னான்னு பாத்திட்டுப் போவலாமின்னு வந்தன். கொத்தனார்கிட்ட அட்ரஸ் கேட்டன். கொடுத்தாரு. அடிபட்டதுமே போன்ல சொன்னாங்க. ஒடனே எங்க ஆளுங்கள விட்டு ஆஸ்பத்திரிக்கிக் கொண்டுபோகச் சொன்னன். ஆஸ்பத் திரிச் செலவுக்குப் பணமும் கொடுக்கச் சொன்னன்" என்று சொன்ன செல்வகுமார் "பணம் கொடுத்தாங்களா?" என்று சாந்தா விடம் கேட்டான்.

"கொடுத்தாங்க. காரிலியே ஊட்டுல கொண்டாந்து வுட்டுட் டுப் போனாங்க."

"அந்த நேரத்தில நீங்க செஞ்சது பெரிய காரியம். எனக்கு என்னான்னு போயிருந்தீங்கின்னா என்னா ஆவறது?" என்று சொன்ன பன்னீர், "டீ, கலரு, சோடா ஏதாச்சும் குடிக்கிறீங்களா சார்?" என்று கேட்டான்.

"அதெல்லாம் ஒண்ணும் வாண்டாம். நான் இப்பக் கிளம் பிடுவன்" என்று சொன்னான்.

"அப்பிடின்னா நீங்க பேசிக்கிட்டு இருங்க" என்று செல்வ குமாரிடம் சொன்ன பன்னீர், சாந்தா பக்கம் திரும்பி, " 'நெல்லு அறுக்கிற மிஷனக் கூப்புடப் போவணும் வா'ன்னு வேலுமயிலு கூப்பிட்டாரு. போயிட்டு வர்றன்" என்று சொன்னான். பிறகு "வர்றன் சார்" என்று செல்வகுமாரிடம் சொன்னதோடு வணக்க மும் வைத்துவிட்டுப் போனான். பன்னீர் போன சிறிது நேரம் கழித்து செல்வகுமார் கேட்டான். "என்னா வேல செய்யுறாரு?"

"இன்னா வேலன்னு இல்ல. கூப்புடுற எடத்துக்குப் போவும், சொல்ற வேலயச் செய்யும். நெனச்சிக்கிட்டா ரெண்டு மூணு மாசம் பெங்களூருக்குப் போவும்."

"அடிக்கிறது. ஒதக்கிறதுன்னு ஒண்ணும் பிரச்சன இல்லியே."

''பணம் காசு இருக்கிற ஊட்டுல, கவர்மண்டு வேலயில இருக் கிறவங்க ஊட்டுல சண்டயே வராதா? புருசன் பொண்டாட் டின்னு இருந்தா, குடும்பமின்னு இருந்தா சண்ட சச்சரவு இல் லாம எப்பிடி சார் இருக்கும்?'' சாந்தா சிரித்தாள். ஆனாலும், அவ ளுடைய குரலிலும் முகத்திலும் லேசான மாற்றம் ஏற்பட்டிருப் பதைப் பார்த்த செல்வகுமார் ''கஷ்டம்தான்'' என்று சொன்னான். செல்வகுமார் எதற்காக அந்த வார்த்தையைச் சொன்னான் என்ப தைப் புரிந்துகொண்ட மாதிரி ''கைகாலு நல்லா இருக்கணும் சார். அது ஒண்ணுதான் எனக்கு வேணும், எவ்வளவு கஷ்டமான வேலயா இருந்தாலும் செஞ்சிட்டு, சோறு தின்னுக்குவன்'' என்று சொன்ன சாந்தாவின் குரலில் பெரிய மாற்றம் தெரிந்தது. செல்வ குமார் சாந்தாவினுடைய முகத்தையே கூர்ந்துபார்த்தான். ஆறு மாதமாகப் பார்த்துக்கொண்டிருந்தாலும் இவ்வளவு நெருக்கமாக அவன் அவளுடைய முகத்தை ஒரு முறைகூடப் பார்த்ததில்லை. தலையில் இருந்த காயத்தை மறைப்பதற்காகச் சிறு துண்டைத் தலையில் போட்டிருந்தாள். அது ஒன்றுதான் உறுத்தலாக இருந் தது. அதை எடுத்துவிட்டால் அழகாகவே இருப்பாள் என்ற எண் ணம் அவனுக்கு இருந்தது. அவனுடைய மனதை அறிந்த மாதிரி சிரித்துக்கொண்டே, ''என்னா சார் அப்பிடிப் பாக்குறீங்க?'' என்று கேட்டாள். அவள் கேட்டதற்குப் பதில் சொல்லாமல் ''செலவுக்கு என்னா செய்யுற?'' என்று கேட்டான்.

''சோத்துக்குத்தான? அப்பறம் என்னா செலவு இருக்கு?'' என்று கேட்ட சாந்தா, செல்வகுமாரைப் பார்க்காமல் தரையைப் பார்த்த வாறு சொன்னாள். ''ரெண்டு புள்ளைங்களயும் கான்வென்டுல சேத்ததால பெரிய கஷ்டமா இருக்கு. அதுங்ககிட்ட சொன்னா கேக்க மாட்டங்குது. ஊர்ல பத்துப் பதினஞ்சிப் புள்ளைங்களத் தவுத்து மத்ததெல்லாம் கான்வென்டுலதான் படிக்குது. எம் புள் ளைங்களும் கான்வென்டுலதான் படிக்கணும். ஊரே ஒருவழியாப் போவயில, நான் மட்டும் தனி வழியா போவணுமா? இப்பலாம் கவர்மண்டு பள்ளிக்கூடத்தில எவன் பாடம் நடத்தறான்னு கேட் டுச் சண்டக்கி வருது'' என்று சொல்லிக்கொண்டிருக்கும்போது

ஒரு கோழி படலின் வழியே நுழைந்து வந்தது. சாந்தாவையும் செல்வகுமாரையும் பார்த்தது. தயங்கியபடியே இரண்டு மூன்றடி முன்னே வந்தது. வீட்டுக்குள் போவதற்குப் பார்த்தது. ''த்தூ. த்தூ'' என்று கோழியை விரட்டினாள் சாந்தா. கோழி வெளியே போகவில்லை. தலையில் போட்டிருந்த துண்டை எடுத்துப் பல மாக விசிறிய பிறகுதான் கோழி படலின் சந்து வழியே வெளி யேறி, வீட்டுக்குப் பின்புறமாகச் சென்றது. கோழியையே பார்த் துக்கொண்டிருந்த செல்வகுமார் சாந்தாவிடம் ''பீஸ் எப்பிடிக் கட்டுறீங்க?'' என்று கேட்டான்.

''பீஸ் கட்ட முடியாமத்தான் நான் சித்தாளு வேலக்கிப் போக ஆரம்பிச்சன். ஒரு வருசத்துக்கு மேல ஓடிப்போச்சி.''

''எத்தன புள்ளைங்க? எந்த கிளாஸ் படிக்குதுங்க?''

''பொண்ணு ஒண்ணாவது, பையன் எல்.கே.ஜி.''

''ஸ்கூல் விட்டு வந்ததும் பசங்கள யாரு பாத்துக்குவாங்க?''

''எம் மாமியாரு.''

''அவுங்க என்னா பண்றாங்க?''

''ஆடு மேய்க்குது.''

''நான் ஒன்னெப் பாக்க வந்ததில பிரச்சன ஒண்ணும் வராதே?''

''அது அப்பிடிப்பட்ட ஆளில்ல சார்'' என்று சொல்லி சாந்தா சிரித்தாள்.

''எப்பிடிச் சொல்ற?''

''ஒங்களப் பத்தி அதுகிட்ட நான் சொல்லியிருக்கன் சார்.''

''என்னான்னு?''

சாந்தா சிரித்தாள். அவள் சிரித்த விதம் ரகசியம் மாதிரி இருந் தது. எப்போதும் ரசிப்பதுபோல இப்போது செல்வகுமாரால் அவ ளுடைய சிரிப்பை ரசிக்க முடியவில்லை. தன்னைப் பற்றி நல்ல விதமாகச் சொல்லியிருப்பாளா, கெட்ட விதமாகச் சொல்லியிருப் பாளா? செல்போன் நெம்பர் கேட்டு நச்சரித்ததை, தனியாகப் பேச முயன்றதை, பஸ்ஸுக்குப் பணம் கொடுக்க முயன்றதை, தீபா வளிக்குச் சீலை எடுத்துக்கொடுக்கிறேன் என்று சொன்னதை,

செருப்பை மாற்று என்று பணம் கொடுக்க முயன்றதைச் சொல்லி யிருப்பாளா? எதைச் சொல்லியிருப்பாள்? என்று யோசித்தான். அப்போது தெருவிலிருந்து வந்த ஒரு வயதான பெண் சாந்தாவை நோக்கி வந்து ''யாரு?'' என்று கேட்டாள்.

''நான் வேல செய்யப் போன எடத்தில மண்ட ஒடஞ்சி போச்சில்ல? அந்த ஊட்டுக்கார சார். எப்பிடி அடிபட்டுதுன்னு விசாரிக்க வந்திருக்காரு'' என்று சாந்தா சொன்னதும் ''அன்னிக்கி இவுரு இல்லியா?'' என்று கிழவி கேட்டாள்.

''இல்ல'' என்று சாந்தா சொன்னதை அந்தப் பெண் நம்ப மாட் டாளோ என்ற சந்தேகத்தில் தானாகவே செல்வகுமார் சொன் னான். ''நான் அன்னிக்கி மெட்ராசில மீட்டிங்குக்குப் போயிட் டன். இன்னிக்கித்தான் வந்தன். அதான் பாத்திட்டுப் போவலா மின்னு வந்தன்.''

''கவர்மண்டு வேலயா?'' கிழவி நேரிடையாக செல்வகுமாரிடம் கேட்டாள்.

''ஆமாம். பி.டபிள்.யூ. டிபார்ட்மண்டுல இஞ்சினியர்.''

''எம்மாம் சம்பளம்?''

கிழவி கேட்ட கேள்விக்கு செல்வகுமார் உடனடியாகப் பதில் சொல்லவில்லை.

செல்வகுமார் தயங்குவதைப் பார்த்த சாந்தா தன்னுடைய மாமியாரிடம் ''ஒனக்கு எதுக்கு அந்த கிராசு கேள்வி எல்லாம்?'' என்று கேட்டாள். சாந்தாவைப் பார்த்து ''கேட்டா போறாங்க. நீ பேசாம இரு'' என்று சொல்லிவிட்டுக் கிழவியைப் பார்த்துச் சொன்னான். ''ஒரு லட்சத்துக்கு மேல.''

''மாசத்துக்கா?''

''ஆமாம்.''

''யே அப்பா. அப்ப, பெரிய ஊடாத்தான் கட்டுவீங்க.'' கிழவி சொன்னதும் சாந்தாவுக்குக் கோபம் வந்துவிட்டது. ''பேசாம இருக்கியா?'' என்று தன்னுடைய மாமியாரிடம் சொன்னாள்.

''மனுசாள்கிட்ட ரெண்டு வார்த்த பேசுறது குத்தமா?'' கிழவி கோபமாகக் கேட்டாள். அவள் கேட்டதற்குப் பதில் சொல்லாமல், பேச்சை மாற்றும் விதமாக ''இம்மாம் நேரம் எங்க போன? நேரமாவலியா? ஆடுவுள ஓட்டிக்கிட்டுப் போவ வாணாமா?'' சாந்தா கேட்டாள்.

''மேற்காலத் தெரு சின்னப் பையனோட பெரிய மவன் சேகரு சிங்கப்பூருக்குப் போறானாம். அவன வழியனுப்புறதுக்கு ஊரே தெரண்டு நின்னுச்சி. அத வேடிக்க பாத்துக்கிட்டிருந்தன்.''

''அடுத்தது எந்த ஊர்ல பஞ்சாயத்து?'' கிண்டலாகக் கேட்டாள் சாந்தா. அதற்குக் கிழவி உடனே பதில் சொன்னாள், ''ஒங்கப்பன் ஊட்டுலதான்.''

''நான் என்னா கேக்குறன், நீ என்னா சொல்ற? அடுத்தது எங்க வேலன்னுதான் கேட்டன்.'' செல்வகுமாரின் முன் பேச்சை வளர்க்க வேண்டாம் என்ற விதத்தில் சாந்தா சொன்னாள். ஆனால், சாந்தாவின் முகத்திலடிப்பது மாதிரி கிழவி சொன்னாள். ''சுடுகாட்டுலதான்.'' சாந்தாவினுடைய முகம் மாறிவிட்டது. மாமியாரைப் பார்க்காமல் தெருப் பக்கம் பார்க்க ஆரம்பித்தாள். கிழவியும் தனக்கென்ன பேச்சு என்பது மாதிரி உடனே வீட்டிற்குப் பின்புறம் சென்று கட்டியிருந்த ஏழெட்டு ஆடுகளை அவிழ்த்து மேய்ப்பதற்காக ஓட்டிக்கொண்டு வந்த வேகத்திலேயே ''ஒங்கப்பன் ஊட்டுல செய்யுற மாரி ஊட்டுக்கு வந்தவங்கள வா வார்த்த பேசியே அனுப்பாத. ஒரு டீத் தண்ணிய, சோடா, கலர வாங்கிக் கொடுத்து அனுப்பு'' என்று சொல்லிவிட்டு ஆடுகளுக்குப் பின்னால் நடக்க ஆரம்பித்தாள்.

''தண்ணிய எடுத்துக்கிட்டுப் போவலியா? ஒன்னோட பாட்டுலு எங்க?'' சாந்தா அக்கறையோடு கேட்டாள். அதற்கு வெடுக்கென்று ''எம் பொணத்துமேல ஒந் தண்ணியக் கொண்டாந்து ஊத்து'' என்று சொல்லிவிட்டுப் போனாள் கிழவி. சாந்தாவும் கிழவியும் பேசிக்கொண்டது செல்வகுமாருக்கு ஆச்சரியமாக இருந்தது. ''ஒம் மாமியாருதான அந்தம்மா?'' என்று செல்வகுமார் கேட்டான்.

''ஆமாம்.''

''ஒனக்கும் ஒம் மாமியாருக்கும் சண்டயா?''

சாந்தா வாய்விட்டுச் சிரித்தாள். ''அது பேசுனதப் பாத்து அப்பிடிக் கேக்குறீங்களா? அது பேச்சே அப்பிடித்தான். எப்பியுமே வெடுக்குவெடுக்குன்னுதான் பேசும்.'' சாந்தா மீண்டும் சிரித்தாள். ''ஆளுதான் நாளக்கிச் சாவுற மாரி இருக்கும். ஆனா ஒலகத்து வாயி. வாயத் தொறந்தாலே கல்லடிக்கற மிஷின் மாரிதான்.'' திரும்பவும் சிரித்தாள். சாதாரணமாகச் சிரிக்கும்போது இருப்பதைவிட இப்போது அவள் அதிக அழகாக இருப்பது மாதிரி தெரிந்தது.

''பேரு என்னா?''

''சின்னம்மா. பேருதான் சின்னம்மா. வாயத் தொறந்தா ஊருக்கே பெரியம்மாதான். என்னெதான் அதுக்குப் புடிக்காது. ஆனா மவனயும் பேரப் புள்ளைங்களையும் ஒரு மணி நேரம் பாக்காட்டி அதுக்கு உசுரு போயிடும்.''

செல்வகுமார் தெருப் பக்கம் பார்த்தான். சின்னம்மா திரும்பி வருவாளோ என்ற சந்தேகம் அவனுக்கு இருந்தது. அவனிடம் கேள்வி கேட்ட விதம், சாந்தாவிடம் பேசிய விதம் எல்லாமே சின்னம்மா கோபமாக இருந்த மாதிரி தெரிந்தது. தான் வந்தது பற்றித் தவறாக நினைத்திருப்பாளோ என்ற சந்தேகம் வந்தது. தானாக வந்து வம்பில் மாட்டிக்கொண்டோமோ? சாந்தாவை வம்பில் மாட்டிவிட்டோமோ என்ற எண்ணம் உண்டாயிற்று. சாந்தாவினுடைய புருஷன் என்ன நினைத்திருப்பான், அவளுடைய மாமியார் என்ன நினைத்திருப்பாள் என்று யோசித்தான். வீட்டுக்கு வந்தது பற்றி, தன்னைப் பற்றி சாந்தா என்ன நினைக்கிறாள்? வீட்டுக்கு வந்து வம்பில் மாட்டிவிட்டுட்டிங்களே என்று நினைப்பாளா? தெருவில், ஊரில் சனங்கள் என்ன நினைப்பார்கள் என்று நினைப்பாளா? யோசித்தபடியே சாந்தாவினுடைய முகத்தைப் பார்த்தான். அவளுடைய முகத்திலிருந்து, அவள் உட்கார்ந்திருக்கும் விதத்திலிருந்து எதையும் யூகித்தறிய முடியவில்லை.

தன் வீட்டில் கட்டட வேலை நடக்கும்போது சாந்தாவின் தலையில் பாண்டு விழுந்து காயமாகிவிட்டது என்பதை போனில் சொன்னபோது அவன் சென்னையில் இருந்தாலும், உடனே கார் டிரைவரை அனுப்பி மருத்துவமனைக்கு அழைத்துக்கொண்டு போக வைத்து, தையல் போட வைத்து, வீட்டில் கொண்டுபோய் விடச் சொன்னான். அதோடு ஆஸ்பத்திரி செலவுக்கு ஐயாயிரம் கொடுத்துவிட்டு வரச் சொன்னான். இவன் சொன்னபடியே டிரைவர் செய்துவிட்டான். எல்லா விஷயமும் முடிந்து ஒன்பது நாட்களாகிவிட்டன. ஒரு காரணமும் இல்லாமல் வந்து உட்கார்ந்துகொண்டு கழுத்தை அறுக்கிறானே என்று நினைப்பாளோ என்று சாந்தாமீது சந்தேகப்பட்டான். அவளுடைய புருஷனும் மாமியாரும் பழக்கப்பட்ட ஆளிடம் பேசுவது மாதிரி எப்படிப் பேசினார்கள் என்று யோசித்தான். அப்போது தெருவில் போன நடுத்தர வயதுள்ள பெண் சட்டென்று திரும்பிச் சிரித்துக் கொண்டே சாந்தாவிடம் வந்து "என்னா காரு நிக்குது?" என்று கேட்டாள்.

"போன வாரம் எந் தலயில அடிபட்டுதில்ல. அந்த ஊட்டு சாரு. விசாரிக்க வந்திருக்காரு."

"அப்பிடியா?" என்று கேட்டு அந்தப் பெண் சிரித்தாள். அவள் சிரித்த விதம் சாந்தாவைக் கோபப்படுத்தியது. "எதுக்குப் பல்லக் காட்டுற?" என்று கேட்டாள். சாந்தா கேட்டதற்குப் பதில் சொல்லாத அந்தப் பெண் "நான் இன்னிக்கி வேலக்கிப் போவல. என் நாத்தனாருக்குப் புள்ள பொறந்திருக்கு. அதப் பாக்கப் போறன். வாசல்ல காரு நின்னுதா, அதான் என்னான்னு கேட்டுட்டுப் போவ வந்தன்" என்று சொன்னதோடு கண்ணடித்துச் சிரித்து விட்டுப் போனாள். அவள் கண்ணடித்துச் சிரித்தது சாந்தாவுக்குச் சுத்தமாகப் பிடிக்கவில்லை. கோபத்தில் "நாயி" என்று சொன்னாள். அதைக் கேட்ட செல்வகுமார் "என்னாச்சி?" என்று கேட்டான்.

"சித்தாள் வேல செய்யுற நாயிதான். அதோட புத்தியக் காட்டிட்டுப் போவுது." கோபமாகச் சொன்னாள். சட்டென்று ஏன் கோபமாகப் பேசுகிறாள் என்று புரியாது குழம்பிப்போன செல்வ

குமார், ''அந்தப் பொண்ணு ஒண்ணும் சொல்லாதப்ப நீ ஏன் கோபப்படுற?'' என்று கேட்டான்.

''ஓங்களுக்குப் புரியாது சார்'' என்று லேசான கோபத்தோடு சொன்னாள்.

''சரி. நான் கிளம்பறன்'' என்று சொல்லிய செல்வகுமார், ''செல் போன் நெம்பரச் சொல்லு'' என்று கேட்டுவிட்டு, தன்னுடைய செல்போனை எடுத்து எண்களைப் பதிவதற்குத் தயாராக இருந் தான்.

''எதுக்கு சார்?''

''சும்மாதான்.'' செல்வகுமார் சிரிக்க முயன்றான். ஆனால், சிரிப்பு வரவில்லை.

''அதெல்லாம் வாண்டாம் சார். எதாயிருந்தாலும் நீங்க கொத்தனார்கிட்டியே பேசிக்குங்க'' சாந்தா சொன்னதும் செல்வ குமாருக்குக் கோபம் வந்துவிட்டது. கோபத்தை வெளியே காட் டாமல் ''ஓங்கிட்ட எத்தினியோ முற கேட்டிருக்கன். நீ தரல. வீட்டுக்கு வந்தும் கேக்கறன். நீ தர மாட்டங்குற. இந்த நெம்பரக் கொத்தனார்கிட்டியோ, மத்த சித்தாள்கிட்டியோ, கேட்டு வாங்க முடியாதா? இன்னிக்கி வரும்போதுகூட வீட்டு அட்ரஸ் கேட் டுட்டுத்தான் வந்தன். ஆனா, போன் நெம்பரக் கேக்கல. மத்தவங்க மூலமா வாங்குறது அசிங்கம்னு நெனக்கிறன்'' என்று சொன்னான்.

''ஓங்க பொண்டாட்டிக்கித் தெரிஞ்சா என்னாவறது?''

''ஒண்ணும் ஆவாது, நான் பாத்துக்கிறன்.''

''எம் புருசனுக்குத் தெரிஞ்சா?''

செல்வகுமார் பேசவில்லை. இப்படியொரு கேள்வியை அவன் சாந்தாவிடமிருந்து எதிர்பார்க்கவில்லை. ''நீங்க ஆம்பள சார். சமாளிச்சிடுவீங்க. நான் பொம்பள. அதுவும் இல்லாத பட்டவ. என்னால சமாளிக்க முடியாது சார். ஆம்பளத் தப்பு செஞ்சா வேற வழியில்லாம பொம்பளப் பொறுத்துக்குவாங்க. அனுசரிச் சிப் போயிடுவாங்க. பொம்பளத் தப்பு செஞ்சிட்டா ஆம்பள மனசு ஏத்துக்காது. அனுசரிச்சிப்போவாது. வெட்டு, குத்து, கொலன்னு

ஆயிடும். ஒலகம் முழுக்க ஆம்பள மனசு ஒரே மாரியாதான் இருக்கும்'' என்று சொன்ன சாந்தா சிறிது நேரம் பேசாமல் இருந்தாள். தெருவைப் பார்த்தாள். பிறகு செல்வகுமாரைப் பார்த்தாள். அப்போது அவளுடைய மனதில் என்ன தோன்றியதோ, ''ஒங்க பொண்டாட்டி வேல செய்யுற எடத்துக்கு வந்தாலே வேலயப் பாக்காம என்னையேதான் முறச்சிமுறச்சிப் பாக்குறாங்க. அவுங்க மனசுல சந்தேகம் வந்துடுச்சி சார்'' என்று சாந்தா சொன்னதும் ''அப்பிடியா?'' என்பது மாதிரி ஆச்சரியமாகப் பார்த்தான் செல்வகுமார்.

''ஒங்க வெளயாட்டுக்கு வேற எடம் பாருங்க சார்.''

அந்த வார்த்தையைக் கேட்டதும் செல்வகுமாரின் முகம் சுண்டிப்போயிற்று. சாந்தாவைப் பார்ப்பதற்காக ஏன் வந்தோம் என்று நினைத்தான்.

செல்வகுமார் வீடு கட்ட ஆரம்பித்ததிலிருந்தே சாந்தா சித்தாள் வேலைக்குப் போகிறாள். வீட்டு வேலை ஆரம்பித்த இரண்டாவது மூன்றாவது வாரத்திலேயே சாந்தாவிடம் செல்வகுமார் அவளுடைய செல்போன் எண்ணைக் கேட்டான். ''எதுக்கு சார்?'' என்று சிரித்து மழுப்பிவிட்டுப் போய்விட்டாள். அதிலிருந்து இன்றுவரை அவளிடம் அவன் செல்போன் எண்ணைக் கேட்டுக் கொண்டுதான் இருக்கிறான். சாந்தா தரவில்லை. அவன் எதற்காக செல்போன் எண்ணைக் கேட்கிறான் என்பது அவளுக்குத் தெரியாமல் இல்லை. செல்வகுமாரைப் பார்த்தாள்.

செல்வகுமார் பொதுப்பணித் துறையில் கோட்டப் பொறியாளராக இருக்கிறான். சம்பளம் ஒன்றரை லட்சம் வாங்குகிறான். பணத்தை என்ன செய்வது என்று தெரியாமல் ஊட்டியில் ஒரு பங்களா, கொடைக்கானலில் ஒரு பங்களா என்று வாங்கிப்போட்டிருக்கிறான். விருத்தாசலத்தில் இரண்டு வீடு கட்டி வாடகைக்கு விட்டிருக்கிறான். இரண்டு கார் வைத்திருக்கிறான். அதில்லாமல் அரசாங்க கார் ஒன்றும் இருக்கிறது. அவனுக்குக் கீழே பத்துக்கும் மேற்பட்ட பொறியாளர்கள், ஓவர்சியர்ஸ், சாலைப் பணியாளர்கள் என்று நூறு, இருநூறு பேர் வேலை செய்கிறார்கள் என்று

மேஸ்திரி வேலு சொல்லியிருக்கிறான். இப்போது கட்டுகிற வீட்டின் மதிப்பு மூணு கோடி என்றும், ஒரு வருஷத்துக்கு மேல் வேலை நடக்கும் என்றும் மேஸ்திரி சொல்லியிருக்கிறான். பெரிய அதிகாரி, பெரிய பணக்காரன். டியூஷன் வாத்தியாருக்கு முன் பையன் உட்கார்ந்திருப்பது மாதிரி இங்கே உட்கார்ந்திருக்கிறானே? அப்படியென்ன தன்னிடம் இருக்கிறது, எதற்காக அலைகிறான் என்று செல்வகுமாருக்காக வருத்தப்பட்டாள். அவனைச் சமாதானப் படுத்துவது மாதிரி ''நான் ஒண்ணு சொன்னா கேப்பிங்களா சார்?'' என்று கேட்டாள்.

'சொல்லு' என்பது மாதிரி வெறுப்புடன் செல்வகுமார் சாந்தாவைப் பார்த்தான்.

''காலயில ஆறு மணிக்கெல்லாம் நான் ஊட்ட வுட்டுக் கௌளம்பணும். ஊட்டுலயிருந்து ரோட்டுக்கு ரெண்டு மைலு நடக்கணும். அப்பறம் ரோட்டுலயிருந்து ஒரு பஸ்ஸப் புடிச்சி விருத்தாசலம் போவணும். பஸ்ஸுல கால வச்சி நிக்க எடமிருக்காது. அம்மாம் கூட்டம். அம்மாம் நெரிச இருக்கும். இடிபுடின்னு பஸ்ஸுல நின்னுகிட்டே ஒரு மணிநேரம் போவணும். பஸ்ஸ வுட்டு எறங்கி சித்தாளு, கொத்தனாரு, மேஸ்திரிங்க நிக்குற எடத்துக்குப் போவணும். அந்த எடத்தில என்னெ மாரி ஆயிரம், ரெண்டாயிரம் பேராவது ஆடு, மாடு மாரி நிப்பாங்க. எவன், எங்க கூப்புடுறான்னு கூட்டத்தில நிக்கணும். வர்றியா, வர்றியா, நான் சொல்ற எடத்துக்கு வர்றியா? செங்கல் தூக்க, மணல் மூட்ட தூக்க, காங்கிரீட் போட வர்றியான்னு கூப்புடுற எடத்துக்குப் போவணும். சில எடம் பக்கத்திலியே இருக்கும். சில எடம் ரெண்டு, மூணு மைலு நடக்கணும். பஸ்ஸுல போவலாம். மினி பஸ்ஸுக்கு அஞ்சி ரூவா கொடுக்கணுமேன்னு நடந்தே போவணும். போனதுமே எடுத்துக்கிட்டுப் போன சோத்த நாலு வாயா அள்ளிப் போட்டுக்கிட்டு வேலய ஆரம்பிச்சா மத்தியானம் ரெண்டு மணிக்குத்தான் செத்த குந்த முடியும். அதுகூட சோறு திங்கிறதுக்கு. அப்பறம் மூணு மணிக்கு ஆரம்பிச்சா ஆறு மணிக்குத்தான் வேல முடியும். கூலிய வாங்கிக்கிட்டுத் திரும்பி நடந்து பஸ் ஸ்டாண்டுக்கு நடக்கணும்.

அப்பறம் பஸ்ஸப் புடிச்சி ரோட்டுக்கு வந்து, ரெண்டு மைலு நடந்து ஊட்டுக்கு வந்து சேரும்போது மணி ராத்தி எட்டு ஒம்போ தாயிடும். அப்பறம்தான் சோறு ஆக்கணும். சோறு திங்கணும். தூங்கணும், மறுநாளு விடியக்காலமே எழுந்திரிச்சி சோறாக்கி வச்சிட்டு, சோத்த எடுத்துக்கிட்டு ஆறு மணிக்கே பஸ்ஸப் புடிக்க ரோட்டுக்கு ஓடணும்.''

இந்தக் கதையெல்லாம் எதற்காக என்னிடம் சொல்கிறாய் என்பது மாதிரி அவன் அவளுடைய முகத்தைப் பார்த்தான்.

''காலயில ஆறு மணிக்கு ஊட்ட வுட்டுக் கிளம்புனா, திரும்பி ஊட்டுக்கு வர ராத்திரி எட்டு ஒம்போது மணி ஆயிடும். ரோட்டுக்கு நடந்து போவயில, பஸ்ஸுல போவயில ஆள் கூப்புட வர்ற எடத்தில நிக்கயில, வேல செய்யுற எடத்தில, திரும்பி ஊட்டுக்கு வந்து சேருறதுக்குள்ளார ஒரு நாளக்கி எத்தன ஆம்பள என்னெ பாப்பாங்க? எல்லார் மனசுமா நல்லா இருக்கும்? எத்தன பேரு ஆசப்படுவாங்க? ஆசப்பட்டுட்டாங்களேன்னு அத்தன பேர்கூடயும் நான் போவ முடியுமா சார்? அப்பிடின்னா, ஒரு நாளக்கி நான் எத்தன பேர்கூட போவணும்?''

சாந்தா கேட்டது செல்வகுமாருக்குச் செருப்பால் அடித்த மாதிரி இருந்தது. அவள் இப்படிக் கேட்பாள் என்று அவன் எதிர்பார்க்கவில்லை. ஏன் வந்தோம்? வந்திருக்கக் கூடாது. பெரிய தவறு செய்துவிட்டோம் என்று நினைத்ததும் கண்மண் தெரியாத அளவுக்குக் கோபம் வந்தது. வேலை செய்கிற இடத்தில் ஒரு விதமாகவும், வீட்டில் ஒரு விதமாகவும் நடந்துகொள்கிறாளா என்ற சந்தேகம் உண்டாயிற்று. இவ்வளவு அதிகமாகப் பேசுவாள், முகத்திலடிப்பது மாதிரி பேசுவாள் என்று தெரிந்திருந்தால் அவன் வந்திருக்கவே மாட்டான். ஒன்பது நாட்களாக அவளைப் பார்க்காமல் அவன் எவ்வளவு தூரம் அல்லாடிப்போனான் என்பது அவளுக்குத் தெரியுமா? உண்மையாகவே பேசுகிறாளா, நடிக்கிறாளா என்ற சந்தேகம் அவனுக்கு உண்டாயிற்று.

செல்வகுமார் கட்டுகிற வீட்டுக்குச் சித்தாள் என்று சாந்தா என்றைக்குப் போனாளோ, அதிலிருந்து அவளை அவன் பார்த்துக்

கொண்டுதான் இருக்கிறான். அவள் எந்த இடத்தில் வேலை செய்துகொண்டிருக்கிறாளோ அங்கேயே நின்றுகொண்டு, அவளிடம் தனியாகப் பேசுவதற்கு முயன்றிருக்கிறான். சீலை வாங்க, செருப்பு வாங்க பணம் கொடுக்க முயன்றிருக்கிறான். அப்போதெல்லாம் ஒரு வார்த்தை முறைத்துப் பேசியதில்லை. முகத்தைக் கோணிக்கொண்டு போனதில்லை. மற்ற சித்தாள், கொத்தனார்களிடம் எதுவும் சொன்னதில்லை. எது செய்தாலும் மர்மமாகச் சிரித்துக்கொண்டே போய்விடுவாள். அந்த நம்பிக்கையில்தான் அவளைப் பார்ப்பதற்காக வந்தான். ஆனால், சாந்தா என்ன சொல்லிவிட்டாள் என்று யோசித்துக்கொண்டிருந்தான் செல்வகுமார். அவன் என்ன நினைக்கிறான், என்ன யோசிக்கிறான் என்று பார்க்காமல் கேட்டாள் ''எதுக்காக சார் துணி கட்டுறம்?''

''மரியாதக்காக. கௌரவத்துக்காக.'' கடுப்புடன் சொன்னான்.

''அது ஒங்கள மாரி படிச்சவங்களுக்கு. பணக்காரங்களுக்கு. நான் அதுக்காகக் கட்டல.''

''பின்னெ?'' வேகமாகக் கேட்டான்.

''மானத்த மறைக்கிறதுக்கு.''

''புத்திசாலி'' என்று அழுத்தம் திருத்தமாகச் சொன்னான். சரியான வாயாடிதான். லேசுப்பட்ட ஆளில்லை என்று நினைத்தான். உடனே கிளம்பிவிட வேண்டும் என்று கடிகாரத்தைப் பார்த்தான். மணியாகிவிட்டது தெரிந்தது. உடனே எழுந்து நின்றான். சாந்தாவைப் பார்க்காமல் தெருவையும் காரையும் பார்த்தான். செல்வகுமார் கோபமாகிவிட்டான் என்பது வெளிப்படையாகவே தெரிந்தது. அவனுடைய கோபத்தைக் குறைக்க நினைத்த சாந்தா ''ஒக்காருங்க சார். போவலாம். தண்ணி குடிக்கிறீங்களா?'' என்று கேட்டாள்.

''ஒன்னெப் பாக்க வந்ததுக்காக என்ன வேணுமின்னாலும் பேசுவியா?'' ஆத்திரத்தோடு கேட்டான்.

''ஊர்ல போறவங்ககிட்டயா சொன்னன்?'' சாந்தா சிரித்தாள். சாந்தாவினுடைய முகத்தைப் பார்த்தான். அவளுடைய முகத்தை

இப்போது அவனால் ரசிக்க முடியவில்லை. கடிகாரத்தைப் பார்த்தான். சைலன்ட் மோடில் போட்டிருந்த செல்போனை எடுத்து, சைலன்ட் மோடை நீக்கினான். பத்து இருபது மிஸ்டு கால்கள் இருப்பது தெரிந்தது.

“ஒக்காருங்க சார், ஒக்காருங்க சார்” என்று ஏழெட்டு முறை சொன்ன பிறகுதான் விருப்பமின்றி முகத்தைக் கோணிக்கொண்டு மீண்டும் உட்கார்ந்தான். அப்போது அவனுடைய செல்போன் மணி அடித்தது. அவனுடைய மனைவி கூப்பிட்டாள். ‘பேசலாமா? வேண்டாமா?’ என்ற குழப்பம் ஏற்பட்டது. ஏற்கெனவே சாந்தா பேசிய பேச்சால் அளவு கடந்த கோபத்தில் இருந்தான். மனைவியினுடைய போன் வந்ததும் இன்னும் அவனுக்குக் கோபம் கூடியது. போனை மீண்டும் சைலன்ட் மோடில் போட்டான். மனதுக்குள் தன்னுடைய மனைவியைத் திட்டினான்.

வீடு கட்ட ஆரம்பித்து எட்டு மாதம் ஆகிறது. முதல் நாள் வேலைக்கு வந்ததிலிருந்து சாந்தாவைக் காரணமின்றி செல்வகுமாருக்குப் பிடித்துப்போயிற்று. அவளிடம் அதிகம் பேசியதில்லை. அதிகம் பழகியதில்லை. அவளைப் பற்றிய விவரம் எதுவும் தெரியாது. சித்தாள் வேலைதான் செய்கிறாள். ஆனாலும், அவளை அவனுக்குப் பிடித்துப்போயிற்று. அவளைப் பார்க்காமல் இருக்க முடியாது என்ற நிலைக்கு வந்துவிட்டான். படிப்படியாக மற்ற சித்தாள்களிடம் விசாரித்ததில் கல்யாணமாகிவிட்டது, இரண்டு குழந்தைகள் இருக்கின்றன என்று தெரிந்த பிறகும் அவளைப் பார்க்காமல் இருக்க முடியவில்லை. தான் ஒரு கோட்டப் பொறியாளர், மனைவி இருக்கிறாள், இரண்டு பிள்ளைகள் இருக்கின்றன, ஐம்பது வயது ஆரம்பிக்கப்போகிறது என்பதும், விஷயம் வெளியே தெரிந்தால் வீட்டில் அசிங்கமாகும், அலுவலகத்தில், தெரிந்தவர்கள் மத்தியில் அசிங்கமாகும் என்பதும் தெளிவாகத் தெரிந்தது. எல்லாவற்றையும் சாந்தாமீது இருந்த ஆசை காலி செய்துவிட்டது ‘என்மேல் விழுந்த மழைத்துளியே, இத்தனை நாளாய் எங்கிருந்தாய்?’ என்ற சினிமாப் பாடலைப் பாட ஆரம்பித்தான். செல்போனில் பதியவைத்து கார் ஓட்டும்போது,

வேலையைப் பார்வையிடும்போது, ஃபைல் பார்க்கும்போது, வீட்டில் தூங்கப் போவதற்கு முன்கூட அந்தப் பாட்டைத் திரும்பத் திரும்பக் கேட்டான். ஒரு நாளைக்குக் குறைந்தது நூறுமுறை யாவது அந்த ஒரு பாட்டைக் கேட்டிருப்பான். அப்படியும் அந்தப் பாட்டு அவனுக்கு அலுக்கவில்லை. ஒவ்வொரு முறை கேட்கும் போதும் பெரிய ஆற்றல் வருவது மாதிரிதான் இருந்தது. வீடு கட்டு கிற இடத்தில் நிற்கும்போதுகூட அந்தப் பாட்டைத்தான் கேட்பான். சித்தாள், கொத்தனார் எல்லாம் ''எதுக்கு சார் ஒரே பாட்ட திரும்பத்திரும்பக் கேக்குறீங்க? வேற பாட்டு புடிக்காதா?'' என்று கேட்டிருக்கிறார்கள். மற்றவர்கள் கேட்கும்போதெல்லாம் செல்வகுமார் சிரிக்க மட்டுமே செய்திருக்கிறான். சாந்தாகூட ஒருமுறை கேட்டாள். அதற்கு ''புடிச்சிருக்கு'' என்று மட்டுமே சொன்னான். அவனுக்கு அந்தப் பாட்டு பிடித்திருக்கிறது என்பதற்கான காரணம் புரிந்த மாதிரி அடுத்த வார்த்தை பேசாமல் சிரித்துக்கொண்டே போய்விட்டாள். சாந்தா போன மாதிரி அவனுடைய மனைவி போகவில்லை. ஒரு மாதம் இரண்டு மாதம் என்று பொறுத்துப்பார்த்துவிட்டு ஒரு நாள் கடுமையான கோபத்தில் கேட்டாள்.

''என்னா பாட்டெல்லாம் புதுசா இருக்கு?''

''சும்மாதான்'' சிரித்து மழுப்பினான். ஆனால், அவனுடைய மனைவி விடவில்லை.

''வயது அம்பது ஆவப்போவுது. வீட்டுல வளந்த பசங்க ரெண்டு இருக்குதுங்க. அதுக்கேத்த மாதிரி நடந்துக்குங்க.'' செல்வகுமாருக்குக் கோபம் வந்துவிட்டது. ''சினிமாப் பாட்டு கேக்குறது தப்பா?''

''ஒரே பாட்ட ஒரு நாளக்கி எத்தன முற கேப்பிங்க?''

''அது என்னிஷ்டம்.''

''ஒரே பாட்டக் கேக்குறது, தனியா சிரிக்கிறது... நீங்க இருவது வயசுப் பையனில்ல. கொஞ்ச நாளா ஒங்க நடவடிக்கயே சரியில்ல'' என்று சொல்லி மாலினி கத்தினாள்.

“ஏன் எப்பவுமே ஒன்னோட மூள மட்டும் கோணலாவே வேல செய்யுது?”

“என்னோட மூள கோணலா வேல செஞ்சா போவுது. ஒங்க மூள நேரா வேல செஞ்சா சரி. பதினேழு வருசமா ஒங்களப் பாத்துக் கிட்டு வர்றன், எனக்குத் தெரியாதா?” என்று கேட்டுவிட்டு அடுத்த வார்த்தை பேச விரும்பாத மாதிரி போய்விட்டாள். அந்தச் சண்டை நேற்றுவரை நடந்துகொண்டுதான் இருக்கிறது. சண்டை நடக்கிற நேரத்தில் மட்டும்தான் பாட்டை நிறுத்துவான். அந்தப் பாட்டால் வீட்டில் சண்டை நடக்காத நாள் எது என்று யோசித்த செல்வகுமார், “அவ என்னடான்னா தினம் சண்ட வாங்குறா. இவ என்னடான்னா இப்பிடிச் சொல்றா. பொட்டச்சியெல்லாம் ஒல கத்தில ஒரே மாதிரியாத்தான் இருக்காளுங்க” என்று அலுப்புடன் முணுமுணுத்தான்.

செல்வகுமார் பள்ளியில் படிக்கும்போதும், இஞ்சினியரிங் படிக்கும்போதும் பெண் பிள்ளைகளோடு பேசியிருக்கிறான், பழகி யிருக்கிறான், சில பிள்ளைகள்மீது ஆசைப்பட்டும் இருக்கிறான். ஆனால், சாந்தா அளவுக்கு அவனை யாருமே ஈர்த்ததில்லை. ஒரு நாள் அவள் வேலைக்கு வராவிட்டால் “ஏன் வரல, ஏன் வரல?” என்று ஒவ்வொரு சித்தாளிடமும் கேட்பான். ஒரு காரணமும் இல்லையென்றாலும் அவளைப் பார்ப்பதற்காக வேலை நடக்கிற இடத்துக்கு ஒரு நாளைக்குள் மூன்று, நான்கு முறை வருவான். ஒரு காரணமும் இல்லாமல் உட்கார்ந்திருப்பான். அலுவலகத்துக்குக் கூட, ரோடு போடுகிற இடத்துக்குக்கூட அவ்வளவு பொறுப்பாகப் போக மாட்டான், ஃபைல் பார்ப்பதைக்கூட, கையெழுத்துப் போடுவதைக்கூட அவ்வளவு பொறுப்பாகச் செய்ய மாட்டான். சாந்தா இருக்கிற இடத்துக்கு வருவதில் மட்டும் அவ்வளவு பொறுப்பு, அவ்வளவு அக்கறை. சாந்தாவை ஒரு நாள் பார்க்கா விட்டால் அன்று அவனுக்குப் பைத்தியம் பிடித்த மாதிரிதான். கட லூரில் மீட்டிங், சென்னையில் மீட்டிங் என்று போகிற அன்று யாரைக் கண்டாலும் எரிந்துஎரிந்து விழுவான். மற்ற அலுவலர்க ளோடு முகம்கொடுத்துப் பேச மாட்டான். கார் டிரைவரைத் திட்டு

வான். பியூனைத் திட்டுவான். செல்போனில் பேசுகிறவர்களிடம் ''அப்பறம் பாக்கலாம். இப்ப போன வையிங்க. நான் ரொம்ப பிஸி'' என்று சொல்லிவிடுவான். அதுவே, வீட்டு வேலை நடக்கிற இடத்துக்கு வந்து சாந்தாவைப் பார்த்துவிட்டால் போதும்; உருகிப் போய்விடுவான். ''வேலயெல்லாம் நல்லாப் போவுதா? கஷ்டமா இருக்கா? டீ குடிக்கிறீங்களா? கொஞ்சம் நேரம் பிரேக் விடுங் களன்'' என்று கொத்தனாரிடம் சொல்வான். சாந்தாவைத் தனி யாகப் பார்த்து ''எப்ப வந்த? நடந்தா வந்த? ஏன் உம்முன்னு இருக்க? கொத்தனாரு திட்டிட்டானா?'' என்று கேட்பதற்கு வாய்ப்புக் கிடைத்து, அவளிடம் ஒன்றிரண்டு வார்த்தை பேசிவிட் டால் போதும், ஒரே சிரிப்பாக, மகிழ்ச்சியாக இருப்பான். அந்த நேரத்தில் கொத்தனார், சித்தாள் எது கேட்டாலும் 'இல்ல' அல்லது, 'நாளைக்கிப் பாக்கலாம்' என்ற வார்த்தை அவனுடைய வாயிலிருந்து வராது. இத்தனைக்கும் அவன் சாந்தாவிடம் பத்து இருபது வார்த்தைகளைத் தொடர்ச்சியாகப் பேசியது கிடையாது. தனியாகப் பார்த்ததோ, பேசியதோ, பழகியதோ கிடையாது. என்ன காரணமோ அவளைப் பார்த்தால் சந்தோஷம் வந்துவிடுகிறது. உற்சாகமாகிவிடுகிறான். எந்தத் தகுதியும் பார்க்காமல் சாதா ரணக் கூரை வீட்டின் முன், நான்கு ஐந்து பேர்கூடப் படுக்க முடி யாத வீட்டின் முன், அழுக்கடைந்த, குப்பைக்கூளமான, ஆட்டின் மூத்திர வாடை அடிக்கும் வீட்டின் முன் ஏன் வந்து உட்கார்ந் திருக்கிறோம் என்று யோசித்துக்கொண்டிருந்தான் செல்வகுமார்.

சாந்தா செல்வகுமாரையே பார்த்துக்கொண்டிருந்தாள். எவ் வளவு பெரிய பணக்காரன், எவ்வளவு பெரிய அதிகாரி, இப்படி வந்து உட்கார்ந்திருக்கிறானே என்று யோசித்தாள். வீட்டு வேலை நடக்கிற இடத்துக்கு வரும்போதெல்லாம் தன்னையேதான் பார்ப் பான், தன்னிடம் பேசுவதற்கு, சிரிப்பதற்கு, பக்கத்தில் வருவதற்கு எப்படியெல்லாம் முயன்று, முடியாத நிலையில் தவித்துப்போய் நிற்பான் என்பதையெல்லாம் நினைத்துப்பார்த்தாள். ஒவ்வொன் றாக நினைக்கநினைக்க அவளுக்குச் சிரிப்புத்தான் வந்தது.

'ஆம்பளங்க இப்படியெல்லாமா இருப்பாங்க?'

கட்டட வேலைக்கென்று எந்த இடத்துக்குப் போனாலும் ஒரு நாளுக்கு ஒரு டீதான் வாங்கித் தருவார்கள். செல்வகுமாரும் ஆரம் பத்தில் அப்படித்தான் வாங்கித் தந்தான். இரண்டாவது, மூன்றா வது வாரம் கழிந்ததும் என்ன நினைத்தானோ ஒரு நாளைக்கி இரண்டு முறை டீ வாங்கிக் குடிப்பதற்குப் பணம் தந்தான். அதற்கடுத்த வாரம் டீயோடு இரண்டு வடையும் வாங்கித் தர ஆரம்பித்தான். மணல் சலிக்கும்போது, செங்கல் தூக்கும்போது, மணல் மூட்டையை, சிமெண்ட் மூட்டையைத் தூக்கும்போது வேண்டாம் என்று தடுத்தாலும் உதவி செய்ய வருவான். மீறிக் கேட்டால் ‘என்னோட வீட்டுலதான வேல செய்யுறன்’ என்று சொல்வான். அவன் உண்மையைச் சொன்னாலும் சித்தாள்களும் கொத்தனார்களும் நம்பவே மாட்டார்கள். டீ வாங்கித் தருவது, வடை வாங்கித் தருவது, உதவி செய்ய வருவது, எல்லாமே சாந்தா வுக்காகத்தான் செய்கிறான் என்பது எல்லோருக்குமே தெரியும். வேலை நடக்கிற இடத்துக்கு வந்ததுமே செல்வகுமார் எந்த இடத் தில் நிற்கிறான், யாரிடம் பேசுகிறான், யாரைப் பார்க்கிறான், யாரிடம் சிரிக்கிறான், யாரிடம் பேச முயல்கிறான் என்பதெல்லாம் எல்லோருக்கும் தெரியும். எட்டு மாதத்தில் செல்வகுமார் வீட்டுக்கு சாந்தா வேலைக்குப் போகாதது மூன்று நாள்கூட இருக்காது. மற்ற சித்தாள்கள் மாதிரி ஒரு நாளைக்கு ஒரு இடம் என்று அவள் வேலைக்குப் போகவில்லை. கொத்தனாரே இன்று வேலை இல்லை என்றாலும் தானாகவே மணல் சலிக்கலாம், மணலை அள்ளிக் கொட்டலாம், செங்கல்லை மேலே தூக்கி வைக்கலாம் என்று சொல்லி வேலையை உருவாக்கிக்கொண்டு வேறு ஒரு சித்தாளை யும் அழைத்துக்கொண்டு வந்துவிடுவாள். அதையெல்லாம் புரிந்து கொண்டு சித்தாள்களாக இருப்பவர்கள், ‘‘பஸ்ஸுக்குக் காசு இல்ல சார்’’ என்று கேட்பார்கள். செல்வகுமார் ‘இல்லை’ என்று சொல்ல மாட்டான். கொத்தனார்களும் கேட்பார்கள், அவர்களுக் கும் கொடுப்பான். பத்து ரூபாய்தான் பஸ்ஸுக்கு என்றால் இரு பது ரூபாயாகக் கொடுப்பான். அவனிடம் சித்தாள்கள் காசு பிடுங்குவதைப் பார்க்கும்போது சாந்தாவுக்குக் கோபமாக இருக் கும். ஒரு நாள் கோபத்தை அடக்க முடியாமல், ‘‘சம்பளம்தான்

தர்றீங்களே. அப்பறம் எதுக்கு பஸ்ஸுக்குன்னு தனியா பணம் தர்றீங்க?'' என்று கேட்டாள்.

''பரவாயில்ல. இருக்கட்டும்'' என்று செல்வகுமார் சொன்னான். ஆனால், சித்தாள்கள் ''ஒனக்கென்ன? ஒங் காசியவா தர்ற? ஏழ சனங்களாச்சேன்னு சாராப் பாத்துப் பிரியப்பட்டுத் தர்றாரு'' என்று சண்டைக்கு வந்துவிட்டார்கள்.

சித்தாள்களுக்கும் கொத்தனார்களுக்கும் செல்வகுமார் என்றெல்லாம் பஸ்ஸுக்குப் பணம் தருகிறானோ அன்றெல்லாம் சாந்தா பொருமுவாள். பணம் தருவதைக்கூட அவளால் பொறுத்துக்கொள்ள முடியும். சில நேரங்களில் அவனே போய் டீ வாங்கிக்கொண்டு, வடை வாங்கிக்கொண்டு, சாப்பாடு கொண்டு வராதவர்களுக்குச் சாப்பாடு வாங்கிக்கொண்டு வந்து தருவான். அதைத்தான் அவளால் தாங்கிக்கொள்ளவே முடியாது. ''ஒங்களுக்கு வேற வேல இல்லியா?'' என்று கேட்பாள். அதற்கு செல்வகுமார் சிரிக்க மட்டுமே செய்வான்.

''கொடுக்கிறதெல்லாம் வாங்கித் தின்னுப்புட்டு, பின்னால கண்ணடிச்சி சிரிக்கிறது தெரியுமா?'' என்று கேட்பாள். அதற்கும் அவன் சிரிக்க மட்டுமே செய்வான். தன்னால்தான் எல்லாம் செய்கிறான் என்பது தெரிந்த பிறகு சாந்தா, வேலை முடிந்து போவதற்கு முன் பொருள்கள் ஏதாவது தவறிக் கிடக்கிறதா, திருடு போகும் நிலையில் எந்தப் பொருளாவது கிடக்கிறதா, மழையில் நனையுமளவுக்கு சிமெண்ட் மூட்டை கிடக்கிறதா என்று பார்ப்பாள். ஒரு ஆணி, ஒரு செங்கல் தவறிப்போய்க் கிடந்தால்கூட அதை எடுத்து வந்து பத்திரப்படுத்திவிட்டுத்தான் போவாள். அவள் செய்கிற வேலைகளைப் பார்த்துவிட்டு மற்ற சித்தாள்களும் கொத்தனார்களும் ரகசியமாகச் சிரிப்பார்கள். மற்றவர்கள் சிரிக்கிறார்களே என்று தெரிந்தாலும் தான் செய்ய நினைத்த வேலையைச் செய்யாமல் போக மாட்டாள்.

'ரொம்ப அக்கறதான்' என்று மற்றவர்கள் கிண்டலடிப்பதைப் பொருட்படுத்த மாட்டாள். சித்தாள் வேலைக்குப் போக ஆரம்பித்து ஒரு வருஷத்துக்கு மேல் ஆகிவிட்டது. எந்த இடத்திலும்

சாந்தா இந்த அளவுக்கு ஈடுபாட்டுடன் வேலை செய்தது கிடை யாது. எப்போதாவது உடம்புக்கு முடியாமல் வீட்டில் இருந்து விட்டால், அன்று முழுவதும் கட்டடத்தில் என்ன வேலை நடக் கிறதோ என்ற எண்ணத்துடன்தான் இருப்பாள். ஏன் தன்னுடைய மனம் அப்படி நினைத்துக்கொண்டிருக்கிறது என்று யோசித்துக் கொண்டிருந்தபோது பேண்ட் பாக்கட்டிலிருந்து நூறு ரூபாய் பணக்கட்டை எடுத்து சாந்தாவிடம் செல்வகுமார் நீட்டினான்.

''எதுக்கு சார்?''

''ஆஸ்பத்திரிச் செலவுக்கு.''

''அன்னிக்கேதான் ஒங்க ஆபிஸ் ஆளுங்க வந்து எல்லாத்தயும் பாத்துக்கிட்டாங்களே.''

''அடுத்து நீ போவணுமில்ல?''

''நேத்துதான் கட்டுபிரிச்சிட்டு வந்தன். இனிமே செலவு ஒண்ணுமில்ல சார்.''

''ஆஸ்பத்திரி செலவ நாந்தான் பாக்கணும்.''

''பாத்தது போதும்.'' ஒரு தினுசாகச் சிரித்தாள்.

''அடிபட்டதிலிருந்து நீ வேலக்கிப் போவல.''

''ஒடம்பு சரியில்லன்னு ஊட்டுல குந்தியிருந்தா அதுக்கும் நீங்க சம்பளம் தருவீங்களா?'' கிண்டலாகச் சிரித்தாள்.

''தருவன்.''

''அது எனக்குத் தெரியும்.'' லேசாகச் சிரித்தாள்.

''புடி.''

''வாணாம் சார். பையில வையிங்க. தெருவே போறவங்க யாராச்சும் பாத்தா தப்பா நெனப்பாங்க.''

''என்ன புரிஞ்சிக்க மாட்டியா?'' என்று கெஞ்சுவது மாதிரி சொன்ன செல்வகுமார் சாந்தாவினுடைய கையைப் பிடித்துப் பணக்கட்டைத் திணித்தான்.

''நான் தனியாளு இல்ல சார்'' என்று சொல்லும்போதே அவ ளுடைய கண்களிலிருந்து கண்ணீர் இறங்க ஆரம்பித்துவிட்டது.

கண்ணீரைப் பார்த்ததும் அவளுடைய கையை விட்டுவிட்டான். பயந்துபோய் ''என்னாச்சி?'' என்று கேட்டான்.

''இந்தக் கூர ஊட்டுலதான் இருக்கம். சொத்துப் பத்து ஒண் ணும் இல்ல. நாலு பேருகூட படுத்து எழுந்திருக்க முடியாது. தலவலி, காய்ச்சன்னு படுத்தா மறுநாளு சோத்துக்கு இல்லதான். ஆனா இன்னமுட்டும் மனசுல அழுக்கு இல்லாம, பாரம் இல்லாம இருக்கன் சார்'' அவள் சொல்லி முடிப்பதற்குள் கண்களிலிருந்து கண்ணீர் சரம்சரமாக இறங்கியது.

''நிசமாவே ஆஸ்பத்திரி செலவுக்குத்தான் கொடுத்தன்.''

அவன் சொன்னதைக் காதில் வாங்காத சாந்தா சொன்னாள் ''சித்தாள் வேலக்கிப் போறவங்க ஒரே எடத்துக்கா சார் போவ முடியும்? தெனம் ஒரு எடத்துக்குத்தான போவ முடியும்? ஒரு சில எடத்திலதான் ஒரு வாரம் பத்து நாள்ன்னு வேல இருக்கும். வேல செய்யுற எடத்தில எல்லாம் என்னா நடக்கும்னு நெனைக்கி றீங்க? மேஸ்திரிங்க, கொத்தனாருங்க தொல்ல ஒரு பக்கம், வீட் டுக்காரங்க தொல்ல ஒரு பக்கம் இருக்கும். முறச்சிமுறச்சிப் பாப் பாங்க. இடிக்கிற மாரி கிட்டகிட்ட வருவாங்க. பின்னாலியே சுத்திசுத்தி வருவாங்க. தெரியுமா? பொம்பளைங்க தெருத்தெருவா அலஞ்சி திரிஞ்சி, கூவிக்கூவி மீனு விக்கிறாங்க. கீர, காயி விக்கு றாங்க. தள்ளு வண்டியில பழம் விக்கிறாங்க. ஊட்டு வேல செய் றாங்க. இன்னம் இப்பிடி என்னென்னமோ வேலயெல்லாம் செய் றாங்க, எதுக்காக?''

செல்வகுமாருக்கு ஆத்திரம் உண்டாயிற்று. ''நான் கிளம்பறன்'' என்று சொல்லிவிட்டு இரண்டு மூன்றடி தூரம் போனவனைக் கட்டாயப்படுத்தித் திரும்ப அழைத்துகொண்டு வந்து உட்கார வைத்தாள் சாந்தா. சிறிது நேரம் அவனும் பேசவில்லை. அவளும் பேசவில்லை.

''எம் மேல கோவமா சார்?''

செல்வகுமார் வாயைத் திறக்கவில்லை.

''ஒங்ககிட்ட தனியா பேசணுமின்னு ரொம்ப நாளா ஆச சார் எனக்கு.''

"அதான் பேசுறதெல்லாம் பேசிட்டியே அப்பறமென்ன?" கடுமையான குரலில் சொன்னான் செல்வகுமார்.

"நீங்க கஷ்டப்பட்டுப் பேசாதீங்க சார். நீங்க கஷ்டப்படுறத என்னால பாக்க முடியாது." சாந்தா அழுதாள்.

"நீ எதுக்கு நெனச்சதுக்கெல்லாம் அழுதுஅழுது என்னெக் கஷ்டப்படுத்துற?" செல்வகுமாருக்கு லேசாகக் கோபம் குறைந்திருந்தது.

"நான் ஒண்ணு ஒங்களக் கேக்கட்டா சார்?"

"என்னா?"

"பொட்டச்சி சோறு திங்கிறதுக்கு ஒலகத்தில இருக்கிற ஒரே வழி சீலய தூக்கிக் காட்டுறது மட்டும்தானா சார்?"

செல்வகுமாருக்கு முகத்தில் காறித் துப்பியது மாதிரி இருந்தது. பதில் சொல்ல முடியாமல் தவித்துப்போனான். ஏன் வந்தோம் என்று தன்னையே நொந்துகொண்டான். தெருவைப் பார்த்தான். கடுமையான வெயில் இருப்பது தெரிந்தது. உட்கார்ந்திருப்பதா, எழுந்து போவதா என்ற குழப்பத்தில் உட்கார்ந்திருந்தான். செல்வகுமாரையே வைத்த கண் வாங்காமல் பார்த்துக்கொண்டிருந்த சாந்தா சொன்னாள்.

"சம்பந்தம் இல்லாம எதுக்குப் பேசுற?" சாந்தாவை முறைப்பது மாதிரி கேட்டான்.

"நீங்க நல்ல ஆளு சார்."

"கண்ணாடி மாரி ஒடஞ்சிப்போச்சி."

"எது?"

"எம் மனசு." செல்வகுமார் முகத்தைத் தாழ்த்திக்கொண்டான்.

சாந்தா அடுத்த வார்த்தை பேசவில்லை. செல்வகுமாரைப் பார்த்தாள். பார்ப்பதற்குப் பாவமாக இருந்தது. அவனுடைய மனதை மாற்றவும் கோபத்தைக் குறைக்கவும் நினைத்தாள்.

"எங்கூட வேலக்கி வருதில்ல மல்லிகா. அந்தப் புள்ளய வேணுமின்னா பாருங்க. அதுதான் அப்பிடி இப்பிடி இருக்கும். நான் ஒங்களப் பத்தி சொல்றன். நான் சொன்னா அந்தப் புள்ள கேக்கும்."

சாந்தா சொல்லி முடிப்பதற்குள்ளாகவே அடக்க முடியாத ஆத்திரத்துடன் செல்வகுமார் சொன்னான், ''பெரிய புத்திசாலிதான்.''

''எங்கூட இருக்கறீங்கன்னு வெளிய சொன்னா ஒங்களுக்குத் தான் அசிங்கம். ஒங்களுக்கு என்னால ஒரு அசிங்கம் வரக் கூடாதின்னு சொல்றன்.'' சாந்தா சொல்லி முடிப்பதற்குள்ளாகவே ''நான் கிளம்பறன்'' என்று சொல்லிவிட்டு எழுந்து நின்றான். அப்போது படலைத் தாண்டி உள்ளே வருவதற்கு முயன்ற பன்றி ஒன்றை ''த்தூ. த்தூ'' என்று கத்தி விரட்ட முயன்றாள். அது நகராததால் எழுந்து சென்று ''சனியன, எங்க வர்ற?'' என்று திட்டிப் பன்றியை ஓட்டிவிட்டு வந்தாள். வெளியே போவதற்குத் தயாராக நின்றுகொண்டிருந்த செல்வகுமாரிடம் ''ஒக்காருங்க சார், போவலாம்'' என்று சிரித்துக்கொண்டே சொன்னாள். செல்வகுமார் உட்காரவில்லை. ''ஒக்காருங்க'' என்று பல முறை சொல்லிக் கெஞ்சிய பிறகும் அவன் உட்காரவில்லை.

''வெயிலா இருக்கா சார்?'' என்று சாந்தா கேட்டாள். செல்வகுமார் வாயைத் திறக்கவில்லை.

''மத்த கொத்தனாருக்கு இவன் எம்மானோ தேவலாம் சார். அதனாலதான் சிடுமூஞ்சா இருந்தாலும் அவன் கூப்புட்ட இடத்துக்குப் போறன். கொத்தனாரு பயலுவோ எம்மாம் மோசம்னு எனக்குத்தான் தெரியும்.''

''இதெல்லாம் எதுக்கு எங்கிட்ட சொல்ற?'' முறைப்பது மாதிரி கேட்டான்.

''ஒங்ககிட்ட சொல்லாம ரோட்டுப் பொறுக்கிங்ககிட்ட சொல்லணுமா?''

''. . . . .''

''காலயில ஆறு மணிக்கு ஊட்ட வுட்டுப் போனா திரும்பி ஊட்டுக்கு வர ராத்திரி எட்டு, ஒம்போது மணி ஆயிடும். இதுவர, ஏன் லேட்டு, எங்க சுத்திட்டு வர்றன்னு அது கேட்டதில்ல சார்.''

''சரி. அதுக்கு நான் என்னா செய்யணும்?''

''அது என்ன நம்புது சார்.''

‘‘நான் வந்தது தப்புத்தான்’’ செல்வகுமாரின் குரலில் வேகம் கூடி விட்டது.

‘‘எட்டு மாசமா ஒங்களப் பாக்குறன். ஒங்க மனசு எனக்குத் தெரியாதா?’’

‘‘என்ன தெரியும் ஒனக்கு?’’

‘‘கடவுளு ஒங்க மனசக் கெடுத்துட்டான் சார். அதான் எங் கவல.’’ சொல்லும்போதே சாந்தாவினுடைய கண்களிலிருந்து கண்ணீர் வழிய ஆரம்பித்தது. முந்தானையால் முகத்தைத் துடைத்துக்கொண்டாள். மூக்கை உறிஞ்சினாள்.

‘‘நான் கௌம்பறன். மனுசனப் புரிஞ்சிக்கத் தெரியல. இத வச்சிக்கிட்டா நான் நிம்மதியாப் போவன்’’ என்று சொல்லி பணக்கட்டை நீட்டினான். பணக்கட்டைப் பார்க்காமல் செல்வகுமாரின் வாடிப்போன முகத்தையே சாந்தா பார்த்தாள். சரி என்று பணக்கட்டை வாங்கினாள். கட்டிலிருந்து ஒரே ஒரு நோட்டை மட்டும் உருவி எடுத்துக்கொண்டு பணக்கட்டைத் திருப்பிக் கொடுத்தாள். பணக்கட்டை வாங்கி சேரில் வைத்துவிட்டு விர்ரென்று காரிடம் சென்ற செல்வகுமாரிடம் ‘‘ஒங்க வீட்டு வேல முடியுறவரைக்கும் அந்த எடத்துக்கு நான் வரணுமின்னு நெனச்சிங்கின்னா பணத்த எடுத்துக்கிட்டுப் போங்க. சோத்துக்கு இல்லாத நாயிதான இதுன்னு நெனச்சிங்கின்னா வச்சிட்டுப் போங்க’’ சாந்தா சொன்னதும் திகைத்துப்போய் நின்றுவிட்டான் செல்வகுமார்.

‘‘எடுத்துக்கிட்டு வா.’’

‘‘நீங்களே வந்து எடுத்துக்கிட்டுப் போங்க.’’

‘‘பெரிய ராங்கிக்காரிதான்’’ என்று சொல்லிக்கொண்டே வந்து பணத்தை எடுத்துக்கொண்டு போய் காரில் ஏறிக்கொண்டான்.

கார் கிளம்பும்வரை சிரித்த மாதிரி நின்றுகொண்டிருந்த சாந்தா, கார் கண்ணை விட்டு மறைந்ததும் அழ ஆரம்பித்தாள்.

* * * * *

8

ஆலடி பஸ்

‘‘கொஞ்சம் நவுந்து குந்து’’ என்று வடக்கிருப்புக்காரி சொன்னாள்.

‘‘ஆளு வருது’’ என்று பிரியங்கா சொன்னாள்.

‘‘ஆளு வர்றப்ப எழுந்திரிச்சிக்கிறன், இப்ப நவுந்து குந்து.’’

‘‘கடக்கிப் போயிருக்காங்க, இப்ப வந்துடுவாங்க.’’

‘‘பஸ் ஒங்க ஊட்டுதா?’’

‘‘கவர்மண்டுது.’’

‘‘அப்பறம் என்னா? நவுந்து குந்து.’’

‘‘ஆளு வருதுன்னு ஒனக்கு எத்தன வாட்டி சொல்றது? வேற எடம் பாத்துக் குந்து.’’

‘‘ஆளு வர்றப்ப வரட்டும். நீ நவுந்து குந்து. இல்லன்னா வழிய வுடு’’ என்று வடக்கிருப்புக்காரி முறைப்பது மாதிரி சொன்னாள்.

இரண்டு ஆள் உட்காரக்கூடிய இடத்தில் முதலில் பிரியங்கா உட்கார்ந்திருந்தாள். பக்கத்தில் ஜன்னலை ஒட்டியிருந்த இடத்தில் ஒரு கைப்பையை வைத்திருந்தாள். வடக்கிருப்புக்காரி வழியை விடு என்று கேட்டதும், வழியை விடக் கூடாது என்பது மாதிரி முன்சீட்டிலிருந்த கம்பியை பிரியங்கா இரண்டு கைகளாலும் பிடித்துக்கொண்டாள். அவள் கையை எடுத்தால்தான் மற்ற ஆள் உள்ளே போக முடியும். பிரியங்காவின் கையைத் தள்ளிவிட்டு உள்ளே போக முயன்றாள் வடக்கிருப்புக்காரி. குறுக்கே வைத்த கைகளை லேசாகக்கூடப் பிரியங்கா தளர்த்தவில்லை. பிரியங்காவின் கைகளை விலக்கிப்பார்த்தாள். முடியவில்லை. கோபத்தில் ‘‘என்னா ஊரு

போவணும்?'' என்று கேட்டாள் வடக்கிருப்புக்காரி. வேண்டா வெறுப்பாக பிரியங்கா சொன்னாள், ''ஆலடி.''

''நான் வடக்கிருப்புப் போவணும். அம்மாம் தூரம் நின்னுக் கிட்டுப் போவ முடியாது, இந்தக் கூட்டத்தில. நீ நாலாவது ஸ்டாப்புத்தான. செத்த நவுந்து குந்துனாத்தான் என்ன?'' என்று வடக்கிருப்புக்காரி சொன்னாள்.

''பஸ்ஸுல வேற எடமே இல்லியா?''

''இருந்தா நான் எதுக்கு ஒங்கிட்ட வந்து தொங்கிக்கிட்டு நிக்குறன்?''

வடக்கிருப்புக்காரி கோபமாகச் சொன்னதை பிரியங்கா காதில் வாங்கவில்லை. அவளைப் பார்க்க விரும்பாத மாதிரி பஸ் ஸுக்கு வெளியே பார்த்தாள். கைப்பையைக் கொடுத்து இடம் பிடித்து வை என்று சொல்லிவிட்டுப் போன டீச்சர் வருகிறாளா என்று பார்த்தாள். பஸ் ஏறுவதற்காக இங்குமங்குமாக ஓடிக் கொண்டிருந்த கூட்டமும், பஸ்ஸுக்காகக் காத்திருந்த கூட்டமும் தான் தெரிந்தது. டீச்சர் கண்ணில் படவில்லை. 'ஆள் வருதா?' 'ஆள் வருதா?' என்று வடக்கிருப்புக்காரியோடு இதுவரை எட்டு ஒன்பது பேருக்கு மேல் கேட்டுவிட்டார்கள். இன்னும் எவ்வளவு பேர் வந்து கேட்பார்கள் என்று தெரியாது. சீக்கிரமாக டீச்சர் வந்துவிட்டால் போதும் என்று பிரியங்கா நினைத்தாள்.

எப்போதுமே அவளுக்கு எட்டுத் தேதிக்குப் பிறகுதான் பீரியடு வரும். இந்த மாதம் முன்பே வந்துவிட்டது. காலையிலேயே தெரிந்திருந்தால் இன்று வீட்டிலேயே இருந்திருப்பாள். மதியம் இரண்டு மணிக்குத்தான் தெரிந்தது. உடனே போய் முதலாளி யிடம் அவசரமாக வீட்டுக்குப் போக வேண்டும் என்று சொன் னாள். ''எதுக்கு?'' என்று நூறு முறைக்கு மேல் அவன் கேட்டான். ''சும்மாதான் சார்'' என்று சொல்லி மழுப்பினாள். ரொம்பவும் கெஞ்சிய பிறகு ''ஆறு மணிக்குப் போ'' என்று சொன்னான். தான் வேலை பார்க்கும் ஜெராக்ஸ் கடை முதலாளியின் மீது அவளுக்கு அளவு கடந்த கோபம் உண்டாயிற்று. தினமும் ராத்திரி ஒன்பது

மணிக்குத்தான் விடுவான். அவனுடைய குணம் தெரிந்து அதிக மாக லீவு போட மாட்டாள். முன்கூட்டியே வீட்டுக்குப் போகி றேன் என்றும் சொல்ல மாட்டாள். இன்று பிரச்சினை என்பதால் தான் வீட்டுக்குப் போகிறேன் என்று கேட்டாள். அதற்கே நான்கு மணி நேரம் கழித்துதான் அனுப்பினான். மற்ற மாதங்களைவிட இந்த மாதம் என்ன காரணத்தினாலோ அதிகமாக வெளிப்பட்டது. தலைவலியும் அதிகமாக இருந்தது. நின்றுகொண்டே இருந்தது காரணமாக இருக்குமோ என்று யோசித்தாள்.

வடக்கிருப்புக்காரி கையில் வைத்திருந்த இரண்டு பைகளை உள்ளடங்கின மாதிரி பிரியங்காவின் காலை ஒட்டி வைத்தாள். ஒரு பை சாய்ந்து பிரியங்காவின் காலில் விழுந்தது. வெடுக்கென்று காலை இழுத்துக்கொண்டு பையை நகர்த்திவிட்டு ''பையக் கொண் டாந்து காலு மேலதான் வைப்பியா?'' என்று கேட்டாள். பிறகு காலை முன்புபோல் வைத்தாள். அப்போது பை மறுபக்கம் சாய்ந்து விழுந்தது. வடக்கிருப்புக்காரிக்குக் கோபம் வந்துவிட்டது. ''எதுக் குக் காலால பைய ஒதைக்கிற?'' என்று கேட்டு முறைத்ததோடு பையை முன்புபோல நிமிர்த்திவைத்தாள். அப்போது பின்படிக் கட்டு வழியாக பஸ்ஸுக்குள் ஏறிவந்த ஒரு பெண் உட்காருவதற்கு இடமிருக்கிறதா என்று அங்குமிங்கும் பார்த்தாள். வரிசையாகக் கம்பியைப் பிடித்தபடி ஆட்கள் நின்றுகொண்டிருந்தனர். ஒவ் வொரு ஆளாகப் பார்த்த அந்தப் பெண்ணின் கண்களில் பிரியங்கா உட்கார்ந்திருந்த இடத்துக்குப் பக்கத்தில் இடமிருப்பது தெரிந்தது. பல ஆட்களை நெட்டிக்கொண்டும் இடித்துக்கொண்டும் ''நவு றுங்க'', ''வழி வுடுங்க'' என்று சொல்லிக்கொண்டும், பல பேரு டைய கால்களை மிதித்துக்கொண்டும் படாதபாடு பட்டு வந்து ''ஆளு வருதா?'' என்று அவசரமாகக் கேட்டாள்.

'ஆமாம்' என்பது மாதிரி பிரியங்கா தலையை மட்டும் ஆட்டி னாளே தவிர, வாயைத் திறந்து பேசவில்லை. அந்தப் பெண்ணைப் பார்க்கவுமில்லை.

''ஆளு வர்றமுட்டும் செத்தக் குந்துட்டா? நிக்க முடியல. ஒரே நெரிசலா இருக்கு. தல கிறுகிறுப்பா இருக்கு'' என்று அந்தப் பெண் சொன்னாள். அந்தப் பெண் சொன்னதற்கும் தனக்கும் எந்தச் சம்பந்தமும் இல்லையென்பது மாதிரி பிரியங்கா பஸ்ஸுக்கு வெளியே பார்த்தாள். அவளுடைய கண்கள் கைப்பையை வைத்து விட்டுப் போன டீச்சரைத் தேடின. குறுக்கும் நெடுக்குமாக ஆட்கள் நடந்துகொண்டிருப்பது தெரிந்தது. ஆனால், டீச்சர் மட்டும் கண்ணில் படவில்லை. டீச்சர்மீது பிரியங்காவுக்குக் கோபம் வந்தது. எத்தனை பேருக்கு பதில் சொல்லித் தொலைப்பது என்று எரிச்சல் வந்தது. நான் இருக்கும் நிலையில் இந்தத் தொந்தரவு வேறா என்று நினைத்தபோது அந்தப் பெண் சொன்னாள் ''வயசு வரமுற கெடயாது. என்னா காலமோ இது? கல்யாணமாயி டிச்சா?'' என்று கேட்டாள்.

''எதுக்குக் கேக்குற?''

''சும்மாதான்.''

''அதத் தெரிஞ்சிக்கிட்டு நீ என்ன செய்யப்போற?''

''எப்பக் கல்யாண சோறு போடுவன்னு கேக்கத்தான்'' அந்தப் பெண் எந்த அர்த்தத்தில் கேட்டாள் என்பது தெரிந்த மாதிரி பிரியங்கா முகத்தை வேறு பக்கம் திருப்பிக்கொண்டாள். அப்போது வடக்கிருப்புக்காரி சொன்னாள். ''முகத்தப் பாத்தாலே தெரியுது. ஊரக் கூட்டித்தான் பாப்பா சோறு போடும்னு. நான் சொல்றது பலிக்குதா இல்லியான்னு பாரு.''

பீரியடு தொல்லை, தலைவலி என்று நொந்துபோயிருந்த பிரியங்காவுக்கு நல்ல கோபம் வந்துவிட்டது. ''எனக்குக் கல்யாணம் ஆவாட்டிப் போவுது. நீ ஒண்ணும் எனக்கு மாப்ளத் தேடி அலைய வாணாம்'' என்று கடுமையான குரலில் சொன்னாள்.

''நீ எதுக்குத் தேங்கா ஒடக்கிற மாதிரி ஒவ்வொரு வார்த்தயயும் பேசுற?''

பிரியங்காவையே முறைத்துப் பார்த்துக்கொண்டிருந்த வடக்கிருப்புக்காரிக்கு ஆத்திரத்தை அடக்க முடியவில்லை. முகத்தைக்

கோணிக் காட்டிவிட்டு ‘‘செத்த முன்னாடி வந்து குந்துனதுக்கே இம்மாம் சிலுப்புச்சிலுத்துக்குது. சொந்த பஸ்ஸா இருந்தா இன்னும் எம்மாம் சிலுத்துக்குமோ. அது ஆண்டவனுக்குத்தான் தெரியும்’’ என்று சொன்னதுதான். ‘‘என்னா சிலுத்துக்கிறாங்க? வந்ததிலிருந்து நானும் பாத்துக்கிட்டிருக்கன். என்னமோ பெரிய இது மாதிரி பேசிக்கிட்டிருக்க. நீ முன்னால வந்து சீட்டப் புடிச்சி வச்சிருந்து, நான் பின்னால வந்து கேட்டா வுடுவியா?’’ என்று பிரியங்கா கோபமாகக் கேட்டாள்.

‘‘வுடுவன்’’ என்று இறுமாப்புடன் வடக்கிருப்புக்காரி சொன்னாள்.

‘‘ஆளப் பாத்தாலே தெரியுது’’ என்று நக்கலாகச் சொன்னாள் பிரியங்கா.

‘‘சீல கட்டியிருக்கும்போதே என்னாத் தெரியுது ஒனக்கு?’’ என்று சீண்டுவது மாதிரி வடக்கிருப்புக்காரி கேட்டாள்.

‘‘எது தெரிஞ்சா எனக்கென்ன? செத்த இடிக்காம தள்ளியே நில்லு. ஆம்பள நாயிவோ வந்துவந்து இடிக்கிற மாதிரியே நீயும் மேலமேல இடிச்சிக்கிட்டு நிக்குற’’ என்று சொன்னாள். பிறகு அலுப்பும் சலிப்புமாக ‘‘பையக் கொடுத்திட்டுப் போன டீச்சரு எங்கதான் போய்த் தொலஞ்சாங்களோ தெரியல. நானே பெரிய தல வலியில இருக்கன். இதுல ஊர்ச் சனியன்கிட்டயெல்லாம் சண்ட வாங்க வேண்டியிருக்கு, பேச்சுக் கேக்க வேண்டியிருக்கு’’ என்று பிரியங்கா சொன்னதும் சட்டென்று சண்டைக்குப் பாய்ந்தாள் வடக்கிருப்புக்காரி.

‘‘வாய அடக்கிப் பேசு. யாரப் பாத்துச் சனியன்னு சொல்ற?’’

‘‘ஒன்னெ எதுக்கு நான் சனியன்னு சொல்லப்போறன்? நான் இருக்கிற நெலம தெரியாம பேசிக்கிட்டு’’ என்று சொல்லிவிட்டுச் சீட்டில் ரத்தக் கசிவு இருக்குமோ என்று கவலைப்பட்டாள். முதலாளியின் மீது அவளுக்குக் கோபம் உண்டாயிற்று. சாதாரண நாளாக இருந்தால் கிழவிகள், கைப்பிள்ளைக்காரிகள் பஸ்ஸில் கம்பியைப் பிடித்துக்கொண்டு வந்தால் தானாகவே எழுந்து ‘உட்

காரு' என்று இடம் தந்துவிடுவாள். இன்று அவ்வாறு செய்ய முடியாது. எழுந்து நிற்கும்போது ஏதாவது ஆகிவிட்டால் என்ன செய்வது என்ற அச்சத்தில் எப்போது பஸ்ஸை எடுப்பார்களோ, எப்போது வீடு போய்ச் சேருவோமோ என்ற கவலையில் உட்கார்ந்திருந்தாள்.

''நீ சொன்ன ஆளு இன்னம் வல்ல. ஆளு வர்றமுட்டும் அந்த எடத்தில நான் குந்துனா ஒனக்கு என்னா நட்டமாப் போவுதுன்னு மறிச்சிக்கிட்டுக் குந்தியிருக்கிற? நீ செய்யுறதும் பேசுறதும் என்னாமோ ஆகாயத்திலிருந்து வந்த மாதிரிதான் இருக்குது.''

''நீ ஆகாயத்திலிருந்து பொறந்து வந்தியா?''

''இல்லெ.''

''அப்புறமென்ன? சட்டம் பேசாம வாய மூடிக்கிட்டு இரு'' தனக்கிருந்த சங்கடத்தில் பிரியங்கா சற்று அதிகமாகவே பேசினாள். மற்ற எல்லோரையும்விட அவளுக்குத்தான் சீக்கிரம் வீட்டுக்குப் போக வேண்டும் என்ற அவசரம்.

''நீ யாரு என்னெ வாய மூடச் சொல்றதுக்கு?'' என்று கேட்ட வடக்கிருப்புக்காரி அப்போதுதான் நினைவுக்கு வந்த மாதிரி ''நீ ஆலடிதான? அப்பிடித்தான் இருப்ப. ஊரு மாதிரிதான ஆளும் இருக்கும்'' என்று சொன்னாள்.

''ஆலடியப் பத்தி ஒனக்கென்ன தெரியும்'' என்று பிரியங்கா சொல்ல, பதிலுக்கு வடக்கிருப்புக்காரி ஆலடியைப் பற்றி மட்டம் தட்டிச் சொல்ல, படிப்படியாகச் சண்டை வலுக்க ஆரம்பித்தது. வார்த்தைகள் தடிக்க ஆரம்பித்தன. பஸ்ஸுக்குள்ளிருந்த கூட்டத்தைப் பற்றி இருவருமே கவலைப்பட்டது மாதிரி தெரியவில்லை. இருவருடைய சண்டையையும் பார்த்துக்கொண்டு முன்சீட்டில் கருப்புச் சட்டை போட்டுக்கொண்டு உட்கார்ந்திருந்த ஆள் ''யாருக்கோ எடம் புடிக்கப்போயி நீங்க எதுக்கு சண்ட புடிச்சிக்கிறீங்க?'' என்று கேட்டான்.

வெடுக்கென்று பிரியங்கா கேட்டாள் ''நீ எந்த ஊரு நாட்டாம?''

''சரிதான்'' என்று சொன்ன அந்த ஆள் அடுத்த வார்த்தை பேச வில்லை. அவனுக்குப் பக்கத்தில் உட்கார்ந்திருந்த கருத்த திடும லான ஆள் கோபமாக ''ஒங்க சண்டய எதுக்கு ஊர் சண்டயா மாத்துறீங்கன்னு கேக்கக் கூடாதா? கைப்புள்ளக்காரங்க எத்தன பேரு நிக்குறாங்க? நீ செத்த நவுந்து குந்துனாத்தான் என்ன? கவர்மண்டு பஸ்ஸப் பட்டா போட்டு வாங்குன மாதிரி பைய வச்சிக்கிட்டுக் குந்தியிருக்கிற? நிக்கிறதுக்கே எடமில்லாம ஆளுங்க நிக்குறது ஒனக்குத் தெரியலியா?'' என்று கேட்டான்.

கொஞ்சம்கூட யோசிக்காமல் அவன் கேட்ட வேகத்திலேயே பிரியங்கா கேட்டாள் ''நீ எந்த ஊரு பஞ்சாயத்துத் தலைவரு? ஒன்னெ யாரு இந்தப் பஞ்சாயத்துக்குக் கூப்புட்டது?''

''ஒரு நாயத்தச் சொல்லக் கூடாதா?''

''ஒனக்கு மட்டும்தான் நாயம் தெரியுமா? நாட்டுலியே நீதான் பெரிய பஞ்சாயத்தா?'' என்று முகத்திலடிப்பது மாதிரி அந்த ஆளி டம் கேட்டதும், அவன் பிரியங்காவிடம் வாயடிக்க ஆரம்பித் தான். அவனோடு சேர்ந்துகொண்டு வடக்கிருப்புக்காரியும் பேச ஆரம்பித்தாள். பிரியங்கா ஒரு நூல் சளைக்கவில்லை. ஒரே ஆளாக இரண்டு பேரையும் சமாளித்தாள். சத்தம் பெரிதாகக் கேட்கவே முன்னால் இருந்தவர்கள் எல்லாம் பின்னால் திரும்பிப் பார்த் தார்கள். டிரைவர் சீட்டுக்குப் பின்னால் நின்றுகொண்டு சீட்டுப் போட்டுக்கொண்டிருந்த கண்டக்டர் மட்டும் திரும்பிப் பார்க்க வில்லை. நிற்க இடமில்லாமல் ஆட்கள் நெருக்கிக்கெண்டு நிற்பது, பின்னால் சண்டை நடப்பது, 'எப்ப பஸ்ஸ எடுத்துத் தொலை வானுவளோ. காத்துக்கூட இல்ல' என்று திட்டுவது என்று எதைப் பற்றியும் அக்கறையில்லாமல் தன்னுடைய வேலையில் கவனமாக இருந்தான். பழக்கதோஷத்தில் அவ்வப்போது ''உள்ளாரப் போங்க. உள்ளாரப் போங்க'' என்று சொன்னான்.

''என்னாத்த உள்ளாரப் போறது? நிக்கவே எடமில்ல. இனிமே போனா ஆளுங்க தலமேலதான் ஏறிப் போவணும்'' என்று சொன்ன ஒரு பெண் ''பாலக்கொல்ல ஒரு டிக்கட்'' என்று சொல்லிப்

பணத்தைக் கொடுத்தாள். அவனிடம் பாலக்கொல்லைக்காரி கேட்டாள், ''பின்னால ஒரே சண்டயும் சச்சரவுமா இருக்கே. அத ஒரு சத்தம் போட்டு அடக்குனா என்னா?''

''ஏழு மணி சிங்கிள்னாலே தெனந்தெனம் இதே ராவுடிதான் நடக்கும். நீ ஒரு சண்டயத்தான் பாக்குற? நான் ஒரு நாளக்கி நூறு சண்டயப் பாக்குறன். இந்த நேரத்துக்கு இன்னொரு பஸ் வுட்டா நல்லா இருக்கும். எவன் வுடுறான்? இத வுட்டா இன்னும் ரெண்டு மணி நேரத்துக்கு பஸ்ஸே இல்ல. நவுந்து நில்லும்மா. எதஎதயோ கண்டுபுடிக்கிறதுக்கு தெனம்தெனம் ராக்கெட் வுடுறானுவோ. ஒரு டவுன் பஸ்ஸ சேத்து வுட மாட்டங்கிறானுவோ'' என்று சொன்ன கண்டக்டர், இரண்டு மூன்று பேரை இடித்துக்கொண்டு ஒரு அடி தூரம் முன்னால் வந்து 'டிக்கட், டிக்கட்' என்று கேட்டான். அப்போது ஒரு பெண் மூன்று பெரியபெரிய பைகளுடன் இடித்துப் பிடித்துக்கொண்டு பஸ்ஸில் ஏறுவது தெரிந்ததும், ''இந்த நேரத்தில எதுக்கும்மா இத்தன பையிவுள தூக்கிக்கிட்டு வர்ற? ஆளு நிக்கவே இடமில்லியே'' என்று அந்தப் பெண்ணிடம் கேட்டான்.

''ஆளு ஒரு பஸ்ஸுலயும், பை ஒரு பஸ்ஸுலயுமா வரும்?'' என்று அந்தப் பெண் கேட்டாள். அவள் கேட்டதைக் காதில் வாங்காத மாதிரி கண்டக்டர் ''டிக்கட், டிக்கட்'' என்று சொல்லிக் கொண்டிருந்தான்.

''ஆறு மணிக்கு மேல பஸ் ஏறுனாலே ஒரே சாராய வாடதான்'' என்று முன்பு கண்டக்டரிடம் சட்டம் பேசியவள் சொன்னாள். பிறகு ''செத்த நவுருங்க'' என்று சொல்லிவிட்டு முன்னால் போக முயன்றாள். அப்போது அவளுடைய கண்ணில் பிரியங்காவுக்குப் பக்கத்தில் இடமிருப்பது தெரிந்தது. அந்த இடம் தனக்காகத்தான் காத்திருக்கிறது என்பது மாதிரி பத்து, இருபது பேரைத் தாண்டிக் கொண்டும், மூன்று நான்கு பேரினுடைய கால்களை மிதித்துக் கொண்டும் வந்தாள். சீட்டில் பை இருப்பது தெரிந்ததும் அவளுடைய முகம் மாறியது. வடக்கிருப்புக்காரியை இடித்துக்கொண்டு ''செத்த நவுந்து குந்து'' என்று பிரியங்காவிடம் சொன்னாள்.

‘‘ஆளு வருது’’ முகத்தை ஒருவிதமாக வைத்துக்கொண்டு சொன்னாள் பிரியங்கா.

‘‘மூணு பை வச்சியிருக்கன். நிக்க முடியல, வேர்வ நாத்தத்தில மயக்கம் வர்ற மாதிரி இருக்கு’’ என்று அந்தப் பெண் சொன்னாள்.

‘‘இப்பத்தான் ஒரு சண்டய முடிச்சன். அதுக்குள்ளார நீ வந் திட்டியா? மேல இடிக்காம நில்லு. ஆளு வருது’’ வெடுக்கென்று பிரியங்கா சொன்னாள். அப்போது எதிர் சீட்டில் உட்கார்ந்திருந்த ஆள் ‘‘பஸ்ஸுல சீட்டுப் புடிச்சதுக்கே இம்மாம் கிராக்கிக் காட் டுது. இன்னம் எம்.எல்.ஏ., எம்.பி., மந்திரி சீட்டப் புடிச்சிருந்தா எம்மாம் காட்டுமோ’’ என்று சொல்லி அவன் வாயை மூடவில்லை. பிரியங்காவுக்கு எங்கிருந்துதான் அவ்வளவு கோபம் வந்ததோ. ‘‘நீ போயி புடியன் எம்.எல்.ஏ., மந்திரி சீட்ட, நானா வாணாங்கிறன்’’ என்று வேகமாகக் கேட்டாள். அந்த ஆளுக்கும் கோபம் வந்து விட்ட மாதிரி தெரிந்தது.

‘‘நானும் வந்ததிலிருந்து பாக்குறன். நீ என்னமோ பெரிய இது மாதிரி பேசிக்கிட்டிருக்க? கண்டக்டரக் கூப்புட்டுச் சொன்னாதான் நீயெல்லாம் சரிப்படுவ.’’

‘‘நீ கண்டக்டரத்தான் கூப்புடு. கலக்டரத்தான் கூப்புடு. யார் வந்து என்னா பண்றாங்கன்னு நானும் பாக்குறன்’’ எதிர்ச் சவால் விட்டாள் பிரியங்கா.

‘‘நாளக்கி நீ என் ஊரத் தாண்டித்தான பஸ்ஸுல வரணும். அப்ப வச்சிக்கிறன் ஒன்னெ’’ என்று அந்த ஆள் சொன்னான்.

‘‘நாயி நக்கிப் போட்ட எல மாதிரி இருக்கு ஒம் மூஞ்சி. நீ என்னெ வச்சிக்கிறியா? எப்ப வரணும், எங்க வரணுமின்னு சொல்லு. வர்றன். ஒன்னால முடிஞ்சதப் பாரு’’ கொஞ்சம்கூடச் சளைக்காமல் சவால் விட்டாள்.

‘‘ஆளப் பாத்தாலே தெரியுது’’ என்று அந்த ஆள் சொன்னது தான். ‘‘என்னய்யா தெரியுது? ஒழுங்கு மரியாதியா வரணும். இல் லன்னா மானம் மரியாத கெட்டுடும். என்னமோ தெரியுதாம்ல்ல’’ என்று கேட்டுக் கத்த ஆரம்பித்ததும் நின்றுகொண்டிருந்த

ஒன்றிரண்டு பேர், ''பொம்பளகிட்ட எதுக்கு வாயக் கொடுத்த?'' என்று அந்த ஆளிடம் சண்டைபோட்டனர். அதன் பிறகுதான் அவனுடைய வாய் ஓய்ந்தது.

இன்றைக்குப் பார்த்து எல்லோரும் வந்து தன்னிடம் வம்பு வாங்குகிறார்களே என்று பிரியங்காவுக்கு எரிச்சலாக இருந்தது. விஷ யத்தை எப்படி வெளியே சொல்வது? உட்கார்ந்திருக்கும்போது இருப்பதைவிட எழுந்து நின்றால் அதிகமாக வெளிப்படலாம். விஷயம் பலருக்கும் தெரிந்துவிட்டால் அசிங்கமாகிவிடுமே என்று கவலைப்பட்டாள். அதனால் எது நடந்தாலும் எழுந்திருக்கக் கூடாது. எத்தனை பேர் வந்தாலும் வாயைக் குறைக்கக் கூடாது என்று நினைத்தாள். பஸ்ஸை விட்டு இறங்கும்போதுகூட ஜாக் கிரதையாக இறங்க வேண்டும். எதாவது நாற்றமடிக்கிறதா என்று பார்த்தாள். நாற்றத்தை வைத்தே பக்கத்திலிருக்கும் பெண்கள் கண்டுபிடித்துவிடுவார்களே என்று கவலைப்பட்டாள். அப்போது பின்படிக்கட்டு வழியாக ஏறி பஸ்ஸுக்குள் வேர்க்க வியர்க்க சித்தாள் வேலைக்குப் போய்விட்டு வந்த நடுத்தர வயதுள்ள பெண்ணுக்கு என்னவாயிற்றோ ''சனியன் புடிச்ச பஸ்ஸுல ஏறு னாலே இதே தொல்லதான். பொட்டச்சிவுளயே பாக்காத மாதிரி தான் ஒவ்வொரு நாயும் இடிக்கும், ஒராசும்'' என்று சத்தமாகச் சொன்னாள். அவள் சொன்னது யாருடைய காதிலும் விழுந்த மாதிரி தெரியவில்லை. அந்த அளவுக்கு பஸ்ஸிலிருந்த ஸ்பீக்கர் செட்டு பாடிக்கொண்டிருந்தது. அப்போது ''டிக்கட் டிக்கட்'' என்று கேட்டுக்கொண்டு வந்த கண்டக்டர் பிரியங்காவிடம் வந் தான். ''ஆலடி'' என்று சொல்லிப் பணத்தைக் கொடுத்தாள். அப் போது படிக்கட்டில் நின்றுகொண்டிருந்த ஒரு பையன் ''பஸ்ஸ எப்பத்தான் எடுப்பீங்க? மணி ஏழு ஆவுறது தெரியலியா?'' என்று கேட்டான். அவனைத் தொடர்ந்து படிக்கட்டில் நின்றுகொண் டிருந்தவர்களும், பஸ்ஸுக்குள் இருந்தவர்களும், 'பஸ்ஸ எப்பத் தான் எடுப்பானுங்களோ' என்று முணுமுணுத்தனர். பயணிகள் சத்தம் போட்டதைக் காதில் வாங்காத மாதிரி கண்டக்டர் சொன் னான், ''மேல ஏறி வாங்க.''

''நாங்க மேல ஏறி வர்றது இருக்கட்டும். பஸ்ஸ எப்ப எடுப் பீங்க?'' என்று ஒரு ஆள் கேட்டான்.

''டிரைவர் டீ குடிக்கப் போயிருக்காரு. வந்ததும் எடுப்பாங்க. சட்டம் பேசாம உள்ளார ஏறி வா.''

''ஒரு வாரமா டீ குடிக்கிறாரா? இந்த சனியன் புடிச்ச பஸ்ஸுல ஏற வந்தாலே இதெ தொல்லதான். எப்ப எடுப்பானுங்கன்னே தெரியாது'' என்று சொல்லி அந்த ஆள் அலுத்துக்கொண்டான்.

கண்டக்டர் பதில் சொல்லவில்லை. ''டிக்கட், டிக்கட்'' என்று கேட்டான். பஸ்ஸை எடுக்கவில்லை என்ற முணுமுணுப்புகள் அவன் காதில் விழுந்த மாதிரியே தெரியவில்லை. பஸ்ஸுக்குள் தள்ளிவிடுதல், நெட்டுதல், இடித்தல், வழியிலிருந்த கைப்பைகள், சிறுசிறு மூட்டைகள் என்று எதைப் பற்றியும் கவலைப்படாமல் டிக்கெட்டைப் போட்டுக்கொண்டிருந்தான். அப்போதுதான் பிரி யங்காவிடம் பையைக் கொடுத்துவிட்டுப் போன, இரண்டு ஆள் தடிமனிலிருந்த டீச்சர் வந்தாள். படிக்கட்டில் மட்டும் ஐந்தாறு பேர் நின்றுகொண்டிருந்தனர். அவர்களை விலக்கிக்கொண்டு ஏறி, வழியில் நின்றுகொண்டிருந்தவர்களை இடித்துக்கொண்டு வந்து பிரியங்காவின் பக்கத்தில் உட்காருவதற்குள் டீச்சருக்கு மூச்சு வாங்கிவிட்டது. உட்கார்ந்த வேகத்தில் முகத்தில், கழுத்தில் வழிந்த வியர்வையைத் துடைத்தாள். ''கடயில ஒரே கூட்டம். ரவ காப்பிப் பொடி வாங்குறதுக்குள்ளார உயிர் போயிடிச்சி. செல்லுக்கு ரீசார்ச் பண்ணலாமின்னு போனா அங்க அதுக்கு மேல கூட்டம். அரிசிக் கட, மளிகக் கடயிலகூட அம்மாம் கூட்டம் கெடயாது. என்னா ஊரோ, என்னா நாடோ'' என்று தானாகவே சொன்னாள். பிறகு பிரியங்காவின் பக்கம் திரும்பி, ''பஸ்ஸுல என்னா இன்னிக்கி இம்மாம் கூட்டம்? உள்ளார வர்றதுக்குள்ளார ஆள சட்டினி ஆக் கிட்டாங்க'' என்று கேட்டாள்.

''தெனம் இப்பிடித்தான் இருக்கும். காலயில ஊர்லயிருந்து டவுனுக்கு வரும்போது பஸ் மேலியே அம்பதுக்கு மேல ஆளு குந்தி யிருப்பாங்க'' என்று பட்டும்படாமல் சொன்னாள் பிரியங்கா.

“படிக்கட்டுல ஏறி, உள்ளார வர்றதுக்குள்ளார பட்ட கஷ்டத்தப் பாத்தா நடந்தே ஊருக்குப் போயிருக்கலாம்.”

“தெனம்தெனம் டவுன் பஸ்ஸுல வந்தாதான ஓங்களுக்குத் தெரியும். உயிர் போயி உயிர் வரும். தெனம் பஸ் ஏறிப்பாருங்க அப்பத் தெரியும்” என்று டீச்சரிடம் சொன்னாள் பிரியங்கா. அப்போது டீச்சர் தன்னுடைய போனையே பார்த்துக்கொண்டிருப்பது தெரிந்ததும் “ஓங்க போனு வெல கொண்டதா?” என்று கேட்டாள்.

“ஆமாம்.”

“இப்ப வந்தத நீங்க செத்த முன்னாடியே வந்திருந்தா என்ன? பெரிய போர்க்களமே நடந்துபோச்சி” என்று வடக்கிருப்புக்காரி சொன்னாள். என்ன சொல்கிறாள், எதற்காகத் தன்னிடம் சொல்கிறாள் என்று புரியாமல் குழம்பிப்போனாள் டீச்சர்.

“அவுங்க எப்ப வந்தா ஒனக்கென்ன?” வடக்கிருப்புக்காரியிடம் பிரியங்கா கேட்டாள்

“ஒரு பொட்டச்சிக்கி இவ்வளவு ராங்கி ரப்பு இருக்கக் கூடாது.”

“நீ சோறு போட்டு வளத்தியா?”

“இல்லெ.”

“அப்புறமென்ன? வாய மூடிக்கிட்டு வா.”

“அட சிவனே. எங்க காலத்தில எல்லாம் இப்பிடிப் பேசிக் கேட்டதில்ல” என்று சொன்ன வடக்கிருப்புக்காரி பக்கத்தில் இடித்துக்கொண்டிருந்த ஆளை முறைத்துப்பார்த்தாள். அப்போது ஆறேழு பள்ளிக்கூடத்துப் பெண் பிள்ளைகள் டியூஷன் முடித்துவிட்டு பஸ்ஸில் ஏறினார்கள். மிக்சி ஜாடிக்குள் போட்ட வெங்காயம், தக்காளி மாதிரி அவர்களை அடுத்தடுத்த ஆட்கள் உள்ளே தள்ளிவிட்டார்கள்.

வடக்கிருப்புக்காரிக்குப் பக்கத்தில் மூன்று பைகளை வைத்துக்கொண்டிருந்த பெண் “உள்ளார நிக்குறது மூச்ச முட்டுற மாதிரி இருக்கு. வேர்வ நாத்தம் கொடலப்புடுங்குது. கால வைக்கிறதுக்கு எடமில்ல. கம்பியப் புடிக்கவும் வழியில்ல. பஸ் போவும் போது குலுக்கிற குலுக்குல கொடலே வெளிய வந்திடும். இதுல

என்னான்னுதான் ஊருக்குப் போயி சேருவனோ. டவுனு பஸ் ஸுன்னாலே தகர டப்பா பஸ்ஸதான் வுடுறானுவ'' என்று சொல்லிப் புலம்ப ஆரம்பித்தாள். மூட்டைப்பூச்சி பதுங்குவதற்குக்கூட பஸ்ஸில் இடமில்லை. அதைப் பற்றியெல்லாம் கவலைப்படாமல் ஒரு பையன் செல்போனில் எதையோ குடைந்துகொண்டிருந்தான்.

''வேல பாக்குறியாம்மா?'' என்று டீச்சர் கேட்டாள்.

''ஜெராக்ஸ் கடையில வேல பாக்குறன்'' என்று சொன்னாள்.

அடுத்த வார்த்தை டீச்சர் கேட்கவில்லை. ஆனாலும், தானாகவே பிரியங்கா சொன்னாள் ''திடீர்னு பீரியடு ஆயிடிச்சி. விசயத்த சொல்லி மத்தியானமே பர்மிசன் கேட்டன். இப்பத்தான் அந்த நாயி விட்டான். நடந்து வரும்போது அதிகமாயிடிச்சி. சீட்டுல பட்டுடுமோன்னு கவலயா இருக்கு. அதனாலதான் ஒக்காந்த எடத்த விட்டு எழுந்திரிக்கல. ஒரே சண்டயா ஆயிடிச்சி. எப்படா வீட்டுக்குப் போயி சேருவோம்னு இருக்கு.''

''அப்படியா?'' என்று பட்டும்படாமல் டீச்சர் கேட்டாள். அவளுடைய குரலிலும் முகத்திலும் எந்த மாற்றமும் இல்லை.

பஸ்ஸின் முன்படிக்கட்டிலும் பின்படிக்கட்டிலும் நின்றுகொண்டிருந்த பத்துக்கும் அதிகமான ஆண்கள், டிரைவர் பஸ்ஸில் ஏறியது தெரிந்ததும், ''ரைட் ரைட். போவலாம்'' என்று சொல்லித் தாங்களாகவே கத்தினார்கள்.

பஸ் புறப்பட்டது.

''இடம் புடிச்சதில பிரச்சனயா'' என்று டீச்சர் கேட்டாள்.

''ஒரு பிரச்சனயுமில்ல. பேசாம வாங்க டீச்சர்'' என்று பிரியங்கா சொன்னாள்.

''உண்மயச் சொல்லும்மா.''

''வீட்ட விட்டு வெளிய வந்தாலே பிரச்சனதான். அதிலயும் டவுன் பஸ்ஸுல ஏறினா பிரச்சன இல்லாம இருக்குமா? அதிலயும் பொட்டச்சிக்கு.''

''எனக்கு சீட்டுப் புடிச்சதாலதான ஒனக்குப் பிரச்சன?''

''எங்க ஊர்ல வேல பாக்குற டீச்சர் நீங்க. புதுசா வந்திருக்கிங்க. ஒங்களுக்கு எடம் புடிக்க மாட்டனா?''

''சீக்கிரம் வந்திடலாமின்னுதான் போனன். செல்போன் கடயிலதான் லேட்டாயிடுச்சி.''

''இதென்ன பிரச்சன? பஸ்ஸுல சீட்டுப் புடிக்கிற தகராறுல சண்டயாயி போலீசு கோர்ட்டுன்னு அலஞ்சவங்கயெல்லாம் எங்க ஊர்ல இருக்காங்க.''

''நிஜமாவா?'' என்று ஆச்சரியத்துடன் கேட்டாள் டீச்சர்.

''இந்த பஸ்ஸுல நடக்கிற காதல் கதயெல்லாம் பாத்தா நீங்க இன்னம் என்னா சொல்லுவீங்களோ? பள்ளிக்கூடத்துப் புள்ளைங்க நிக்கிற எடத்தில மூணு நாலு பசங்க எப்பிடி நெரிச்சிக்கிட்டு நிக்குறானுவ பாருங்க'' என்று சொன்னாள் பிரியங்கா.

''நீ சொல்றதெல்லாம் புதுசா இருக்கு'' என்று உலகமே தெரியாத அப்பாவிப் பெண் மாதிரி டீச்சர் சொன்னாள்.

''புதுசுமில்ல. பழசுமில்ல டீச்சர். தெனம் நடக்கிற கதயத்தான் சொல்றன்'' என்று சொன்னாள் பிரியங்கா. திடீரென்று நினைவுக்கு வந்த மாதிரி ''எதுக்கு டீச்சர் இம்மாம் நகயப் போட்டுக்கிட்டு டவுன் பஸ்ஸுல வர்றீங்க. எவனாவது அடிச்சிக்கிட்டுப் போயிடப்போறான். இந்தக் காலத்தில வெறும் பொட்டச்சி நின்னாலே சும்மா வுட மாட்டானுவோ'' என்று சொன்னாள். அதைக் கேட்டதும் டீச்சரின் முகம் மாறிவிட்டது.

காற்றுக்காக ஜன்னல் பக்கமாக முகத்தைத் திருப்பினாள் டீச்சர். அப்போது தனக்குப் பக்கத்தில் நின்றுகொண்டிருந்த ஆளிடம் ''ஆளு நிக்குறது தெரியலியா?'' என்று வடக்கிருப்புக்காரி கேட்டாள்.

''செத்த நேரம்தான? பேசாம நின்னுகிட்டு வாம்மா. எடமிருந்தா நவுந்து போவ மாட்டாங்களா? ஒம் மேல இடிக்கணும்னு எனக்கென்ன வேண்டுதலா?'' என்று கேட்டான் அந்த ஆள்.

பஸ் டவுனைத் தாண்டிக் கொஞ்ச தூரம்தான் வந்திருக்கும். வடக்கிருப்புக்காரி அநியாயத்துக்குப் பிரியங்காவின் மேல் சாய்ந்து

கொண்டிருந்தாள். அதனால் அவளை அடிக்கடி முறைத்துப் பார்த்த படி இருந்தாள் பிரியங்கா. அப்போது ஏதோ அழுத்துவது மாதிரி இருக்கவே திரும்பிப் பார்த்தாள். வடக்கிருப்புக்காரியை ஒட்டி ஒரு ஆள் நல்ல போதையில் நின்றுகொண்டிருப்பது தெரிந்தது. மீண்டும் பிரியங்காவின் தோள்பட்டையில் கைவிழுந்தது. விழுந் ததோடு லேசாக அழுத்தவும் செய்தது. பிரியங்கா திரும்பிப் பார்த் தாள். சட்டென்று கை கம்பியைப் பிடித்தது. பிரியங்கா திரும்பி யதும், கம்பியைப் பிடித்திருந்த கை பிரியங்காவின் தோள் பட் டையை அழுத்தியது. பொறுத்துப்பொறுத்துப் பார்த்தாள். கோபத்தை அடக்கிப்பார்த்தாள். கை வந்துவந்து தோள்பட்டையை அழுத்துவது நிற்கவில்லை. பட்டென்று எழுந்த பிரியங்கா, ''ஒலகத்திலயே நீதான் ஆம்பளயா? நானும் ரொம்ப நேரமா பாத்துக்கிட்டு வர்றன். கையக் கொண்டாந்து எங்க வைக்கிற? பஸ்ஸுல வந்துதான் நீ ஆம்பளங்கிறத காட்டுவியா? ஒன் வீரத்த காட்டுற எடத்தில போய்க் காட்டு. எங்கிட்ட காட்டுனா எல் லாத்தயும் அறுத்திடுவன்'' என்று சொல்லிச் சத்தம் போட்டாள்.

''நான் எங்க வந்து ஒன்னெ தொட்டன்?'' என்று அந்த ஆள் கேட்டதும் ''வாய மூடு. கைய வுடுறதுக்கு ஒனக்கு ஒலகத்தில வேற எடமே இல்லியா?'' என்று காட்டுக் கத்தலாகக் கத்தினாள் பிரியங்கா.

''என்னம்மா கத்துற?'' என்று அந்த ஆள் கேட்டதுதான்.

''அடிடி அவன. நானும் எம்மாம் நேரந்தான் பொறுத்துப் பொறுத்துப் பாக்குறது?'' என்று வடக்கிருப்புக்காரி சொன்ன மறுநொடியே தன்னுடைய புடவையில், தான் உட்கார்ந்திருந்த இடத்தில் ரத்தக் கசிவின் ஈரம் இருக்குமோ என்ற கவலையைக் கூட மறந்துவிட்டு அந்த ஆளை ஒரே நெட்டாக நெட்டித் தள்ளி னாள் பிரியங்கா. வடக்கிருப்புக்காரியும் ஒரு நெட்டு நெட்டினாள். ''ரெண்டு பேரும் என்னா ஊரு? ஆம்பளயவே நெட்டித் தள்ளு றீங்களா?' என்று கேட்டு அந்த ஆள் கத்தினான். அவனிடம் பிரியங்காவும் வடக்கிருப்புக்காரியும் ஒரே நேரத்தில் சண்டைக் குப் பாய்ந்தனர். யாருக்கு வாய் அதிகம் என்று சொல்ல முடியாது.

அங்கு நடக்கும் சண்டையைப் பார்க்காமல் போனுக்குப் போட்ட காசு ஏறிவிட்டதா என்று செல்போனை எடுத்துப்பார்த்தாள் டீச்சர்.

‘‘டிக்கட், டிக்கட்’’ என்று கண்டக்டர் கத்திக்கொண்டிருந்தான். பஸ்ஸிலிருந்த ஸ்பீக்கர் செட் சினிமா பாட்டு ஒன்றை அலறிக்கொண்டிருந்தது. இருட்டில் பஸ் ஓடிக்கொண்டிருந்தது.

‘‘ஐயோ என் மணிபர்ஸக் காணுமே’’ என்று சொல்லி ஒரு பெண் அழ ஆரம்பித்தாள். அப்போது ‘‘குறவன் குப்பம் நிறுத்து’’ என்று பஸ்ஸுக்குள் ஒரு ஆள் கத்திச் சொன்னான்.

எந்தச் சத்தத்தையும் பொருட்படுத்தாமல் கண்டக்டர் ‘‘டிக்கட் டிக்கட்’’ என்று கேட்டுக்கொண்டிருந்தான்.

* * * * *

9

கட்சிக்காரன்

சலவை வேட்டியை எடுத்துக் கட்டிக்கொண்டு, சட்டையை எடுத்துப் போட்டுக்கொண்டார் பொன்னுசாமி. எண்ணெய் தடவித் தலைசீவினார். தன்னுடைய துணிகள் இருந்த இடத்தில் துண்டைத் தேடினார். இல்லை. அடுத்தடுத்த இடங்களில் தேடினார். துண்டு கிடைக்கவில்லை. மீனாட்சியின் துணிகளுக்கிடையே கிடந்த இரண்டு துண்டுகள் அழுக்காக இருந்தன. அதை எடுத்துக் கோபத்தில் எறிந்துவிட்டு வந்து மீண்டும் தன்னுடைய துணிகள் இருந்த இடத்தில் தேடினார். இருந்த சால்வைகளும் உருப்படியாக இல்லை. உடம்பு சரியில்லாத நிலையில் படுத்திருந்த மீனாட்சி, ''என்னத்தத் தேடுறீங்க?'' என்று கேட்டாள்.

''துண்டு.''

''வேட்டி சட்டதான் போட்டாச்சில்ல. அப்புறமென்ன?''

''தோளில கட்சித் துண்டு இல்லாட்டி நல்லா இருக்காது.''

''வெளியூர்ப் பயணமா?'' என்று மீனாட்சி கேட்டாள். அவள் குரலிலிருந்த இளக்காரத்தைப் பார்த்துவிட்டு ஒன்றும் பேசாமல் துண்டைத் தேடினார்.

''எலக்ஷன் வந்தாலே கோட்டயப் புடிக்கப்போற மாதிரிதான் அலயுறது. கோட்டயப் புடிக்கிறவன்கூட இந்த மாதிரி அலய மாட்டான்'' என்று மீனாட்சி சொன்னதும் பொன்னுசாமி அவளை முறைத்துப் பார்த்தார். அதைப் பொருட்படுத்தாமல் கிண்டலான குரலில், ''கல்யாண மாப்ளக்கி இன்னிக்கி எந்த ஊர்ல சுத்துப்

பிரயாணம்?'' என்று கேட்டாள். பொன்னுசாமி மீனாட்சியின் பக்கம் திரும்பிக்கூடப் பார்க்கவில்லை. அவள் கேட்டதற்கும் பதில் சொல்லவில்லை.

பொன்னுசாமி என்றைக்கெல்லாம் சலவை வேட்டி, சட்டை போடுகிறாரோ அன்றைக்கெல்லாம் இதே கேள்வியைத்தான் மீனாட்சி கேட்பாள். அந்தக் கேள்விக்கு இதுவரை ஒரு முறைகூட அவர் பதில் சொன்னதில்லை. இப்போதும் சொல்லவில்லை.

பொன்னுசாமியினுடைய வேட்டி, சட்டை, துண்டு, சால்வை எல்லாம் தனியாக ஒரு மர பீரோவில் இருக்கும். தன்னுடைய துணிகளை மற்றவர்களுடைய துணியோடு ஒருநாளும் கலந்து போட மாட்டார். மற்றவர்களுடைய துணிகளோடு தன்னுடைய துணிகள் கிடந்துவிட்டால் அவருக்குக் கோபம் வந்துவிடும். 'இது என்ன வண்ணான் வீடா?' என்று கேட்டுச் சத்தம் போடுவார். வீட்டில் எதை வைத்திருக்கிறாரோ இல்லையோ சலவை வேட்டியும் சட்டையும் வைத்திருப்பார். எதற்குச் செலவு செய்கிறாரோ இல்லையோ சலவைக்கு மட்டும் தாராளமாகச் செலவு செய்வார். கையில் காசு இல்லாமல்கூட வீட்டை விட்டுக் கிளம்புவார். ஆனால், சலவை வேட்டி, சட்டை இல்லாமல் கிளம்ப மாட்டார். அதனால், அவருக்கும் மீனாட்சிக்கும் சண்டை நடக்கும். மீனாட்சி எவ்வளவு சண்டை போட்டாலும் எத்தனை கேள்வி கேட்டாலும் பொன்னுசாமி ஒரே பதில்தான் சொல்வார். ''கட்சிக்காரனுக்கு அடயாளம் வெள்ள வேட்டி சட்டதான். அது இல்லன்னா எப்பிடி?''

வீட்டுக்குள் வந்த கதிரவன், பொன்னுசாமி எதையோ தேடிக் கொண்டிருப்பதைப் பார்த்துவிட்டு, ''என்னா தேடுற?'' என்று கேட்டான்.

''துண்டு.''

''சலவத் துண்டா?''

''ஆமாம்.''

''வீட்டுக்குப் பின்னால கொடியில காயுது.''

‘‘அங்க எப்பிடிப் போச்சி?’’ என்று பொன்னுசாமி கேட்டதற்குக் கதிரவன் பதில் சொல்லவில்லை. விருட்டென்று பொன்னுசாமி வீட்டின் பின்புறம் சென்றார். கொடியில் காய்ந்துகொண்டிருந்த துண்டைப் பார்த்ததும் அவருக்குக் கோபம் வந்தது. ‘பீரோவிலிருந்த துண்டை யார் எடுத்துப் பயன்படுத்தியிருப்பார்கள்’ என்று யோசித்தார். கதிரவன்தான் எடுத்திருக்க வேண்டும். வெறுப்புடன் துண்டை எடுத்துப் பல மடிப்புகளாக மடித்துத் தோளில் போட்டுக்கொண்டு வீட்டுக்குள் வந்தார். மீனாட்சியிடம் ‘‘நான் ஒரு எடத்துக்குப் போயிட்டு வர்றன்’’ என்று சொல்லிவிட்டு வாசலுக்கு வந்து செருப்பைப் போடும்போது கதிரவன் வந்து, ‘‘கட்சியில இன்னிக்குத்தான நேர்காணல் நடக்குது?’’ என்று கேட்டான்.

‘‘ஆமாம்.’’

‘‘பணம் கட்டியிருக்கிறதான?’’

‘‘ம்.’’

‘‘நானும் வர்றன்’’ என்று கதிரவன் சொன்னதும் ‘இதென்ன புதுப் பழக்கம்?’ என்பதுபோல் அவனைப் பார்த்தார். பொன்னுசாமி என்ன சொல்கிறார் என்பதைக்கூடக் கேட்காமல் ‘‘இரு வர்றன்’’ என்று சொல்லிவிட்டு வீட்டுக்குள் சென்று கட்சி வேட்டியைக் கட்டிக்கொண்டு, சட்டையைப் போட்டுக்கொண்டான். வீட்டுக்குப் பின்புறமாக நிறுத்தியிருந்த மோட்டார் பைக்கை எடுத்துக்கொண்டு வந்து வாசலில் நிறுத்தி ‘‘ஏறு போவலாம்’’ என்று சொன்னான்.

‘‘நான் பாத்திட்டு வர்றன்’’ என்று பொன்னுசாமி சொன்னதும் கதிரவனுக்குக் கோபம் வந்துவிட்டது.

‘‘கட்சியில சீட்டுக் கேட்டுப் போவும்போது தனியாளா போனா எவன் மதிப்பான்?’’ என்று வேகமாகக் கேட்டான்.

‘‘காரியம் ஜெயம் ஆவுமான்னு தெரியலியே.’’

‘‘கவுன்சிலர் சீட்டுக் கேட்டுப் போறவனெல்லாம் தன்னோட செல்வாக்கக் காட்ட நூறு இரநூறு பேர வண்டி வச்சி அழச்சிக்கிட்டுப் போறான். சீட்டுக் கெடைக்குதா இல்லியான்னு தெரியற

துக்குள்ளாரியே ஒவ்வொருத்தனும் ஒரு லட்சத்துக்கு மேல செலவு செய்யுறான். கூட்டத்தக் காட்டுனாத்தான ஒன்றியச் செயலாளரு, மாவட்டச் செயலாளரு பயப்படுவானுங்க?''

கதிரவன் சொல்கிற விஷயமும், கேட்கிற கேள்வியும் சரிதான் என்று தோன்றினாலும் ''நான் போயி பாத்திட்டு வர்றன்'' என்றுதான் சொன்னார் பொன்னுசாமி.

வண்டியை நிறுத்திவிட்டுப் பொன்னுசாமிக்குப் பக்கத்தில் வந்து நின்றுகொண்டு எச்சரிக்கை செய்வது மாதிரி சொன்னான் ''இந்த முற மட்டும் சீட்டு வாங்கலன்னா இனிமே நீ கட்சி வேட்டியக் கட்டக் கூடாது.''

பொன்னுசாமி பதில் பேசாமல் நின்றுகொண்டிருந்தார்.

''போன உள்ளாட்சித் தேர்தல்லியே எங்க கட்சிக்கு வந்துடு, சீட்டுத் தர்றன்னு ரெண்டு கட்சியில என்னெக் கூப்புட்டப்பவே நான் போயிருக்கணும். என்னெ மறிக்காம நீ வுட்டிருந்தின்னா நான் கவுன்சிலராயிருப்பன்'' என்று பொன்னுசாமியைப் பார்த்துக் கோபமாகச் சொன்னான் கதிரவன்.

''அப்பனுக்கும் மகனுக்கும் சண்டய உண்டாக்கத்தான் அப்பிடிச் சொல்றானுவ. சீட்டுத் தர்றதுக்காகச் சொல்லல.''

''ஒரே வீட்டுல அப்பன் ஒரு கட்சியில, மவன் ஒரு கட்சியில இல்லியா? பதவியிலதான் இல்லியா?''

''அப்பிடியிருக்கிறது அசிங்கம் இல்லியா?''

''அசிங்கம் பாத்தா அரசியல்ல இருக்க முடியுமா? பதவியிலதான் இருக்க முடியுமா? ஒன்றிய கவுன்சிலர் சீட்டோ, மாவட்ட கவுன்சிலர் சீட்டோ நீ வாங்கியே ஆவணும். சீட்டு இல்லன்னா நான் நாளைக்கே வேற கட்சிக்குப் போயிடுவன்.'' ஒரே தீர்மானமாகக் கதிரவன் சொன்னான். தன்னுடைய மகனிடமிருந்து இப்படியொரு வார்த்தை வரும் என்று பொன்னுசாமி எதிர்பார்க்கவில்லை.

பொன்னுசாமிக்கு இப்போது வயது எழுபதுக்கு மேல். இருபத்தியோராவது வயதில் கட்சியில் சேர்ந்தார். மங்களூர் தாலுகாவில் முதன்முதலாகத் தன்னுடைய ஊரில் கட்சிக் கொடியை

அவர்தான் ஏற்றினார். சுற்று வட்டாரத்து ஆட்களிடம் சொல்லிப் பேசிக் கட்சிக் கொடியை ஏற்றச் சொல்லி அவர்தான் கட்டாயப்படுத்தினார். கட்சிக் கூட்டங்களுக்குத் தன்னுடைய ஊரிலிருந்தும் பக்கத்து ஊர்களிலிருந்தும் கட்சிக்காரர்களையும் அழைத்துக்கொண்டு போவார். கட்சிக் கூட்டம் சம்பந்தமான நோட்டீஸ்களை அவர்தான் சைக்கிளில் சென்று ஒவ்வொரு ஊர் கட்சிக்காரர்களிடமும் கொடுப்பார். மாவட்டத்துக்குள் கட்சிக் கூட்டம் எங்கு நடந்தாலும் போவார். கட்சிப் பத்திரிகையைப் படிக்காமல் அவரால் ஒரு நாள்கூட இருக்க முடியாது. கட்சிக் கூட்டத்துக்குப் போவதும் ஜெயிலுக்குப் போவதும் அவருக்கு விருந்துக்குப் போவது மாதிரிதான். கண்டன ஆர்ப்பாட்டம், முற்றுகைப் போராட்டம், உண்ணாவிரதப் போராட்டம், சிறை நிரப்பும் போராட்டம் என்று தலைமைக் கழகம் அறிவித்துவிட்டால், போலீஸ் பிடித்துக்கொள்ளும் என்று உறவினர் வீட்டிற்கோ, காட்டிற்கோ சென்று மறைந்துகொள்ள மாட்டார். போலீஸ் வந்து வீட்டில் கைது செய்யவில்லை என்றால்கூடத் தானாகவே சென்று போலீஸில் ஆஜராவார். எந்தப் போராட்டத்துக்குச் சென்றாலும் முன்னெச்சரிக்கையாக இரண்டு ஜோடித் துணிகளுடன்தான் செல்வார். இதுவரை பதினெட்டு முறை ஜெயிலுக்குப் போயிருக்கிறார். ஒரு முறைகூட அவர் ஜாமீனில் வெளியே வந்ததில்லை. 'ஜாமீன் போடு' என்று யாராவது சொன்னால் 'ஜாமீன்ல வெளிய போறதுக்கு எதுக்குப் போராட்டத்தில கலந்துக்கணும்?' என்று கேட்பார். ஒருமுறை ஆறு மாதம் ஜெயிலில் இருந்தார். அப்போதும்கூட அவர் ஜாமீனில் வெளியே வரவில்லை. கட்சி மாநாடுகளுக்குப் போனால் கல்யாணத்துக்குப் போவது மாதிரிதான் போவார். கட்சிக்காரன் பத்திரிகை வைத்தால் மொய் வைக்கிறாரோ இல்லையோ, கல்யாணத்துக்குப் போகாமல் இருக்க மாட்டார். சாதாரணக் கட்சிக்காரன் செத்த செய்தி தெரிந்தால்கூட உடனே போய் விடுவார். 'இதுக்கெல்லாம் போவணுமா? அலயணுமா?' என்று மீனாட்சி கேட்கும்போதெல்லாம் 'நாலு கட்சிக்காரன் போனாத் தான, கட்சிக்காரனுக்கு மரியாத?' என்று சொல்வார்.

மாவட்ட அளவில் உள்ள அனைத்துக் கட்சிக்காரர்களுக்கும் பொன்னுசாமியைத் தெரியும். ஒன்றிய அளவில் கட்சியில் எந்தக் கூட்டம் போட்டாலும் மாவட்டச் செயலாளர், சிறப்புப் பேச்சாளர் வரும்வரை நேரத்தைப் போக்க, கூட்டத்தைக் கலையாமல் வைத்திருக்க மைக்கில் பொன்னுசாமியைத்தான் பேசச் சொல்வார்கள். கட்சியின் முழு வரலாற்றையும், கட்சி நடத்திய போராட்டங்கள், கட்சி ஆட்சியில் இருக்கும்போது செய்த சாதனைகள் என்று ஒவ்வொன்றையும், தேதி மாறாமல் வருடம் மாறாமல் புள்ளிவிபரத்துடன் சொல்வார். தலைவர் எந்தெந்தத் தேதியில் என்னென்ன விதமாக அறிக்கைவிட்டார், 'உயிருக்கும் உயிரான சகோதரர்களே' என்று எழுதும் கடிதத்தில் என்ன எழுதினார் என்பதையெல்லாம் தேதி வாரியாகச் சொல்வார். அதனால், அவரைக் கட்சியில் உள்ளவர்கள் 'லா பாயிண்ட்' என்று சொல்வார்கள். கட்சி தோற்கும்போதெல்லாம் இரண்டு மூன்று நாள் சாப்பிடாமல் இருப்பார். கட்சி தோற்ற பிறகு கூட்டத்தில் பேசும்போது, 'நாம் தோற்கவில்லை. மக்கள்தான் தோற்றார்கள். மக்களின் நலத்திட்டங்கள்தான் தோற்றன. நம் கொள்கைகள் தோற்கவில்லை. கொள்கைகளின் எதிரிகள்தான் தோற்றார்கள். எங்கள் தலைவரின் தமிழ் தோற்கவில்லை. தமிழ் விரோதிகள்தான் தோற்றார்கள்' என்று தோற்றுப்போனதையே பெருமையாகப் பேசுவார். தன்னுடைய ஒன்றியத்தில் வரக்கூடிய எம்.எல்.ஏ., எம்.பி., சீட்டைக் கூட்டணிக்கு ஒதுக்கும்போதெல்லாம் கடுப்பாகி "நம்ப சொட்ட என்னா இப்பிடிச் செஞ்சி கட்சிக்காரன் கைய ஒடிச்சிடிச்சி? மைக்கில நாலு வார்த்தப் புகழ்ந்து சொன்னாப் போதும் அவருக்கு" என்று சொல்லித் தன்னுடைய தலைவரையே திட்டுவார். மைக்கில் பேசும்போது மட்டும் "எங்க தலைவரு பேசுறது, எழுதுறது மட்டும் தமிழ் இல்லடா. அவரு நடக்கறது, செய்யுறது எல்லாமே தமிழ்தான்டா. தமிழ்த் தாயே எங்க தலைவரு மூலமாத்தான் உயிரோட இருக்கா" என்று பெருமையாகப் பேசுவார். எதிர்க் கட்சிக்காரர்களைப் பற்றிப் பேசும் போது மட்டும் அவருக்கு எப்படித்தான் அவ்வளவு கெட்ட

வார்த்தைகள் வருமோ? எதிர்க்கட்சிக்காரர்களை வறுத்தெடுத்து விடுவார். ஒன்றியச் செயலாளர், மாவட்டச் செயலாளர், பேச்சாளர்களைவிட, கட்சி தொடர்பான விஷயங்களை ஒன்றுவிடாமல் பொன்னுசாமிதான் மைக்கில் பேசுவார். அதனாலேயே அவருக்குக் கட்சியில் பெரிய மதிப்பு. மைக்கில் பேசுவது பொன்னுசாமிக்குக் கறிசோறு சாப்பிடுவதுபோல்தான்.

பொன்னுசாமி, மாவட்டப் பிரதிநிதி, ஒன்றியச் செயலாளர், ஒன்றிய அவைத் தலைவர் என்று கட்சியில் பல பதவிகளில் இருந்திருக்கிறார். இப்போதும் அவர்தான் ஒன்றிய அவைத் தலைவர். நிலவள வங்கியிலும், தொடக்க வேளாண்மைக் கூட்டுறவு வங்கியிலும் மூன்று முறை நியமன உறுப்பினராக இருந்திருக்கிறார். பெரிய பதவிகளில் இல்லையென்றாலும் அவரால்தான் அவருடைய ஊருக்கு மின்சாரம் வந்தது, ரோடு, பள்ளிக்கூடம், ஆரம்ப சுகாதார நிலையம், நீர்த்தேக்கத் தொட்டி என்று கட்சி ஆட்சியில் இருக்கும்போது ஒவ்வொன்றாகக் கொண்டுவந்தார். அதனால் ஊருக்குள் அவருக்கு மதிப்பு இருந்தது. ஊர் மதித்தாலும், கட்சிக்காரர்கள் மதித்தாலும் வீட்டிலுள்ளவர்கள் அவரை மதிக்க மாட்டார்கள். எப்போது பார்த்தாலும் 'என்னா சம்பாதிச்ச?' என்றுதான் கேட்பார்கள்.

பொன்னுசாமியும் கதிரவனும் வாசலில் நின்று ஏதோ பேசிக்கொண்டிருப்பதைப் பார்த்த கதிரவனுடைய மனைவி திலகவதி, ''ஓம் மவனுக்கும் ஓம் புருசனுக்கும் சண்ட நடக்குது'' என்று மீனாட்சியிடம் சொன்னாள். உடனே மீனாட்சிக்குப் பதை பதைப்பு உண்டாயிற்று. எழுந்து நிற்பதற்கு, நடப்பதற்கு முடியாவிட்டாலும் சிரமப்பட்டு எழுந்து வாசலுக்கு வந்து ''என்னா?'' என்று பொன்னுசாமியிடம் கேட்டாள். அவர் பதில் சொல்லாததால் கதிரவனிடம் ''என்னாப்பா சேதி?'' என்று கேட்டாள். இருவருமே பதில் சொல்லாததால் அவளுடைய பதைபதைப்பு அதிகமாயிற்று. இருவரும் பெரிதாகச் சண்டை போட்டுக்கொண்டுவிட்டார்களோ என்ற கவலை வந்தது. கட்சிக்கட்சி என்று எதற்காக அலைகிறாய் என்று கதிரவன் கேட்டிருக்க வேண்டும். அதற்

காகப் பொன்னுசாமி கோபித்துக்கொண்டு சண்டை போட்டிருக்க வேண்டும் என்று தானாகவே நினைத்துக்கொண்டு ‘‘இந்த வயசிலயும் எதுக்குக் கட்சிக்கட்சின்னு அலயுற? கட்சியால பத்துக் காசுக்கு ஐவேசி உண்டா?’’ என்று மீனாட்சி கேட்டதும், கதிரவன்மீது இருந்த கோபத்தை அவளிடம் காட்டினார். ‘‘நான் காசுக்காகக் கட்சியில இல்ல.’’

பொன்னுசாமியைத் திட்டினால் கதிரவனுடைய கோபம் குறையும் என்ற எண்ணத்தில் ‘‘பொழப்பப் பாக்காம இன்னும் எத்தினி வருசத்துக்குத்தான் கட்சிக்கட்சின்னு அலைவ? நீ இம்மாம் அலையுறதுக்குக் கட்சி என்னா செஞ்சிச்சி?’’ என்று கோபமாகக் கேட்டாள்.

‘‘கட்சி என்னா செய்யல?’’ வீம்புடன் கேட்டார் பொன்னுசாமி.

‘‘நீ வெள்ளச் சட்ட போட்ட, வெள்ள வேட்டி கட்டுன. தெனம் காரு ஏறுன. மைக்கில கத்துன. வேறென்ன?’’ கோபம் வந்த மாதிரி மீனாட்சி கேட்டாள்.

‘‘மொத பொண்ணுக்கு ஒரு மந்திரி, ரெண்டு எம்.பி., நாலு எல்.எல்.ஏ.வ வரவச்சி கல்யாணம் கட்டுனன். ரெண்டாவது பொண்ணுக்கு ரெண்டு மந்திரி, ஒரு எம்.பி., ரெண்டு எம்.எல்.ஏ.வ வரவச்சி கல்யாணம் கட்டுனன். ஒம் மவனுக்கு மூணு மந்திரி, ரெண்டு எம்.பி., ஆறு எம்.எல்.ஏ.வ வரவச்சி கல்யாணம் கட்டுனன். இந்த வட்டாரத்தில என் அளவுக்குப் பிரபலமா கட்சிக் கல்யாணம் கட்டுனது யாரு? கட்சி எத செய்யணுமோ அதத்தான் செய்யும்.’’

‘‘மந்திரி வர்றான், எம்.பி., எம்.எல்.ஏ., வர்றான்னு சொல்லிக் கொடி கட்டவும், மேட போடவும்தான எஞ் சொத்த அழிச்ச. எங்களக் கடனாளியாக்குன. ஒங் கட்சிய நீதான் மெச்சிக்கணும். கட்சி ஆட்சியில இருந்தாத்தான் கல்யாணம் கட்டுவன்னு சொல்லி ஒவ்வொரு புள்ளைக்கும் வயசு முத்திப்போன பிறகுதான கல்யாணம் கட்டுன?’’ என்று மீனாட்சி கேட்டதும் பொன்னுசாமி அவளை முறைத்துப் பார்த்தார்.

‘‘அவரோடட புத்திதான் ஓனக்குத் தெரியுமே. வெள்ளச் சட்ட, வெள்ள வேட்டி கட்டிக்கிட்டு காரு ஏறாட்டி பித்துப்புடிச்சிப் போவுமின்னு ஓனக்குத் தெரியாதா?’’ என்று கதிரவனிடம் கேட்டாள். அதற்கு அவன் எந்தப் பதிலும் சொல்லாமல் முகத்தைத் திருப்பிக்கொண்டான்.

‘‘வயசானவருகிட்ட நீ எதுக்கு மல்லுக்கட்டிக்கிட்டு இருக்கிற?’’ என்று மீண்டும் மீனாட்சி கேட்டாள்.

‘‘விஷயம் புரியாம பேசிக்கிட்டிருக்காத. போயி படும்மா’’ என்று சொல்லி மீனாட்சியைக் கதிரவன் முறைத்தான். பிறகு பொன்னுசாமியிடம் விறைப்பாக ‘‘வண்டிய எடுக்கவா, வேணாமா?’’ என்று கேட்டான்.

பொன்னுசாமிக்கு என்ன பதில் சொல்வதென்று தெரியவில்லை. அவர் சங்கடத்துடன் நின்றுகொண்டிருந்ததைப் பார்த்த மீனாட்சிக்கு வருத்தமாக இருந்தது.

‘‘அவரு வரலன்னா வுட்டுட்டுப் போயன் தம்பி’’ என்று கதிரவனிடம் சொன்னாள். அவள் சொன்னதைக் காதில் வாங்காத மாதிரி நின்றுகொண்டிருந்தான் கதிரவன்.

‘‘அவன்தான் கூப்புடுறானே. நீதான் போனா என்ன?’’ என்று கேட்டாள். ஒன்றும் சொல்லாமல் நின்றுகொண்டிருந்த பொன்னுசாமியைப் பார்ப்பதற்குப் பாவமாக இருந்தது. உள்ளூரிலும் சரி, கட்சியிலும் சரி அவர் சொல்வதைத்தான் மற்றவர்கள் கேட்பார்கள். மற்றவர்கள் சொல்வதைக் கேட்கிற பழக்கம் ஒரு நாளும் அவரிடம் இருந்ததில்லை. அவருக்கு மனதில் சரி என்று எது படுகிறதோ, அதை யாராக இருந்தாலும் நேரடியாகச் சொல்லிவிடுவார். அவர் பெரிய பதவிகளுக்குப் போகாமல் இருந்ததற்கு வசதி இல்லாதது மட்டுமல்ல, அவருடைய வாயும் ஒரு காரணம். அப்படிப்பட்டவர் ஒடுங்கிப்போய் நிற்கிறாரே என்று நினைத்த மீனாட்சிக்கு அழுகை வந்தது. ‘‘ஊருல இல்லாத அப்பன் புள்ளையா இருக்கிங்கன்னு நெனச்சன். அதுவும் போச்சா?’’ என்று மீனாட்சி சொன்னதும் ‘‘ஓனக்கு விஷயம் புரியல. பேசாம இரும்மா’’ என்று சொல்லிக்

கதிரவன் மீனாட்சியை முறைத்ததைப் பார்த்த பொன்னுசாமி ''வண்டிய எடு'' என்று சொன்னார்.

கதிரவன் வண்டியை எடுத்ததும் ஏறி உட்கார்ந்த பொன்னு சாமி ''உள்ளாரப் போயி படு'' என்று மீனாட்சியிடம் சொன்னார். கதிரவன் வண்டியை ஓட்ட ஆரம்பித்தான்.

சொந்தக்காரர்கள் நிகழ்ச்சிக்குப் போனாலும், கட்சி நிகழ்ச்சி களுக்குப் போனாலும் தனியாகத்தான் போவார். தனியாகத்தான் வருவார். அதே மாதிரி கதிரவன் எங்கு போனாலும் தனியாகத் தான் போய்வருவான். ஒன்றாக ஒரு இடத்தில் இருவரும் இருக்க மாட்டார்கள். சாதாரணமாகக் கதிரவன் பொன்னுசாமி இருக்கிற இடத்துக்கு வரவே மாட்டான். தேவைக்கு அதிகமாகப் பேச மாட்டான். அப்படிப்பட்டவன் ஏன் இன்று பிடிவாதம் பிடித்துக் கொண்டு வருகிறான்? ஒவ்வொரு தேர்தலின்போதும் சொல்வது போல் இந்த முறையும் 'அடுத்த முற பாத்துக்கலாம்' என்று சொல்லிவிட்டால் கதிரவன் என்ன நினைப்பான் என்று யோசித் துக்கொண்டு உட்கார்ந்திருந்தார் பொன்னுசாமி.

ஊரைத் தாண்டி வெகு தூரம் வரும்வரை ஜென்ம விரோ தியை வண்டியில் ஏற்றிக்கொண்டு போவதுபோல் கதிரவனும், ஜென்ம விரோதியின் வண்டியில் உட்கார்ந்துகொண்டு போவது போல் பொன்னுசாமியும் இருந்தனர்.

பொதுவாகப் பொன்னுசாமி பேச ஆரம்பித்தால் எளிதில் நிறுத்த மாட்டார். எதிராளியைப் பேச விட மாட்டார். எதிராளி என்ன சொல்கிறான் என்பதையும் கேட்க மாட்டார். அதிலும் எதிர்க் கட்சிக்காரர்களிடம் பேசினால் அவர்களை வாயைத் திறக்க விட மாட்டார். அப்படிப்பட்டவர் ஒன்றும் பேசாமல் உட் கார்ந்திருந்தார். பின்னால் கொடி கட்டிக்கொண்டு வந்த வேனைப் பார்த்தார். அது கண் சிமிட்டும் நேரத்தில் கதிரவனுடைய வண் டியை முந்திக்கொண்டு சென்றதைப் பார்த்ததும் ''நம்ப கட்சி வண்டிதான போவுது? மாவட்டம் வந்திருப்பாரா?'' என்று கதி ரவன் கேட்டான்.

''பத்து மணிக்கு நேர்காணல்னு போட்டிருக்கானுவ. சொன்ன நேரத்துக்கு என்னிக்கி நடந்திருக்கு?'' என்று பட்டும்படாமலும் பொன்னுசாமி சொன்னார். துண்டையும் வேட்டியையும் காற்றில் பறக்காமல் கவனத்துடன் பிடித்துக்கொண்டார்.

''ஒன்றியச் செயலாளர் பயல நம்பிக்கிட்டு இருக்காத. நேரா மாவட்டத்தப் பாரு. அப்பத்தான் காரியம் நடக்கும்.'' புதுக் கட்சிக் காரனிடம் சொல்வது மாதிரி கதிரவன் சொன்னான். அதற்குப் பொன்னுசாமி பதில் சொல்லாததால் வண்டி போகிற வேகத்தில் சரியாகக் கேட்கவில்லையோ என்று சந்தேகப்பட்ட கதிரவன், ''நான் சொன்னது புரிஞ்சிதா?'' என்று அறியாப் பிள்ளையிடம் கேட்பதுபோல் கேட்டான்.

''மாவட்டத்த எங்க தனியாப் பாக்க முடியுது? எப்பப் பாத்தா லும் ரிக்காட் டான்ஸ்க்காரிய சுத்தி நிக்குற மாதிரி நூறு பேரு ஆள சூழ்ந்துகிட்டு நிக்கிறானுவ.''

''இங்க பாக்க முடியலன்னா நான் காரு எடுக்கிறன். மாவட் டத்த வீட்டுல போயி பாத்திடலாம்.'' கட்டளை மாதிரி கதிரவன் சொன்னான்.

''பாக்கலாம். நீ கொஞ்சம் புடிச்சிப் போ. நம்ப கெட்ட நேரம் மாவட்டம் நேரத்திலியே வந்திடப்போறாரு'' என்று பொன்னு சாமி சொன்னதும் முன்பைவிட வண்டியின் வேகத்தைக் கூட்டி னான் கதிரவன். அப்போது அவனுடைய வண்டியை முந்திக் கொண்டு கொடி கட்டிய இரண்டு கார்கள் 'சர்சர்' என்று காற் றாகப் பறந்து ஓடின. அதைப் பார்த்ததும் வண்டியின் வேகத்தை மேலும் கூட்டினான். பயந்துபோன பொன்னுசாமி ''முன்னால போயி அள்ளுறவன் அள்ளட்டும். நீ மெதுவா போ'' என்று சொன்னார். அவர் சொன்னதைக் கதிரவன் காதில் வாங்கிக் கொள்ளவில்லை. அவனுடைய வண்டியை முந்திக்கொண்டு வேன், டெம்போ என்று போகப்போக, வண்டியின் வேகத்தைக் கூட்டியவாறே இருந்தான். பெண்ணாடம் நகரத்துக்கு வந்ததும் தான் வண்டியின் வேகத்தைக் குறைத்தான்.

‘‘நேர்காணல் மண்டபத்திலதான?’’ என்று கதிரவன் கேட்டான்.

‘‘பர்வதாம்பாள் மண்டபம்’’ என்று வழிப்போக்கியிடம் சொல்வதுபோல் சொன்னார் பொன்னுசாமி.

கல்யாண மண்டபத்தின் முன்னும் பக்கவாட்டிலும் கார், வேன், டெம்போக்கள் என்று இருபது முப்பது வண்டிகள் நிறுத்தப்பட்டிருந்தன. மோட்டார் பைக்குகள் இருநூறு முந்நூறு இருக்கும். வண்டியை ஓரம்கட்டி நிறுத்தியதும், பொன்னுசாமி இறங்கிக்கொண்டார். வண்டியை ஸ்டேண்ட் போட்டு நிறுத்திய கதிரவன் ‘‘வா போவலாம்’’ என்று சொல்லிவிட்டு மண்டபத்துக்குள் முதலில் போனது பொன்னுசாமிக்கு எரிச்சலை உண்டாக்கியது.

பொன்னுசாமிக்கு மண்டபத்துக்குள் நுழைவதற்கே சிரமமாக இருந்தது. மண்டபத்துக்குள் நிற்பதற்குக்கூட இடமில்லாமல் அவ்வளவு கூட்டம் இருந்தது. பொன்னுசாமியைப் பார்த்த பலரும் ‘‘வணக்கம்ண்ணே’’ என்று கும்பிட்டார்கள். ‘‘அவைத் தலைவரே லேட்டா வந்தா எப்பிடி?’’ என்று ஒரு ஆள் கேட்டான். அதற்கு ‘‘அவைத் தலைவர வச்சா எல்லாக் காரியமும் நடக்குது?’’ என்று பொன்னுசாமி கேட்டதும், அந்த ஆள் கோபித்துக்கொண்டது போல் ‘‘என்னண்ணே நீங்களே இப்பிடிச் சொல்றீங்க? பெரிய கட்சிக்காரரே இப்பிடிச் சொன்னா எப்பிடி?’’ என்று கேட்டுச் சிரித்தான்.

‘‘உண்மையான கட்சிக்காரனுக்கெல்லாம் இன்னிக்கி மதிப்பிருக்கா?’’ என்று பொன்னுசாமி கேட்டார். அதற்கு அந்த ஆள் பதில் சொல்லவில்லை. ‘‘பணம் கட்டியிருக்கீங்களா?’’ என்று அடுத்த கேள்வியைக் கேட்டான்.

‘‘கட்டியிருக்கன்’’ என்று சொல்லிவிட்டு ‘‘இந்த முறயும் ஒனக்குத்தான சீட்டு?’’ என்று கேட்டார்.

‘‘மூணு முற நின்னுட்டதால இந்த முற நீ நிக்காதன்னு மாவட்டம் சொல்லிட்டாரு. நானும் சனியன் வுட்டதுன்னு வுட்டுட்டன். நம்ப ஊட்டுக் காசயும் கொடுத்து, கண்ட பய காலுலயும்

விழுந்து கும்புடணும். நமக்கு எதுக்கு அந்தப் பொழப்புன்னு வுட்டுட்டன். ஆளுங் கட்சியா இல்லாதப்ப கவுன்சிலரா நின்னு என்னாத்தச் சாதிக்க முடியும்?'' என்று சொல்லிவிட்டுச் சிரித்தான்.

''அப்பறம் யாருக்காக வந்திருக்க?''

''என் தங்கச்சி மவன் பணம் கட்டியிருக்கான். அதுக்காக வந் தண்ணே'' என்று சொன்னான் அந்த ஆள்.

''சரி. நான் ஒன்றியத்தப் பாத்திட்டு வர்றன்'' என்று சொல்லி விட்டுக் கூட்டத்தில் ஒன்றியச் செயலாளர் தண்டபாணி எங்கே இருக்கிறான் என்று தேட ஆரம்பித்தார். அப்போது மூன்று நான்கு கட்சிக்காரர்கள் மறித்துக்கொண்டு பேச ஆரம்பித்ததால் ''நீ போய் ஒன்றியம் எங்க இருக்கார்னு பாத்திட்டு வா'' என்று கதிரவனிடம் சொன்னார். உடனே கூட்டத்தில் புகுந்து போக ஆரம்பித்தான் கதிரவன்.

''அண்ணே நல்லாயிருக்கீங்களா?'' என்று கேட்டுக்கொண்டே மகளிர் அணியைச் சேர்ந்த பெண் வந்தாள். ''மாவட்டம் எப்ப வர்றாரு?'' என்று கேட்டாள். ''தெரியலம்மா'' என்று பொன்னு சாமி சொன்னதும், அந்தப் பெண் ''அண்ணனுக்கே தெரிய லியா?'' என்று கேட்டுச் சிரித்தாள். பிறகு ''பணம் கட்டியிருக் கீங்களா?'' என்று கேட்டாள். 'ஆமாம்' என்பதுபோல் பொன்னு சாமி தலையை ஆட்டியதும் ''அப்ப அண்ணனுக்கு சீட்டு கன்ஃபார்ம்'' என்று சொல்லிவிட்டுச் சிரித்தாள். பிறகு ''ஊர்க் காரங்கள அழச்சிக்கிட்டு வந்திருக்கன். அவுங்களப் பாக்கு றண்ணே. இருபதாவது வார்டுக்குப் பணம் கட்டியிருக்கன். மாவட்டத்துக்கிட்ட ஒரு வார்த்த சொல்லுங்கண்ணே'' என்று சொல்லிவிட்டு மண்டபத்தை விட்டு வெளியே சென்றாள்.

''வணக்கம்ண்ணே'' என்று சொல்லிக்கொண்டே முன்னால் போக முயன்ற ஒன்றியத் துணைச் செயலாளர் ராமுவிடம் ''மாவட்டம் எப்ப வர்றாரு?'' என்று பொன்னுசாமி கேட்டார்.

''இந்த நேரத்துக்கு வந்திருக்கணும். வீட்ட விட்டுப் புறப் பட்டுட்டார்னு சொல்லி ஒரு மணி நேரத்துக்கு மேல ஆயிடிச்சி''

என்று சொல்லிக்கொண்டே கூட்டத்தில் புகுந்து போனான் ராமு. அப்போது பொன்னுசாமிக்கு அருகில் வந்த கதிரவன், ''மாப்பிள்ள ரூம்ல இருக்காரு'' என்று சொன்னான். பேசிக்கொண்டிருந்த ஆட் களிடம் ''ஒன்றியத்தப் பாத்திட்டு வர்றன்'' என்று சொல்லிவிட்டு மாப்பிள்ளை அறை இருக்கும் இடத்துக்கு நடக்க ஆரம்பித்தார். அவருக்குப் பின்னாலேயே கதிரவனும் சென்றான்.

மாப்பிள்ளையின் அறை உள்தாழ்ப்பாள் போடப்பட்டிருந் தது. பத்து முறைக்கு மேல் தட்டிய பிறகுதான் கதவு திறக்கப்பட் டது. இளைஞர் அணி ஒன்றிய அமைப்பாளர் ஜெயராமன், பொன்னுசாமியைப் பார்த்ததும் வணக்கம் சொல்லிவிட்டு ''வாங் கண்ணே'' என்று கூப்பிட்டான். பொன்னுசாமியுடன் கதிரவனும் அறைக்குள் போனதும் அவர்களோடு அறைக்குள் நுழைய முயன்ற மூன்று நான்கு பேரை ''அப்பறம், அப்பறம்'' என்று சொல்லிக் கதவைச் சாத்திக்கொண்டான்.

''வாங்கண்ணே'' என்று சொல்லி இரண்டு கைகளையும் குவித் துக் கும்பிட்டான் தண்டபாணி. பொன்னுசாமியும் கும்பிட்டார். பத்திருபது பேருக்கு மேல் உட்கார்ந்திருந்தனர். ''யே அண்ண னுக்கு எடம் கொடுங்கப்பா'' என்று தண்டபாணி சொன்னதும் இரண்டு பேர் எழுந்து ''ஒக்காருங்கண்ணே'' என்று இடம் கொடுத் தார்கள். பொன்னுசாமி உட்கார்ந்துகொண்டார். தண்டபாணி உட்காரச் சொல்லியும் உட்காராமல் நின்றுகொண்டிருந்தான் கதிரவன்.

தண்டபாணியிடம் அங்கிருந்தவர்கள் உள்ளாட்சித் தேர்தல் பற்றிக் கேள்வி கேட்டுக்கொண்டிருந்தனர். அவனும் தன்னால் முடிந்தவரை எல்லோருக்கும் பதில் சொல்லிக்கொண்டிருந்தான். தன்னைத் தவிர்ப்பது மாதிரி மற்றவர்களிடமே பேசிக்கொண் டிருந்த தண்டபாணியிடம் ''மாவட்டம் எப்ப வருவாரு தம்பி?'' என்று பொன்னுசாமி கேட்டார்.

''கால் மணிநேரத்துக்குள்ளார வந்துடுவாருண்ணே.''

''பணம் கட்டியிருக்கன் தம்பி.''

''தெரியும்ண்ணே'' என்று சிரித்துக்கொண்டே தண்டபாணி சொன்னான்.

''நீ ஒரு வார்த்த மாவட்டத்துக்கிட்டச் சொல்லு.''

''ஒங்களுக்குப்போய் நான் சொல்லவா?'' என்று கேட்டு தண்ட பாணி சிரித்தான்.

''நீதான ஒன்றியம்? நீ சொன்னா மாவட்டம் கேப்பாரு. இந்த ஒரு முற மட்டும் பாத்துச் செய்யி தம்பி.''

''எங் கையில என்னாண்ணே இருக்கு, எல்லாம் மாவட்டம் பாத்துச் செய்யுறதுதான். ஒங்களுக்கே தெரியும்'' என்று பொன்னு சாமியிடம் சொல்லிவிட்டு எதிரில் நின்றுகொண்டிருந்தவர்களிடம் ''கொஞ்சம் வெளிய இருங்க'' என்று சொன்னான். ஒரு ஆள்கூட எழுந்து வெளியே போகவில்லை.

''நம்ப ஒன்றியத்தப் பொறுத்தவர நீ எழுதித் தர்ற பேரத்தான் மாவட்டம் அறிவிக்கப்போறாரு. இந்த ஒரு முற மட்டும் செய்யி தம்பி.'' பொன்னுசாமி தன்னுடைய இயல்புக்கு மீறி இறங்கிப் பேசினார். கதிரவன் விடாப்பிடியாக வந்திருக்கும்போது சீட்டு இல்லை என்று திரும்பிப் போனால் மட்டரகமாக நினைப்பான் என்ற கவலை அவருக்கு இருந்தது.

''பெரிய கட்சிக்காரரு நீங்க. ஒங்களுக்குக் கட்சியோட நெல வரம் தெரியும்'' என்று சொல்லிவிட்டுப் பசப்புவது மாதிரி தண்ட பாணி சிரித்ததைப் பார்த்ததும் 'ஒன்னோட நாடகமெல்லாம் தெரி யும்டா தண்டபாணி. மாவட்டத்தோட பேரச் சொல்லிக் காச வாங்கிக்கிட்டுச் சீட்டுத் தரப்போற' என்று மனதில் நினைத்தா லும் வெளியில் எதுவும் சொல்லாமல் பொன்னுசாமி உட்கார்ந் திருந்தார். அப்போது தண்டபாணிக்கு போன் வந்தது. ''இருங் கண்ணே, வந்திடுறன்'' என்று சொல்லிவிட்டு போனை எடுத்துக் கொண்டு வெளியே போனான். வெளியே போன தண்டபாணி உள்ளே திரும்பி வரவில்லை. பத்து நிமிடத்துக்கு மேல் உட்கார்ந்து பார்த்த பொன்னுசாமிக்கு வெளியே போய்த் தனியாகப் பேசிப் பார்க்கலாம், பணம் தருவதாகவும் சொல்லலாம் என்ற எண்ணம்

வந்ததும், உட்கார்ந்திருந்த கட்சிக்காரர்களிடம் ''வெளியில இருக்கிறன். புழுக்கமா இருக்கு'' என்று சொல்லிவிட்டு வெளியே வந்தார். அவருடன் கதிரவனும் வந்தான்.

பொன்னுசாமியும் கதிரவனும் தண்டபாணியைத் தேடினார்கள். ஆள் எங்கே இருக்கிறான் என்பதை அவர்களால் கண்டுபிடிக்க முடியவில்லை. கூட்டத்துக்குள் சுற்றிச்சுற்றி வந்தார்கள். மண்டபத்துக்கு வெளியே இருப்பானோ என்ற சந்தேகத்தில் போய்த் தேடினார்கள். தண்டபாணி கிடைக்கவில்லை. அப்போது ''போன எலக்ஷன்ல எதுக்காக அவனுக்கு ஒன்றியச் செயலாளர் பதவிய விட்டுக்கொடுத்த? நீ ஒன்றியச் செயலாளரா இருந்தா நீ சொல்றத அவன் கேட்டுக்கிட்டு நிப்பான்'' என்று கதிரவன் சொன்னான்.

''மூணு பீரியடா இருக்கீங்க. விட்டுக் கொடுங்கன்னு மாவட்டம் சொல்லும்போது என்னா செய்ய முடியும்? எலக்ஷன் வச்சா நம்பளால ஜெயிக்க முடியுமா? அவன மாதிரி செலவுதான் செய்ய முடியுமா? எலக்ஷன் வச்சா தோத்துடுவம்னு தெரிஞ்சிதான் வீம்பு புடிக்காம விட்டுக்கொடுத்தன்.''

''ஒரு பீரியடுதான் ஒன்றியச் செயலாளரா இருந்தான். அதுக்குள்ளார காரு, மெத்த வீடு, பணம்னு சம்பாரிச்சிட்டான். நீயும் இத்தினி வருசமாதான் கட்சியில இருந்த'' என்று சொன்ன கதிரவன் அதற்கு மேல் சொல்ல விரும்பாதவன்போல் முகத்தைத் திருப்பிக்கொண்டான்.

''பழய காலத்துக் கட்சிக்காரன் வேற. இப்ப இருக்கிறவன் வேற. இப்ப கட்சிக்கு வர்றதே பதவி வேணும், பணம் வேணுமின்னுதான் வர்றான். நான் ஒன்றியச் செயலாளரா இருந்தப்ப, எத்தன முற ஜெயிலுக்குப் போயிருக்கான், எத்தன போராட்டத்தில கலந்துகிட்டான், எவ்வளவு ரூபா கட்சிக்கு நன்கொடையா கொடுத்திருக்கான்னு பாத்துச் சீட்டுக் கொடுத்தன். கட்சியோட நடமுற அதுதான். இப்ப கட்சியில மேலயிருந்து கீழவரைக்கும் எம்மாம் பணம் வச்சியிருக்கான்னு பாக்குறாங்க'' என்று பொன்னுசாமி கசந்துபோன குரலில் சொன்னார். என்ன நினைத்தாரோ,

"நான் உள்ளார போனதும் அத்தன கட்சிக்காரனும் எழுந்து நின்னானில்ல? அதான் கட்சியில எனக்குள்ள மரியாத" என்று சொன்னார்.

"மரியாதய வச்சிக்கிட்டு என்னா செய்யுறது?" வெடுக்கென்று கேட்டான் கதிரவன். பொன்னுசாமி அவனை முறைத்துப் பார்த்தாரே தவிர ஒரு வார்த்தையும் பேசவில்லை.

"இந்த முற மட்டும் சீட்டுக் கொடுக்கலன்னா அவ்வளவுதான். கட்சிக்கட்சின்னு எங்கேயும் போவக் கூடாது" என்று கட்டளை மாதிரி கதிரவன் சொன்னதைக் கேட்டதும் பொன்னுசாமிக்கு ஆத்திரம் உண்டாயிற்று.

"'அடுத்த முற பாக்கலாம்'ன்னு எப்பவும் சொல்ற மாதிரிதான் இந்த முறயும் சொல்லப் போறானுவ" என்று கதிரவன் சொன்னதும் "எந்த எடத்தில நின்னுகிட்டு என்னா பேசுற?" என்று பொன்னுசாமி கேட்டார். அதற்கு அவன் பதில் சொல்லாமல் "போன முற சீட்டுத் தரலன்னு சொன்னதும் நீ எலக்ஷன்ல வேல செய்யாதன்னு சொன்னன். எம் பேச்சக் கேட்டியா? வேட்பாளர் மாதிரி நீதான் முன்னமுன்ன ஓட்டுக் கேட்டுக்கிட்டுப் போன" என்று சொல்லும்போது இரண்டு கட்சிக்காரர்கள் வந்து வணக்கம் வைத்தனர். "என்னண்ணே ஓரமா ஒதுங்கி நின்னுட்டீங்க?" என்று கேட்டனர்.

"கூட்டமா இருக்கு. அதான். வெளியில நிக்குறன்" என்று சொல்லும்போது மூன்று நான்கு பேர் வெடியை வைத்து வெடிக்க ஆரம்பித்ததும் மாவட்டச் செயலாளர் வருகிறார் என்று புரிந்துகொண்டு மண்டபத்தின் வாசலை நோக்கி நடக்க ஆரம்பித்தார் பொன்னுசாமி. அதற்குள் மாவட்டச் செயலாளர் தங்கத்தின் கார் வந்து நின்றதும், ஒரு கூட்டம் காரைச் சூழ்ந்து கொண்டது. "வணக்கம் வணக்கம்" என்று சொல்லிக்கொண்டு காரை விட்டு இறங்கிய தங்கம் மண்டபத்தின் வாசலை நோக்கி நடக்க ஆரம்பித்தார். அவரை நெட்டிக்கொண்டு போவதுபோல அவருக்குப் பின்னாலேயே ஒரு கூட்டம் சென்றது. கூட்டத்தில்

நெட்டித் தள்ளிவிடுவார்கள், காலை மிதித்துவிடுவார்கள் என்ற பயத்தில் கடைசி ஆளாகப் பொன்னுசாமி போனார். அவரோடு கதிரவனும் போனான்.

மண்டபத்துக்குள் தங்கம் நுழைந்ததும் ‘‘மாவட்டச் செயலாளர் வாழ்க’’ ‘‘எங்கள் தங்கம் வாழ்க’’, ‘‘தங்கத்தின் தங்கமே வாழ்க’’ என்று ஐந்தாறு பேர் மண்டபமே இடிந்து விழுகிற அளவுக்குக் கோஷம் போட்டனர். ‘‘வழி விடுங்க, வழி விடுங்க’’ என்று கத்திக்கொண்டே இரண்டு மூன்று பேர் கூட்டத்தை விலக்கியபடி சென்றனர். தங்கம் எல்லோரையும் கும்பிட்டபடியே மாப்பிள்ளையின் அறைக்குள் சென்றார். அவரோடு வந்த மாவட்டத் துணைச் செயலாளர், மாவட்டப் பொருளாளர், மாவட்ட இளைஞர் அணி அமைப்பாளர்களை மட்டுமே அறைக்குள் விட்டுக் கதவைச் சாத்திக்கொண்டான் தண்டபாணி. பொன்னுசாமியும் கதிரவனும் வாசலுக்கு வெளியே நின்றுகொண்டிருந்தனர். அவர்களோடு இருபது முப்பது பேர் நின்றுகொண்டிருந்தார்கள். பொன்னுசாமியை உள்ளே விடாததால் கதிரவனுக்குக் கோபம் வந்தது. ‘‘அவுங்க மட்டும் என்ன பெரிய ஆளா?’’ என்று சொன்னான். ‘‘நிர்வாகிகளத்தான் உள்ளார விடுவான். பேசாம இரு’’ என்று பொன்னுசாமி சொன்னார். அதைக் கேட்காமல் ‘‘நீ உள்ளாரப் போயி மாவட்டத்தப் பாரு’’ என்று கதிரவன் சொன்னான்.

‘‘அவசரப்படாத’’ என்று பொன்னுசாமி சொன்னார். அப்போது கதவைத் திறந்த தண்டபாணி ‘‘ஒன்றிய கவுன்சிலருக்குப் பணம் கட்டுனவங்க – ஒண்ணாவது வார்டு மட்டும் உள்ளார வாங்க’’ என்று சத்தமாகச் சொன்னதும் இடித்துப் பிடித்துக்கொண்டு பத்துக்கும் அதிகமானோர் உள்ளே சென்றார்கள் தண்டபாணி கதவைச் சாத்திக்கொண்டான்.

கதிரவன் ஓயாமல் எதையோ முணுமுணுத்துக்கொண்டிருந்தான். சாதாரணக் கட்சிக்காரன் மாதிரி பொன்னுசாமி வெளியே நின்றுகொண்டிருக்கிறாரே என்று அவனுக்கு வருத்தமாகவும் கோபமாகவும் இருந்தது. இரண்டாவது வார்டுக்குப் பணம் கட்டிய ஆட்கள் தயாராக வந்து நின்றுகொண்டிருந்தனர். அவர்களில்

பெரும்பாலானவர்கள் பொன்னுசாமிக்கு வணக்கம் வைத்தனர். பலர் உள்ளாட்சித் தேர்தல் பற்றி, எந்தெந்த வார்டுகளில் கட்சி ஜெயிக்கும், எந்தெந்த வார்டுகளில் கட்சி தோற்கும் என்பதைப் பற்றிப் பேசிக்கொண்டிருந்தனர். தண்டபாணியைப் பற்றிப் பலரும் குறை சொன்னார்கள். கட்சிக்காரர்களிடமே பணம் வாங்கிக் கொண்டு சீட்டுத் தருகிறான் என்று குறை சொன்னார்கள். குறை சொன்னவர்களோடு கதிரவனும் சேர்ந்துகொண்டான்.

முதலாவது வார்டுக்குரிய ஆட்களை வெளியே அனுப்பிவிட்டு இரண்டாவது வார்டுக்குரிய ஆட்களை உள்ளே விட்டான் தண்டபாணி. பத்து நிமிடம்தான் ஆனது. இரண்டாவது வார்டுக்குரிய ஆட்கள் வெளியே வர, மூன்றாவது வார்டுக்குரிய ஆட்கள் உள்ளே போனார்கள். அடுத்தடுத்த வார்டுக்குரிய ஆட்கள் நேர்காணலுக்கு உள்ளே போவதும், வெளியே வருவதுமாக இருந்தனர்.

''பதினோராவது வார்டுக்காரங்க வாங்க'' என்று சொன்னதும் அடித்துப்பிடித்துக்கொண்டு பலர் உள்ளே போனார்கள். பொன்னுசாமியும் போனார். அவரோடு கதிரவனும் உள்ளே போனான். மொத்தம் பதினான்கு பேர்.

பொன்னுசாமியைப் பார்த்ததும் ''வாங்கண்ணே. ஒக்காருங்க'' என்று தங்கம் சொன்னார். இளைஞர் அணியைச் சேர்ந்த பையன் எழுந்து நின்றதும் அவன் உட்கார்ந்திருந்த நாற்காலியில் பொன்னுசாமி உட்கார்ந்துகொண்டார். தனக்கு முன்னால் மூன்று பேர் நின்றுகொண்டிருக்க, முதல் ஆளிடம் தங்கம் கேட்டார் ''எவ்வளவு செலவு பண்ணுவீங்க?''

''மூணுலயிருந்து அஞ்சு லட்சம்ண்ணே'' என்று அந்த ஆள் பணிவாகச் சொன்னான்.

''நீங்க?'' என்று இரண்டாவது ஆளிடம் தங்கம் கேட்டார்.

''நீங்க சீட்டு மட்டும் தாங்கண்ணே. ஜெயிச்சி வர்றது எம் பொறுப்பு'' என்று சிரித்துக்கொண்டே சொன்னான்.

மூன்றாவது ஆளிடம் ''நீங்க சொல்லுங்க. எவ்வளவு செலவு பண்ணுவீங்க? எப்பிடி ஜெயிப்பீங்க?'' என்று கேட்டார் தங்கம்.

‘‘பத்து லட்சம் செலவு பண்றன். மாவட்டம் சொன்னீங்கன்னா நாளைக்கே பணத்தக் கொண்டாந்து கட்சியில கட்டிப்பிடுறன்’’ என்று அந்த ஆள் சொன்னதும் அவனை முறைத்துப் பார்த்தார் பொன்னுசாமி. அவன் கட்சி மாறி வந்து ஏழு மாதம்தான் ஆகிறது. ரியல் எஸ்டேட் தொழில் செய்கிறான். நான்கு பொக்லைன் இயந்திரங்கள் வைத்திருக்கிறான். இரண்டு லாரிகளை மணல் லோடு அடிப்பதற்கு விட்டிருக்கிறான். இரண்டு நெல் அறுக்கும் மிஷின்களை வைத்திருக்கிறான். சீட்டு மட்டும் கொடுத்துவிட்டால் உலகத்திலுள்ள எல்லாத் தில்லுமுல்லுகளையும் செய்து ஜெயித்துவிடுவான். சேர்மன் ஆக வேண்டும் என்பதற்காகத்தான் கட்சிக்கே வந்திருக்கிறான். அவன் வியாபாரி என்று தெரிந்தாலும் தண்டபாணி அவனோடுதான் நெருக்கமாக இருக்கிறான். இப்போது மூன்று ஊரிலிருந்தும் ஒரு குவார்ட்டர், ஒரு பிரியாணி பொட்டலம் தலைக்கு ஐநூறு ரூபாய் என்று கொடுத்து இரு நூறு முந்நூறு பேரை அழைத்துக்கொண்டு வந்திருக்கிறான். அவனுக்குத்தான் தண்டபாணி சீட்டுத் தருவான் என்றும், சீட்டுக் கொடுத்தால் ஜெயித்துவிடுவான் என்றும், ஒரு கோடி செலவு செய்துகூட சேர்மன் ஆகிவிடுவான் என்றும் கட்சிக்காரர்கள் பேசிக் கொள்வது பொன்னுசாமிக்குத் தெரியும். ‘காசு உள்ளவனுக்குத் தான் கட்சி, உலகம்’ என்று நினைத்தார்.

நான்காவதாக நின்றுகொண்டிருந்த பெண்ணிடம் ‘‘நீங்க சொல்லுங்க’’ என்று தங்கம் கேட்டார்.

‘‘எனக்கு சீட்டுக் கொடுத்தா, பதினோராவது கவுன்சில்ல கட்சி ஜெயிக்கிறது உறுதிண்ணே’’ என்று சொல்லிவிட்டு, கையில் வைத்திருந்த சால்வையைத் தங்கத்தின் கையில் கொடுத்துவிட்டு பட்டென்று காலில் விழுந்து கும்பிட்டாள் அந்தப் பெண். உடனே அவளுடைய புருஷனும் தங்கத்தின் காலில் விழுந்து கும்பிட்டான்.

‘‘இதெல்லாம் என்ன பழக்கம்? எழுந்திருங்க. காலில விழுந்து மத்த கட்சி மாதிரியே நம்ம கட்சியயும் மாத்திடாதிங்க’’ என்று சொன்னார் தங்கம்.

பொன்னுசாமி அந்தப் பெண்ணையும், அவளுடைய புருஷ னையும் மாறிமாறிப் பார்த்தார். 'பொட்டச்சியக் கொண்டாந்து காட்டிச் சீட்டுக் கேக்குறான்' என்று நினைத்தார். ஆறாவதாக நின்றுகொண்டிருந்த ஆளிடம், ''சொல்லுங்கண்ணே'' என்று கேட்டதும் ''மூணு ஊர்லயும் எங்க ஆளுங்கதாண்ணே மெஜாரிட்டி. அண்ணன் மனசு வச்சா, நான் ஜெயிச்சிடுவன்'' என்று சொன்னதோடு தங்கத்தின் காலில் விழுந்து கும்பிட்டான்.

தங்கத்துக்கு என்ன தோன்றியதோ வாய்விட்டுச் சிரித்தார். பிறகு எதிரில் நின்றுகொண்டிருந்தவர்களிடம் ''எல்லாரும் ஜெயிப்பன் ஜெயிப்பன்னு சொன்னா, யாருதான் தோக்குறது? எத்தன பேர் நின்னாலும் ஒரு ஆளுதான ஜெயிக்க முடியும்?'' என்று கேட்டார். அந்த இடத்தில் நின்றுகொண்டிருந்தவர்களில் ஒரு சிலர் சிரித்தார்கள்.

சீட்டுக் கேட்டு வந்திருந்த எல்லோரிடமும் தங்கம் கேள்வி கேட்டார். நேர்காணலுக்கு வந்தவர்கள் சொன்ன பதிலைக் கேட்டுவிட்டுக் கடைசியாக ''எல்லாருக்கும் சீட்டுக் கொடுக்கணும்னுதான் ஆச. ஆனா யாருக்குக் கொடுத்தாலும் ஒரே ஒரு ஆளுக்குத்தான கொடுக்க முடியும்? எம்.எல்.ஏ., எம்.பி. எலக்ஷனவிட உள்ளாட்சித் தேர்தல்லதான் ஊர்க்காரன், சாதிக்காரன், சொந்தக்காரன்னு நெறயா உள்ளடி வேல நடக்கும். அப்பிடியெல்லாம் நடக்கக் கூடாது. நமக்குக் கட்சிதான் முக்கியம். யாருக்கு சீட்டுக் கொடுத்தாலும் ஜெயிக்க வைக்கணும். எனக்குத் தரல, ஒனக்குத் தரலன்னு சொல்லிக் கட்சிக்காரனே கட்சிக்காரனுக்கு விரோதமா செயல்படக் கூடாது. மத்த மாவட்டத்தவிட நம்ப மாவட்டத்தில அதிகமா ஜெயிச்சாத்தான் தலைவர்கிட்ட எனக்கு மரியாத இருக்கும்'' என்று கண்டிப்பான குரலில் சொன்னார். அப்போது ஆறாவதாக நின்றுகொண்டிருந்த குணசேகரன் ''கூட்டணிக்கு எத்தன சீட்டுண்ணே?'' என்று கேட்டான்.

அரிய நகைச்சுவையைக் கேட்டுவிட்டதுபோல் தங்கம் சிரித்தார். மாவட்டமே சிரிக்கிறார் என்பதால் அந்த அறைக்குள்ளிலிருந்த எல்லோருமே சிரித்தனர். சிரித்துக்கொண்டே தங்கம் சொன்

னார் ''பகல்ல தேடுனாலும் ஊருக்கு ஒரு பய இருக்க மாட்டான். அவனுங்ககூடப் போயி எதுக்குத் தலைவரு கூட்டணின்னு வச்சிருக்கிறாருன்னே தெரியல. எலக்ஷனுக்கு எலக்ஷன்தான் அவ னுங்களப் பாக்கவே முடியும். துண்டப் போட்டுக்கிட்டு வந்து தனியா பூத் பணம் தாங்க, வண்டி தாங்கன்னு கேட்டுக் கழுத்த அறுக்கிறானுவ. கேட்டா, தேசியக் கட்சிங்கிறான். கூட்டணிக்கார னுவ தொல்லதான் பெரும் தொல்ல. அவனுங்களுக்கு எம்.எல்.ஏ. சீட்ட அதிகமா கொடுத்ததாலதான் ஆட்சியப் புடிக்க முடியல. அவனுங்க எழவ எப்பிடி எடுக்கிறதுன்னுதான் தெரியல.'' அப்போது அவசரப்பட்ட மாதிரி ''அடுத்த கவுன்சில் ஆளுங்கள கூப்புடட்டுமாண்ணே'' என்று தண்டபாணி கேட்டான்.

'சரி' என்பதுபோல் தலையை ஆட்டிய தங்கம் எதிரில் நின்று கொண்டிருந்தவர்களிடம் ''எல்லாரும் போய் கட்சி ஜெயிக்கிறதுக் கான வேலய பாக்கணும். புரியுதா? போயிட்டு வாங்க. ஓட்டுக் கேக்கறப்ப வர்றன்'' என்று சொல்லிக் கையெடுத்துக் கும்பிட்டார். எல்லோரும் கும்பிட்டுவிட்டு வெளியே போனார்கள். அப்போது பொன்னுசாமி ''நானும் பணம் கட்டியிருக்கங்க'' என்று சொன் னார்.

''ஓங்களப் போயி நான் கேள்வி கேக்கவா?'' என்று தங்கம் கேட்டார்.

''கட்சி நடமுறன்னு ஒண்ணு இருக்குல்ல?''

''அதுக்காக பெரிய கட்சிக்காரர்கிட்டப் போயி நான் கேள்வி கேக்குறதா?''

''மாவட்ட கவுன்சிலுக்கும் ஒன்றிய கவுன்சிலுக்கும் பணம் கட்டியிருக்கன்.''

''நான் பாத்துக்கிறன். போயிட்டு வாங்கண்ணே.''

''ஒவ்வொரு தேர்தல்லயும் நான் பணம் கட்டிக்கிட்டிருக்கன். ஒரு முறகூட எனக்குக் கட்சியில சீட்டுத் தரலீங்க.'' ரொம்பவும் குரலைத் தாழ்த்திச் சொன்னார் பொன்னுசாமி. தங்கத்துக்கு என்ன தோன்றியதோ, ''கொடுத்தா ஜெயிப்பீங்களா?'' என்று கேட்டார்.

‘‘நான் இத்தினி வருசத்தில எந்த எலக்ஷன்லயும் நின்னதில்ல. அதனால எனக்கு எந்தக் கெட்ட பேரும் கெடையாது. நின்னா ஜெயிச்சிடுவன்.’’

‘‘ஒன்றிய கவுன்சிலருக்குக் கொறஞ்சது பத்து லட்சம் செலவு ஆவும்ண்ணே’’ என்று தங்கம் சொன்னார். அவர் சொன்னதைக் காதில் வாங்காமல் ‘‘இவ்வளவு காலமா கட்சியிலிருந்து என்னாத்த கண்டன்னு வீட்டுல கேக்குறாங்க’’ என்று சொல்லும்போது பொன்னுசாமியின் குரல் உடைந்துபோயிற்று. அதைக் கொஞ்சமும் பொருட்படுத்தாமல் தங்கம் கேட்டார், ‘‘எவ்வளவு செலவு செய்வீங்க?’’

‘‘பணம் இருந்தாத்தான் கட்சியில சீட்டு வாங்க முடியுமாண்ணே?’’ என்று பொன்னுசாமி கேட்டதும் தங்கத்துக்குக் கோபம் வந்துவிட்டது. பக்கத்தில் ஆட்கள் இருந்ததால் கோபத்தைக் அடக்கிக்கொண்டார். இந்தக் கேள்வியைப் பொன்னுசாமியைத் தவிர வேறு ஆள் கேட்டிருந்தால் ‘‘வெளிய போ’’ என்று சொல்லிக் கத்தியிருப்பார். பொன்னுசாமி என்பதால் பேசாமல் இருந்தார். என்ன தோன்றியதோ ‘‘பணம் இருக்கிறவனால மட்டும்தான் இப்ப எலக்ஷன்ல நிக்க முடியும். ஜெயிக்க முடியும். நல்லவன் கெட்டவன், கட்சி எல்லாம் இப்ப முக்கியமில்ல. காசு தர்றவனுக்கு, அதிலயும் எவன் அதிகமாத் தர்றானோ அவனுக்கு ஓட்டுப் போடுறதுன்னு சனங்க மாறிட்டாங்கன்னு ஒங்களுக்கே தெரியும். நாளக்கி ஒரு பத்து லட்சத்த எடுத்தாங்க. சீட்டுத் தர்றன். ஜெயிச்சிட்டா ஒங்களயே சேர்மன் ஆக்கிடுறன்’’ என்று தங்கம் தெளிவாகச் சொன்னார். பொன்னுசாமியால் பணம் செலவு செய்ய முடியாது என்பது அவருக்குத் தெரியும். அதனால்தான் பணத்தைப் பற்றியே பேசினார். ‘‘ஆளுங்கட்சிக்காரன் சேர்மன் பதவிய புடிக்கிறதுக்கு நெறய செலவு செய்வாண்ணே’’ என்று தங்கம் சொன்னதும், பொன்னுசாமி ‘‘பணத்தால கட்சிக்காரன்ங்கிற பேர வாங்க முடியாதுண்ணே’’ என்று சொன்னார். அப்போது தங்கத்துக்குப் பின்னால் நின்றுகொண்டிருந்த தண்டபாணி ‘‘வெளிய போயி டீ குடிச்சிட்டு வாங்க. நேர்காணல் முடிஞ்சதும் தனியாப்

பேசிக்கலாம்'' என்று சொன்னதும் பொன்னுசாமிக்குக் கோபம் வந்துவிட்டது.

''கட்சிக்காக ஒழச்சவங்கெல்லாம் இப்படியே கெடக்க வேண்டியதுதானா மாவட்டம்?'' என்று கேட்டார்.

தங்கத்துக்குக் கோபம் வந்துவிட்டது. ''இந்த அஞ்சாறு வருசத்தில கொடி கட்டுனன், தோரணம் கட்டுனன், மேட போட்டன், மைக் செட்டு கட்டுனன்னு யாரும் சொல்ல முடியாது. எல்லாத்தயும் காண்ட்ராக்ட்டுக்காரன்தான் செய்யுறான். இப்ப கட்சியே கார்ப்பரேட் கம்பனி மாதிரி செயல்படுது'' என்று கடுப்படிப்பது மாதிரி சொன்னதும் பொன்னுசாமிக்கும் கோபம் வந்துவிட்டது. ''கட்சி மாறி வந்தவனுக்கும் ரியல் எஸ்டேட் செய்றவனுக்கும் தான் கட்சி சீட்டுத் தருமா?'' என்று கேட்டதும், பொன்னுசாமி யாரை மனதில் வைத்துக்கொண்டு சொல்கிறார் என்பது புரிந்த மாதிரி கிண்டலாக, ''அவுங்ககிட்டதான பணம் இருக்கு'' என்று சொல்லிவிட்டுத் தங்கம் சிரித்தார்.

''நம்பக் கட்சியில மட்டும்தான் 'எம்மாம் செலவு செய்வீங்க?'ன்னு கேக்குறீங்க. மத்தக் கட்சியில எல்லாம் அப்பிடியில்ல'' என்று பொன்னுசாமி சொன்னதும் தங்கம் முன்பைவிட இப்போதுதான் சத்தமாகச் சிரித்தார். பிறகு ''அவுங்க கட்சி சினிமாக்காரன் கட்சி. நம்பளது லட்சியக் கட்சி. சினிமாக்காரன் கட்சிக்குச் சனங்க தானா ஓட்டுப்போடுது. நம்பக்கிட்ட பணம் கேக்குது. பணத்தக் கொடுத்தாலும் நமக்கு ஓட்டுப் போட மாட்டங்குது. என்னெ என்ன செய்யச் சொல்றீங்க?'' என்று கேட்டார்.

''நான் கட்சிக்கு வந்து அம்பது வருசமாயிடிச்சி.''

''கட்சிக்காரன் முக்கியம். அதவிட ஜெயிக்கிறது முக்கியம்'' அழுத்தம் திருத்தமாகச் சொன்னார் தங்கம்.

''பழைய கட்சிக்காரங்க வேணாம். அதான?'' என்று பொன்னுசாமி கேட்டதும் தங்கத்துக்கு முகம் மாறிவிட்டது. எச்சரிக்கை செய்கிற மாதிரி ''ஏற்கனவே நம்ப கட்சிய 'கிழவனுங்க கட்சி'ன்னு எல்லாப் பயலும் கிண்டலடிக்கிறானுவ. அதனால தலமயும்

'இளைஞர்களுக்கு முக்கியத்துவம் கொடுங்க'ன்னு சொல்லுது'' என்று சொன்னார் தங்கம்.

''அப்ப பழய ஆளுங்க வேணாமாண்ணே?''

''ஓடுற குதிரைக்குத்தான மதிப்பு?''

''எனக்கு இருவது வயசா இருக்கும்போது திட்டக்குடிக்கு வாடக சைக்கிள எடுத்துக்கிட்டு இருவது கிலோமீட்டர் தாண்டி, அப்ப ஒன்றியச் செயலாளரா இருந்த ராசுக்கிட்ட போனன். அவரு வீட்டுல இல்ல. ஆத்தோரமா இருந்த செங்கல் சூளையில இருந்தாரு. நான் அங்க போயி கட்சியில சேரணும்னு சொன்னன். அதுக்கு ராசு சிரிச்சிக்கிட்டே 'அப்படியா?'ன்னு கேட்டாரு. ஒரு விண்ணப்பத்தக் கொடுத்துப் பூர்த்திப் பண்ணி தலமைக்கு அனுப்புன்னாரு. அதோட என்னெ அழச்சிட்டு வந்து நாலு இட்லியும், ஒரு பூரிக்கிழங்கும் வாங்கித் தந்தாரு. நான் மொதமொதலா பூரிக்கிழங்கு தின்னது அன்னிக்குத்தான். சைக்கிள் வாடகைக்கும் ஒண்ணேகால் ரூவா கொடுத்து அனுப்புனாரு. அன்னியிலிருந்து இன்னியவரைக்கும் தொண்டத் தண்ணி வத்த கட்சிக்காக எம்மாம் கத்தியிருப்பன்? உண்மையான கட்சிக்காரன் நானுன்னா கொடுங்க, இல்லாட்டி விடுங்க'' என்று சொன்னார் பொன்னுசாமி. அப்போது தங்கத்துக்கு நினைவுபடுத்துவது மாதிரி ''அண்ணே நீங்க அடுத்த ஒன்றியத்துக்குப் போவணும்'' என்று தண்டபாணி சொன்னான். பொன்னுசாமியிடம் வளவளவென்று பேச வேண்டாம், ஆளை வெளியே அனுப்புங்கள் என்ற தோரணையில் சொன்னதைப் புரிந்துகொண்ட பொன்னுசாமி தண்டபாணியை முறைத்துப் பார்த்தார். அப்போது மாவட்டத் துணைச் செயலாளர், ''யார் உண்மையான கட்சிக்காரன்னு தெரிஞ்சிக்கிறதுக்காகவா நேர்காணல் நடக்குது? இது எலக்ஷன் நேரம்ண்ணே'' என்று சொன்னதும் அவனுடைய முகத்திலடிப்பது மாதிரி பொன்னுசாமி, ''நான் மாவட்டத்துக்கிட்ட பேசிக்கிட்டிருக்கன். மத்தவங்ககிட்ட இல்லெ'' என்று சொன்னார். பொன்னுசாமி கோபமாக இருப்பதைப் புரிந்துகொண்ட தங்கம், கட்சிக் கூட்டத்தில் பொன்னுசாமி 'நான் சீட்டுக் கேட்டு பணம்

கட்டுனன். எனக்குச் சீட்டுத் தரல. மாவட்டச் செயலாளரு ஆளு பாத்துச் செய்றாரு' என்று பகிரங்கமாகச் சொல்லி அசிங்கப்படுத் தக்கூடும் என்ற எண்ணத்தில் ‘‘மாவட்டச் செயலாளரா நீங்க இருந்தா என்னா செய்வீங்களோ அதத்தான் நானும் செய்றன். நான் ஒங்களுக்கு சீட்டு இல்லன்னு சொல்லல. ஜெயிக்க முடி யுமான்னுதான் கேட்டன். செலவு பண்றன், ஜெயிச்சிக் காட்டு றன்னு சொல்லுங்க. ஒங்களுக்கு சீட்டு இல்லன்னு யாரு சொல் லப்போறா? எலக்‌ஷன்னு வந்திட்டா செலவு பண்ண முடியுமா, ஜெயிக்க முடியுமாங்கிறதுதான கேள்வி. கட்சியோட தலமயிலும் அதுதான நடக்குது?'' என்று தங்கம் கேட்டார்.

‘‘சரிண்ணே. காசு உள்ளவனுக்கே சீட்டுத் தாங்க'' என்று சொன் னார் பொன்னுசாமி.

‘‘இத்தன வருசமா கட்சியில இருக்கீங்க. ஒங்களுக்குத் தெரி யாதது என்ன? சாதாரண பிரசிடண்டு எலக்‌ஷன்ல நிக்கிறவன் எவ்வளவு செலவு செய்றான்னு தெரியுமில்ல? ஒன்றிய கவுன்சிலர் மூணு ஊர் கொண்டது. மாவட்ட கவுன்சில் நாப்பத்தஞ்சி ஊர் கொண்டது. நான் பாத்துக்கிறன்னு சொல்லுங்க. ஒரு லட்சம், ரெண்டு லட்சத்த வச்சி இப்ப எலக்‌ஷன்ல நிக்க முடியாது.'' திட் டவட்டமாகத் தங்கம் சொன்னார்.

‘‘நான் கட்சிக்காரனா இல்லியா?''

‘‘சொன்னதையே சொல்லிக்கிட்டிருந்தா கூட்டணிக்கித் தள்ளி வுட்டுட்டுப் போயிருவன். நான் எதுக்குச் சொல்றன்னு புரிஞ்சிக் காம பேசக் கூடாது'' என்று சொல்லிவிட்டு, கண்ணாடியைக் கழற்றித் துடைக்க ஆரம்பித்தார். தங்கம் எப்போதெல்லாம் கோப மாக இருக்கிறாரோ அப்போதெல்லாம் கண்ணாடியைக் கழற்றித் துடைக்க ஆரம்பித்துவிடுவார் என்பது மாவட்டத்திலுள்ள எல் லாக் கட்சிக்காரர்களுக்கும் தெரியும்.

‘‘கட்சி மாறி வந்தவனுக்கெல்லாம் சீட்டுக் கொடுப்பீங்க. கட் சிக்காரன் கேட்டா கூட்டணிக்குத் தள்ளி வுட்டுடுவீங்களா?''

‘‘கட்சி மாறி வந்தவங்க எந்தக் கட்சியில இல்லெ? கட்சிக் காரனா இல்லியாங்கிறது முக்கியமில்ல. ஜெயிக்க முடியுமா, முடி யாதாங்கிறதுதான் முக்கியம்’’ என்று கறாராகச் சொன்னார் தங்கம்.

தங்கம் கோபமாகிவிட்டது தெரிந்தது. அதிகம் பேசினால் ‘கொடுக்க முடியாது. தலமயில போயி பாத்துக்குங்க’ என்று ஒரே வார்த்தையாகச் சொல்லிவிடலாம் என்று நினைத்த பொன்னு சாமி குரலைத் தாழ்த்திப் பணிந்துபோகிற மாதிரி சொன்னார். ‘‘ஒங்கப்பா மாவட்டச் செயலாளரா இருந்த காலத்திலிருந்து, மந்தி ரியா இருந்த காலத்திலிருந்து, அப்பறம் நீங்க மாவட்டச் செயலா ளரா ஆனதிலிருந்து, மந்திரியானதிலிருந்து இன்னியவர கட்சியில தான் இருக்கன். கட்சி மாறிப் போனதில்ல. வேட்டிய மாத்திக் கட்டுனதில்ல. அப்பன் ஒரு கட்சியில, மவன் ஒரு கட்சியிலன்னு எங் குடும்பத்தில இல்லெ. ஒரு முற கட்சி சின்னத்தில எலக்‌ஷன்ல நிக்குறன். தோத்தாலும் பரவாயில்ல.’’

‘‘ஒவ்வொரு கவுன்சிலரும் தோத்துப் போயிட்டா சேர்மன எப்பிடிப் புடிக்கிறது? தலமயில யாரு கையக் கட்டிக்கிட்டு நிக்கி றது?’’ அதிகாரத் தோரணையோடு கேட்டார் தங்கம்.

‘‘இதுவரைக்கும் மாவட்டத்தக் கட்டாயப்படுத்தனதில்ல. மாவட்டம் சொன்னதக் கேட்டுக்கிட்டுத்தான் போயிருக்கன்’’ என்று பொன்னுசாமி சொன்னதும் ‘‘நான் இல்லன்னு சொல்ல லியே. நான் மந்திரியா இருந்தப்ப ஒங்க ஊருக்குக் கேட்டதெல் லாம் செஞ்சனா இல்லியா?’’ என்று தங்கம் கேட்டார். பொன்னு சாமி பதில் பேசவில்லை.

‘‘ஒங்களுக்குச் சீட்டுக் கொடுக்கக் கூடாதுன்னா நெனைக்கி றன்? எலக்‌ஷன்ல நின்னா பணத்தயும் செலவழிக்கணும். கண்ட பய காலுலயும் விழணும். எல்லாம் செஞ்சாலும் ஜெயிக்கணும். ஜெயிக்கலன்னா பல லட்சம் கடனாயிடும். கவுன்சிலரா ஜெயிச்சா லும் எதிர்க்கட்சியில ஒண்ணும் செய்ய முடியாது. டீ வாங்கித் தரதுக்குக்கூட ஆளிருக்காது. வந்த கடன் வந்ததுதான். எலக்‌ஷன்ல நின்னு தோத்துப்போனவங்களோட குடும்பத்து நெலம, கட்சிக்

காரனோட நெலம என்னான்னு ஒங்களுக்குத் தெரியும். ஜெயிச் சிட்டா ‘வாழ்க’ன்னு கோஷம் போடுவான். தோத்துட்டா திரும் பிக்கூடப் பாக்க மாட்டானுங்க. அதனாலதான் சொல்றன். ஒங்க தகுதிக்குச் சாதாரண ஆளுங்ககிட்டயெல்லாம் போயி நிக்க ணுமா? எப்பவும்போல பெரிய கட்சிக்காரன்ங்கிற பேரோட, மரியாதயோட இருங்க.’’

‘‘வீட்டுல கேக்க மாட்டங்குறாங்க, மாவட்டம்.’’

‘‘அவுங்களுக்கு அரசியல் புரியாது. கட்சிக்காரனே உள்ளாட் சியில கால வாருவான்னு அவுங்களுக்குத் தெரியாது’’ என்று சொல்லும்போது மாவட்டத் துணைச் செயலாளர், ‘‘இப்பவே ரெண்டு மணி நேரம் லேட்டுண்ணே. அடுத்த ஒன்றியத்துக்காரங்க போன்மேல போன் போட்டுக்கிட்டே இருக்காங்க’’ என்று சொன்னதும் ‘‘இருக்கட்டும்’’ என்று தங்கம் சொன்னார்.

‘‘வயசாயிடிச்சி. ஒரு வாட்டி எலக்ஷன்ல நின்னா ஊர்ல மரி யாதயா இருக்கும்ண்ணே’’ என்று கதிரவன் சொன்னான்.

‘‘கட்சி பாத்து, ஆளு பாத்து ஓட்டுப் போடுற காலமா இது? 2016ல நடந்த எம்.எல்.ஏ. எலக்ஷன்ல ஓட்டுக்கு ஆயிரம் ரூபாய் சராசரியா கொடுத்து ஜெயிச்சத பாத்தீங்கில்ல. எம்.எல்.ஏ. எலக் ஷனே அப்பிடின்னா உள்ளாட்சித் தேர்தல் எப்பிடி இருக்கும்? கட்சி ஆட்சியிலிருந்தா, நான் மந்திரியா இருந்தா ஒங்கப்பாவ நானே கவுன்சிலராக்கி, சேர்மேனாவும் ஆக்கிடுவன். இப்ப மந்தி ரியா இல்லெ. சொன்னா எவனும் கேக்க மாட்டான். கேக்கற மாதிரி நடிப்பானுங்க. ஒங்களுக்குத் தெரியும். மீறியும் சீட்டுத் தந்து தான் ஆவணுமின்னா தர்றன். போயி நில்லுங்க’’ என்று தங்கம் சொன்னதும் பொன்னுசாமிக்கு மனம் நெகிழ்ந்துபோய்விட்டது.

‘‘ஒங்களப் பத்தியும் தெரியும், ஒங்க கொணத்தப் பத்தியும் தெரியும். கட்சிக்காரனப் பத்தியும் தெரியும்ண்ணே. நம்ப தலவரு லேசுப்பட்டவரு இல்ல. உணர்ச்சிவசப்பட்டு ஒரு வார்த்தயக்கூட விடாதவரு. வில்லாதி வில்லன். அவரே ஒங்களுக்குத் தங்கம்னு பேரு வச்சாரு. அது உலக அதிசயம்’’ என்று பொன்னுசாமி சொன்னதும் தங்கம் லேசாகச் சிரிக்க மட்டுமே செய்தார்.

''யாருக்கு சீட்டுக் கொடுத்தாலும் ஜெயிக்கிறவனா பாத்துக் கொடுங்க. என்னோட கவுன்சில்ல கட்சி தோக்கக் கூடாது. கட்சியிலேருந்து எனக்கு ஒண்ணுதாண்ணே வேணும்.''

''சொல்லுங்க.''

''நான் செத்திட்டா நீங்க எங்கயிருந்தாலும் வந்து பொணத்து மேல ஒரு மாலயப் போடுங்க. கட்சிக் கொடியப் போத்துங்க. அது போதும் எனக்கு'' என்று சொன்னதும் தங்கம், ''என்னண்ணே சொல்றீங்க? நீங்கல்லாம் செத்திட்டா கட்சிய யாரு காப்பாத்து றது?'' என்று கேட்டார்.

''ஓங்கப்பா ரெண்டு பீரியடு மாவட்டச் செயலாளரு. ஒரு பீரி யடு மந்திரி. இப்ப மூணு நாலு பீரியடா நீங்க எம்.எல்.ஏ., ரெண்டு பீரியடா மாவட்டச் செயலாளரு. ஒரு பீரியடு மந்திரியா இருந்தவரு. நான் சாதாரண ஆளு. நான் கோவிச்சிக்கிட்டுப் போயிடுவன்ங்கிறதுக்காக இவ்வளவு நேரம் பேசிக்கிட்டு இருக்கு றீங்களே, இதாண்ணே நம்ப கட்சி. இதத்தான நம்ப தலவரு கத்துத் தந்தாரு'' என்று சொல்லும்போதே பொன்னுசாமிக்கு அழுகை வந்துவிட்டது.

''எங்கப்பா செத்த பிறகு நான் மாவட்டச் செயலாளரா எலக் ஷனில நின்னப்ப எல்லாப் பயலும் எங்கிட்ட காசு வாங்கிக்கிட்டுத் தான் ஓட்டுப் போட்டான். மாவட்டப் பிரதிநிதியா இருந்த நீங்க ஒரு ஆளு மட்டும்தான் காசு வாங்காம ஓட்டுப் போட்டவரு. நான் அத மறக்கல. கட்சியில யாரு எப்பிடின்னு எனக்கும் தெரி யாம இல்ல.''

''ஓங்கப்பா என்னெ அப்பிடி வச்சிருந்தாரு. ஓங்கப்பாவவிட நூறு படி மேல போயிட்டிங்க. சீட்டுத் தந்தாலும் தரலன்னாலும் நான் கட்சி மாறி ஓட்டுப் போடுறவனில்ல'' என்று சொல்லிவிட் டுக் கண்கலங்கியதைப் பார்த்த தங்கம், ''ஓங்கள மாதிரியான ஆளுங்க இருக்கிறவர நம்ப கட்சி அழியாதிண்ணே'' என்று சொன்னார்.

பொன்னுசாமி இதுவரை எம்.எல்.ஏ., எம்.பி. சீட்டுக்குப் பணம் கட்டியதில்லை. அதற்கு நிறைய செலவு ஆகும் என்பது அவருக்குத்

தெரியும். அந்த அளவுக்குத் தன்னால் செலவு செய்ய முடியாது என்பதால் பணமே கட்ட மாட்டார். உள்ளாட்சித் தேர்தல் வரும் போது மட்டும் ஒன்றிய கவுன்சில், மாவட்ட கவுன்சிலுக்குக் கட்சியில் பணம் கட்டியிருக்கிறார். ஒவ்வொரு முறையும் ‘‘சீட்டுத் தாங்க’’ என்று மாவட்டச் செயலாளரிடம் கேட்பார். ‘‘இந்த முற விட்டுத்தாங்க. அடுத்த முற பாத்துக்கலாம்’’ என்று சொல்லிச் சமா தானம் செய்ததும் ‘‘எனக்கு சீட்டுத் தராட்டியும் பரவாயில்ல. ஜெயிக்கிறவனா, கட்சிக்காரனாப் பாத்துக் கொடுங்க. எனக்கு என் கட்சி ஜெயிக்கணும்’’ என்று சொல்லிவிட்டுப் போய்விடுவார். கோபித்துக்கொண்டு போனாலும் தேர்தல் வேலை பார்க்காமல் இருக்க மாட்டார். இரவும் பகலுமாக வேட்பாளரைவிட அவர் தான் தூங்காமல் அலைவார். தண்டபாணியும் தங்கமும் எப் போதும்போல பொன்னுசாமி போய்விடுவார் என்றுதான் எதிர் பார்த்தார்கள். இந்த முறை ஏன் இவ்வளவு பிடிவாதம் பிடிக்கிறார் என்பதுதான் அவர்களுக்குப் புரியவில்லை.

தங்கத்துக்கு என்ன தோன்றியதோ ‘‘கொஞ்சம் வெளிய இருங் கண்ணே. எல்லா கவுன்சிலயும் முடிச்சிட்டுக் கூப்புடுறன்’’ என்று சொன்னதும் இரண்டு கைகளையும் குவித்துத் தங்கத்தைக் கும் பிட்டுவிட்டு அறையிலிருந்து பொன்னுசாமி வெளியே வந்தார். அவருக்குப் பின்னால் கதிரவன் வந்தான். மறுநொடியே மாவட் டத் துணைச் செயலாளர் ‘‘ஒரு ஆளுக்காக இவ்வளவு பேசுறீங்க. அர மணி நேரம் போயிடிச்சி. இந்த நேரத்துக்கு ஒரு ஒன்றியத் தயே முடிச்சிருக்கலாம்’’ என்று சொன்னதும் லேசாகச் சிரித்த தங்கம் சொன்னார்,

‘‘நாப்பது அம்பது வருஷத்துக்கு முன்னாடி, நம்பல்லாம் பொறக்காத காலத்தில, கட்சி வளருமா, ஆட்சிக்கு வருமா, வரா தான்னு தெரியாத காலத்தில இந்த ஆளு ஒருத்தன்தான் இந்த ஒன்றியத்தில முதன்முதலா கட்சிக் கொடியக் கட்டுனான். கம் பத்த நட்டான். கட்சி நோட்டீச சைக்கிள்ள போய் ஊரூராக் கொடுத்தான். இந்த மாதிரி ஆளுங்க நட்டு வச்ச மரத்திலதான் நாம்ப இப்ப பழத்தப் பறிச்சித் தின்னுகிட்டிருக்கம். புரியுதா?’’

மண்டபத்தை விட்டு வெளியே வந்ததும் ''டீ குடிக்கலாம்'' என்று கதிரவன் சொல்லிவிட்டு டீக் கடையை நோக்கி நடந்தான். போகலாமா வேண்டாமா என்று யோசித்த பொன்னுசாமி, மகன் கோபமாகி, கத்தினாலும் கத்துவான் என்ற எண்ணத்தில் டீக் கடைக்குப் போனார். டீயை வாங்கிக் கொடுத்துவிட்டுத் தன் னுடைய டீயைக் குடிக்க ஆரம்பித்த கதிரவன், ''நம்பளால பத்து லட்சம் புரட்ட முடியாதா?'' என்று கோபமாகக் கேட்டான். அதற்குப் பொன்னுசாமி எந்தப் பதிலும் சொல்லவில்லை.

''காசு உள்ளவனுக்குத்தான் சீட்டுத் தருவானுங்க'' என்று கதிர வன் சொன்னான். அவன் சொன்னதைக் காதில் வாங்காத மாதிரி டீயைக் குடித்துக்கொண்டிருந்தார் பொன்னுசாமி.

''எதுக்கு வீணா நின்னுகிட்டு? வா வீட்டுக்குப் போவலாம்.''

''இரு. போவலாம்'' என்று பொன்னுசாமி சொன்னார். அவரை முறைத்துப் பார்த்தான் கதிரவன். பிறகு ''மாவட்டச் செயலாளர் கிட்ட நீ சண்ட போட்டிருக்கணும்'' என்று சொன்னான்.

''ஒரு மாவட்டச் செயலாளரு இந்த அளவுக்கு மரியாத கொடுத் துப் பேசுனதே பெருசு. 'முடியாது போ'ன்னு ஒரு வார்த்த சொல் லிட்டா நாம்ப என்ன செய்ய முடியும்? நம்ப கட்சியில மாவட்டச் செயலாளருங்கிறது மாவட்டத்தோட ராஜா மாதிரி. மாவட்டம் பூராவும் அவுங்க நெனைக்கிறதுதான் கட்சி. அவுங்க சொல்றதத் தான் தலமையும் கேக்கும். நமக்குச் சீட்டுத் தர மாட்டன்னா சொன்னாரு? பணம் செலவு செய்ய முடியுமான்னுதான கேக்கு றாரு? இத்தினி வருசத்தில பணம் மட்டும் கையில இருந்திருந்தா எந்தெந்தப் பதவிக்கோ போயிருக்கலாம். பணம்தான் இல்லெ. சாதியாவது பெருசா இருக்கணும். அதுவும் இல்லெ. எல்லாத் துக்கும் மேல பதவிக்குப் போகணுமின்னு தலயில எழுதியிருக்க ணும் அது இல்லாட்டி எம்மாம் ஆசப்பட்டாலும் முடியாது'' என்று பொன்னுசாமி சொன்னதும் அவரைக் கதிரவன் வெறுப் புடன் பார்த்தான். ஆனாலும், அவனைச் சமாதானப்படுத்துவது போல் பொன்னுசாமி சொன்னார், ''கட்சிக்காக ஓடியாடியிருக் கோம். அலஞ்சி திரிஞ்சியிருக்கோம். அவ்வளவுதான். பெருசா

முதலு போடல. முதலு போட்டாத்தான பெருசா லாபத்த எதிர் பார்க்க முடியும்? நம்ப கட்சியிலயாவது இந்த அளவுக்கு மரியாத இருக்கு. அதுகூட இவரு இருக்கிறதாலதான்.''

''எல்லாரும் ஒண்ணுதான்'' என்று கிண்டலாகச் சொன்னான் கதிரவன்.

''அப்பிடிச் சொல்லாத. சாதி பாக்காத, சாதிக்காரன மட்டும் காருல ஏத்தாத, சாதிக்காரனுக்கு மட்டும் காரியம் செய்யாத ஆளு. நம்ப கட்சியில இருக்கிற மத்த மாவட்டச் செயலாளரோட ஒப் பிட்டா இந்தாளு பேருக்கேத்த மாதிரிதான்.''

''மந்திரியா இருந்தப்ப நமக்கு என்னா செஞ்சாரு? ஆளு பாத் துத்தான செஞ்சாரு?''

''நம்ப என்ன சிபாரிசு எடுத்துக்கிட்டுப் போய்க் கொடுத்து அவரு செய்யலன்னாரு? ஒரு பயலும் நம்பள நம்பி வரல. அவ னவன் நேராப் போயி பாக்குறான். பழய காலத்தில் கட்சிக் காரன்கூடப் போனாத்தான் காரியம் செய்வாங்க. இப்ப அப்பிடி யில்ல. பணம் இருந்தா போதும். மந்திரியா இருக்கயில அவர வச்சி பி.ஏ. பசங்கதான் சம்பாரிச்சிட்டானுவ. புத்தகம் படிக்கிற பைத்தி யம்னு தெரிஞ்சி பல பேரு புத்தகத்தக் கொண்டாந்து கொடுத்தே காரியம் செஞ்சிகிட்டானுவ. இவரு பேரத்தான் சம்பாரிச்சாரு.''

''அவருக்குப் பொழைக்கத் தெரியலன்னா யாரு பொறுப்பு? அவுங்கப்பா மந்திரியா இருந்தப்ப சம்பாரிச்சி வச்சிட்டுப் போயி ருப்பாரு'' என்று திமிருடன் கதிரவன் சொன்னதும் ''அவுங்கப்பா பாண்டியனும் பெருசா சம்பாரிக்கல. மத்த மாவட்டச் செயலாள ருங்க மாதிரி அடாவடிப் பேர்வழிங்க இல்லெ. அதனாலதான் ஏழெட்டு முற ஒரே தொகுதியில அப்பனாலயும் மவனாலயும் தொடர்ந்து ஜெயிக்க முடியுது. ராத்திரியில சாதிக் கட்சிக்காரன் கூடயும். பகல்ல நம்ப கட்சிக்காரன்கூடயும் இருக்கிற ஆளுங்க இல்லெ'' என்று பொன்னுசாமி சொன்னார்.

''அவுங்க ஜெயிப்பாங்க. ஆனா ஒனக்கு சீட்டு இல்லம்பாங்க. வா போவலாம். வீணாப்போன இந்தக் கட்சியில என்னிக்கி

நல்லது பண்ணியிருக்கானுவ? இன்னிக்கிப் பண்றதுக்கு?'' என்று கேட்டுக் கதிரவன் முறைத்தான். அப்போது நேர்காணலை முடித்து விட்டுத் தங்கம் வெளியே வருவது தெரிந்ததும், ''அதுக்குள்ளாரவா முடிச்சிட்டாங்க?'' என்று கேட்டுக்கொண்டே தங்கத்தை நோக்கிப் பொன்னுசாமி நடக்க ஆரம்பித்தார். அவரோடு சேர்ந்து நடக்க ஆரம்பித்த கதிரவன் ''பேருக்குத்தான நேர்காணல் நடக்குது. ஒன்றியச் செயலாளர் பயலுவோ எழுதிக் கொடுக்கிற பேரத் தான அறிவிக்கப்போறாரு?'' என்று சொல்லிக்கொண்டே வந்தான்.

தங்கம் காரில் ஏறியதும், மொத்தக் கூட்டமும் காரைச் சூழ்ந்து கொண்டு நின்றது. ''யாருக்கு சீட்டுக் கொடுத்தாலும் ஜெயிக்க வைக்கணும். கட்சியத் தோக்கடிக்கக் கூடாது. தலமயில என்னெ அசிங்கப்பட வைக்கக் கூடாது'' என்று சொன்னதும் ''ஒங்க பேச்ச மீற மாட்டோம் போங்கண்ணே'' என்று ஒரே குரலாகக் கூட்டம் கத்தியது. அப்போது பொன்னுசாமி காருக்கு அருகில் சென்று கும்பிட்டார். ''அடுத்த வட்டம் கட்டாயம் செஞ்சித் தரண்ணே'' என்று சொல்லிவிட்டுத் தங்கம் கும்பிட்டார். பிறகு கூட்டத்தைப் பார்த்துக் கும்பிட்டார். கார் புறப்பட்டுவிட்டது. தங்கத்தின் காருக்குப் பின்னால் நான்கு கார்கள் வேகமாக ஓடின.

* * * * *

கடலூர் மாவட்டத்தைச் சேர்ந்த இமையத்தின் இயற்பெயர் அண்ணாமலை. இவர் பள்ளி ஆசிரியராகப் பணிபுரிகிறார்; விவசாயக் குடும்பத்தில் பிறந்தவர்.

விருதுகள்

- *1994ஆம் ஆண்டுக்கான அக்னி அக்ஷர விருது.*
- *1994ஆம் ஆண்டுக்கான தமிழ்நாடு முற்போக்கு எழுத்தாளர் சங்க விருது.*
- *இந்திய அரசின் பண்பாட்டுத் துறை இமையத்துக்கு இள நிலை ஆய்வு நல்கை ஒன்றை 2002ஆம் ஆண்டு வழங்கியது.*
- *2010ஆம் ஆண்டுக்கான தமிழ்த்தென்றல் திரு.வி.க. விருதை தமிழக அரசு இமையத்துக்கு வழங்கியது.*
- *2013இல் வெளியான 'கொலைச் சேவல்' சிறுகதைத் தொகுப்பு, எஸ்.ஆர்.எம். பல்கலைக்கழகத்தின் தமிழ்ப் பேராயத்தின் புதுமைப்பித்தன் படைப்பிலக்கிய விருது (2016) பெற்றிருக்கிறது.*
- *2016இல் வெளியான 'நறுமணம்' சிறுகதைத் தொகுப்பு, ஆனந்த விகடன் விருது பெற்றிருக்கிறது.*
- *சமகால இலக்கியச் சாதனைக்கான ஜெயகாந்தன் விருதை 2018ஆம் ஆண்டு, 'தி இந்து லிட் ஃபார் லைஃப் தமிழ்' இமையத்துக்கு வழங்கியது.*
- *கனடா இலக்கியத் தோட்டம் 2018ஆம் ஆண்டுக்கான இயல் விருதை இமையத்துக்கு வழங்கியது.*
- *2020ஆம் ஆண்டுக்கான சாகித்ய அகாடமி விருது 'செல்லாத பணம்' நாவலுக்கு வழங்கப்பட்டது.*